D1680529

கனவு, கேப்பச்சினோ, கொஞ்சம் சாட்டிங்...

தொகுதி - 1

கனவு, கேப்பச்சினோ, கொஞ்சம் சாட்டிங்...

தொகுதி - 1

சாரு நிவேதிதா

எழுத்து பிரசுரம்

கனவு, கேப்பச்சினோ, கொஞ்சம் சாட்டிங்...
Kanavu, Cappuccino, Konjam Chatting... © 2019 Charu Nivedita

First Edition : January 2019
by Ezutthu Prachuram
(An imprint of Zero Degree Publishing)
ISBN: 978 93 87707 64 1
Title No. EP: 45

All rights reserved. No part of this publication may be reproduced, stored in a retrieval system, or transmitted, in any form or by any means, electronic, mechanical, photocopying, recording, psychic, or otherwise, without the prior permission of the publishers.

Zero Degree Publishing
No. 55(7), R Block, 6th Avenue,
Anna Nagar,
Chennai - 600 040

Website : www.zerodegreepublishing.com
E Mail   : zerodegreepublishing@gmail.com
Phone   : 98400 65000

Cover Art : Santhosh Narayanan
Layout: Creative Studio
Printed at Manipal Technologies India

நன்றி

பத்திரிகைகளுக்கு எழுதும் போது அதன் நீளம் ஒரு பிரச்சினை. வளவளவென்று இழுத்துக் கொண்டுபோக முடியாது. கத்தரிக்கோல் விழுந்து விடும். சமயங்களில் கத்தரிக்கோல் விபரீதமாகவும் விளையாடி விடும். ஒரு சமயம் ஒரு பத்திரிகைக்கு எனக்குப் பிடித்த Ron Jeremy என்ற நடிகரைப் பற்றி எழுதினேன். மகா பெரிய தொப்பை. வயது வேறு அதிகம். இதெல்லாம் இருந்தால் நல்ல நடிகராக இருக்கக் கூடாதா? நம் ரங்கா ராவும் அப்படி இருந்தவர்தானே? ஆனால் ரான் ஜெரமி வேறு மாதிரி படங்களில் நடித்தவர். அங்கே தொப்பையும் முதுமையும் இருந்தால் கல்தா கொடுத்து விடுவார்கள். அதாவது, ரான் ஜெரமி ஒரு porn ஸ்டார். அதுவும் சூப்பர் ஸ்டார்.

மேலே எழுதியிருந்த பத்தியில் நடிகரின் பெயர் மட்டும் விடுபட்டிருந்தது. கேட்டால் நீளம் கருதி எடுத்து விட்டேன் என்றார்கள். அந்தப் பத்தியில் அந்தப் பெயரை நீக்கி விட்டால் என்ன புரியும்? ஆனால் இரண்டு ஆண்டுகள் நான் குமுதத்தில் எழுதிய இந்தத் தொடரில் ஒருமுறை கூட அப்படி நடக்கவில்லை. அதற்கு முதல் காரணம் குமுதம் ஆசிரியர் ப்ரியா கல்யாணராமன். அவருக்கு என் நன்றி.

நல்லி குப்புசாமி அவர்களுக்கு...

1

"பாரதிராஜாவைப் பார்க்கப் போகிறேன் அம்மு" என்றேன் அவந்திகாவிடம். யார் அவர் என்றாள். இதுவரை அவள் வாழ்க்கையில் பத்து படம் பார்த்திருந்தால் பெரிது. கடைசியாகப் பார்த்த படம் *பாபா*. ஆன்மீகம் என்பதால் வந்தாள். இப்போதும் அடிக்கடி என்னிடம் *பாபா 2* வந்து விட்டதா என்று கேட்பாள்.

"ஏம்மா, உனக்கு ரஜினி நல்லா இருக்கறது பிடிக்கலியா?" என்பேன்.

"போப்பா, உங்களுக்கெல்லாம் வெட்டுக் குத்துன்னாதான் பிடிக்கிது, கலி முத்திடுச்சு" என்று பதில் வரும்.

"அதுசரி, படத்துல வெட்டுக் குத்துதான் வருதுன்னு உனக்கு யாரு சொன்னா?"

ஏதோ சம்பூர்ண ராமாயணம் என்று ஒரு படம் பார்த்துக் கொண்டிருந்தபோது (அம்மாதிரி படம் எல்லாம் டிவியில் போடுகிறார்களா என்ன?) இடையில் வந்த விளம்பரத்தில் நாலைந்து பேரைத் தலைகீழாகத் தொங்கப் போட்டு ஒரு மொட்டைத்தலையன் அடித்துக் கொண்டிருந்தானாம். "என்ன வக்கிரம், கலி..." என்று அவள் மீண்டும் ஆரம்பிப்பதற்குள் நான் பாரதிராஜாவைப் பார்க்கக் கிளம்பி விட்டேன்.

பாரதிராஜாவிடம் இரண்டு விஷயங்கள் என்னை ஆச்சரியப்படுத்தின.

9

ஒன்று, நடிப்பு. அவர் மட்டும் இயக்குநனராகாமல் நடிக்க ஆரம்பித்திருந்தால் ரஜினி, கமல் மாதிரி ஆகியிருப்பார். அவருடைய 'உடல் மொழி' அப்படித்தான் இருந்தது. பேச்சில் யார் யாரெல்லாம் வருகிறார்களோ அவர்களைப் போலவே பேசியும் நடித்தும் காண்பித்தார். அதிலும் வெகு இயல்பாக. சமயங்களில் கேலிச் சித்திரம் வரையும் ஓவியரைப் போல் கேலியாகவும் நடித்தார், பேசினார். சிரித்துச் சிரித்துப் புரையேறி விட்டது. யாரை 'வரைந்தார்' என்று கேட்காதீர்கள். அது ரகசியம். இதுவரை நடித்த படங்களில் அவரை சரியாகப் பயன்படுத்திக் கொள்ளவில்லை என்பது என் கருத்து. அதிலும் ஆய்த எழுத்து அநியாயம். டைரக்‌ஷனில் சாதனை செய்த ஒருவரை நடிப்பில் ஈடுபடுத்தும் போது பட்டையைக் கிளப்புவது போல் இருக்க வேண்டும். ஆடுகளம் படத்தில் ஈழத்துக் கவிஞர் வ.ஐ.ச. ஜெயபாலனுக்குக் கொடுக்கப்பட்ட பாத்திரம் ஒரு உதாரணம்.

ஓம் படத்தின் கதையைச் சொன்னார் பாரதிராஜா. வயதில் மூத்த ஒருவரை இளம்பெண் காதலிக்கும் கதை. காதல் என்றால் ரோமியோ ஜூலியட்டிலிருந்து நம்மூர் *அம்பிகாவதி அமராவதி* வரை ஒரே கதைதான். தேவதாஸும் அப்படியே. எடுக்கும் விதத்தில்தான் வித்தியாசத்தைக் காட்டுவான் கலைஞன். பாரதிராஜா சொன்ன கதையும் அதுதான்.

வயதில் மிகவும் மூத்த ஆடவனைக் காதலிக்கும் இரண்டு உலகப் படங்களைப் பற்றி அவரிடம் சொன்னேன். *தஸ்தயேவ்ஸ்கியின் வாழ்வில் 26 நாட்கள்* என்ற ருஷ்யப் படம்; அமிதாப் பச்சன் நடித்து ரிதுபர்னோ கோஷ் இயக்கிய *லாஸ்ட் லியர்*. சிறந்த படத்துக்கான தேசிய விருது பெற்ற ஆங்கிலப் படம். அமிதாபின் மிகச்சிறந்த படம் என்று அதைச் சொல்கிறார்கள். என் கருத்தும் அதுவே.

பாரதிராஜாவிடம் வியந்த இன்னொரு விஷயம், பொதுவாக இன்றைய உலகில் நம்முடைய இதயத்துக்கும் வாய்க்குமான தூரம் அசுரனாலும் அளக்க முடியாத அளவுக்கு அதிகமாகி விட்டது. பாராதிராஜாவிடம் வாய் பேசவில்லை; இதயம்தான் பேசுகிறது.

***

தி.நகர் பாலாஜி பவன் வாசலில் அழகிய சிங்கருக்காகக் காத்துக்

கொண்டிருந்தேன். இருவருமாக அசோகமித்திரனைப் பார்க்கப் போவதாக ஏற்பாடு. அப்போது நாற்பது வயது மதிக்கத்தக்க ஒருவர் வந்து டீ குடிக்க காசு கேட்டார். பேண்டும் சட்டையும் அணிந்திருந்தார். செருப்பு இல்லாத வெறும் கால். இடது கையில் லேசான பிசகு. பொதுவாக நான் பிச்சை போடுவதில்லை. அந்தக் காலம் போல் இல்லை; பிச்சை என்பது இப்போது லாபகரமான ஒரு தொழில். சென்னை வெள்ளத்தில் மிதந்து பிறகு தெளிந்து கொண்டிருந்தபோது ஒருநாள் என் வீட்டு கேட்டைத் திறந்து கொண்டு வராந்தா வரை வந்து விட்டார் ஒரு இளம்பெண். ஏதோ அலுவலகம் போகும் பெண் மாதிரி மிடுக்காக இருந்தார். வெள்ள நிவாரணத்துக்குப் பணம் வசூலிக்கிறாராம். வசூலிக்கட்டும். அதற்காக என் மீது இடித்துக் கொண்டா பேசவேண்டும்? அலறி அடித்துக் கொண்டு அவந்திகாவை அழைத்து அந்தப் பேராபத்திலிருந்து தப்பினேன். "நான் வெள்ள நிவாரணத்துக்காகப் போனேன். இந்த ஆள் தப்பாக நடந்து விட்டான்" என்று சொல்லித் தொலைத்தால் பத்துப் பதினைந்து ஆண்டுகள் கம்பி எண்ண வேண்டுமே, அப்படி அல்லவா இருக்கிறது சட்டம்? அன்றைய இரவு கூட எனக்கு அந்தக் கனவுதான் வந்தது. நாலு பேர் இருக்க வேண்டிய அறையில் பனிரண்டு பேர் இருக்கிறோம். ஒருத்தன், மூன்று வயது குழந்தையை வல்லுறவு செய்தவன். ஒருத்தன், ஒரு தொழிலதிபரின் குழந்தையைக் கடத்தி மாட்டிக் கொண்டவன். ஒருத்தன், தன் குடும்பத்தில் உள்ள பதினாலு பேரைப் போட்டுத் தள்ளி விட்டு உள்ளே வந்தவன். ஒருத்தன், 10000 கோடி ரூபாய் லஞ்சம் வாங்கியதாகக் "குற்றம் சாட்டப்பட்டு" வந்திருக்கும் அரசியல்வாதி. உள்ளேயே கழிப்பறை. மறைவாக ஒரு சாக்கு தொங்கியது. கைதிகளின் ரத்தம் குடித்து கொசுக்கள் ஈ அளவுக்கு இருந்தன. ஒரே வியர்வை நாற்றம், மூத்திர நாற்றம். எவனோ ஒரு சக கைதி என் வேட்டியைப் பிடித்து இழுக்கிறான். ஐயோ என் கற்பு என் கற்பு என்று அலறியபடி நான் வேட்டியை அந்தக் கயவனிடமிருந்து இழுக்கிறேன். (ஜெயிலில் ஏது வேட்டி? சட், கனவில் போய் தர்க்கம் எல்லாம் பார்க்கக் கூடாது.) ஒரு கட்டத்தில் கனவே கலைந்து விடும் அளவுக்கு வேட்டியை இழுத்தான் கயவன். பார்த்தால் ஸோரோ (என் செல்லம்) 'சூசூ' போவதற்காக என்னை இழுத்துக் கொண்டிருந்தது. சே.

இது போன்ற காரணங்களால் பிச்சை என்றால் எனக்கு ஒரு

அசூயை. ஆனால் பாலாஜி பவன் வாசலில் என்னை அணுகி டீக்காகக் காசு கேட்டவர் மீது எனக்கு அனுதாபம் மிகுந்தது. பத்து ரூபாயை எடுத்துக் கொடுத்தேன். நகர்ந்தவரை அழைத்து, “பணத்தை சேர்த்து வைத்துக் கொள்ளாதீர்கள்; டீ குடியுங்கள்” என்றேன்.

சென்றவர் நின்று விட்டார். “டீ தான் சார் எனக்கு எல்லாம். ஒருநாளில் பத்து இருபது டீ குடிச்சிடுவேன். வேற ஒண்ணுமே வேணாம்.” ம்... என்று நான் சுவாரசியமாகக் கேட்க ஆரம்பித்ததும் தன் வாழ்க்கை வரலாற்றையே சொல்ல ஆரம்பித்தார் தேவராஜ். கையில் தேவராஜ் என்று பச்சைக் குத்தியிருந்தார். வயது 40 அல்ல; 56. திருமணம் ஆகவில்லை. இவ்வளவு நாள் இவர்தான் அம்மாவை கவனித்துக் கொண்டிருந்தார். அம்மா இப்போது இல்லை. தம்பி வீட்டில்தான் படுக்கை. திருமணம் செய்து கொள்ளவில்லை. தேவையும் இருக்கவில்லை. “எதுக்கு சார் மறைக்கணும்? மாசம் ஆயிரம் ரூவா அரசு உதவித் தொகை வருது. இதோ சட்டைத் துணிக்கும் (முழங்கையைத் தாண்டி நீளும் கட்டம் போட்ட சட்டையைத் தொட்டுக் காண்பிக்கிறார்) ஒரு வேளை சாப்பாட்டுக்கும் போதும் அது. வேற என்னா சார் வேணும்?”

“சரக்கு போடுவிங்களா?”

“டீயிலதான் சார் எல்லாமே இருக்கு. அது போதும்...”

15 நிமிடம் பேசிக் கொண்டிருந்து விட்டுக் கிளம்பினார். என்னைப் போலவே எந்தக் கவலையும் இல்லாத ஒரு மனிதனை சந்தித்த திருப்தியில் திளைத்தேன். மனிதனின் அதிருப்திக்கும் துன்பத்துக்கும் அளவுக்கு மீறிய ஆசைதான் காரணம் என்று அந்தக் கணம் தோன்றியது.

அழகிய சிங்கர் வரவில்லை. ஒரு மத்திம வயதுப் பெண் வந்தார். கையேந்தினார். இந்த முறை கொடுக்கவில்லை. அப்போது நடைபாதையில் நடந்து சென்று கொண்டிருந்த ஒரு ஆள் தெரு ஓரத்தில் படுத்திருந்த ஒரு நாயைக் கல்லால் அடித்துக் கதறி ஓடச் செய்தான். கதறி ஓடிய நாய் சிறிது நேரத்தில்... வேண்டாம்... இந்தத் தொடரில் நாய் பூனை இதர பிராணிகள் பற்றி எழுதாதே

என்று கனவில் வந்து குருநாதர் சொல்லியிருப்பதால் அந்தக் கதையை இதோடு விடுகிறேன்.

***

சென்ற ஆண்டு மே மாதம் துருக்கியில் சுற்றிக் கொண்டிருந்த போது எங்கள் குழுவில் ஒரு இந்தியக் குடும்பமும் இருந்தது. கணவன், மனைவி, பதினாறு வயது மகன். அத்தனை பேரும் ஜோடி ஜோடியாக இருக்க இந்தியக் குடும்பம் மட்டும் வளர்ந்த மகனோடு சுற்றுலா. அது கூடப் பிரச்சினை இல்லை. ஜோடிகள் விதம்விதமாக முத்தம் கொடுத்துக் கொஞ்சிக் கொண்டிருக்க, அந்த இந்தியத் தாய் தன் மகனை அருகே அழைத்து பூனைக் குட்டியைக் கொஞ்சுவது போல் கொஞ்சி முத்தமிட்டார். அப்போது அந்தக் கணவனைப் பார்த்தேன். தமிழில் ஙே என்று ஒரு எழுத்து இருக்கிறதல்லவா? அந்த மாதிரி இருந்தது அவர் மூஞ்சி. துருக்கிப் பயணம் முடிந்த கையோடு அந்த நபர் பாங்காக், பட்டாயா என்று கிளம்பிவிடுவார் என்று நினைத்துக் கொண்டேன்.

நாற்பது வயது ஆனாலே செக்ஸ் என்றால் பாவம் என்று நினைக்கும் மனோபாவம் இந்தியர்களுக்கு எப்போது வந்தது? இதுபோக, பலருக்கும் பலவிதமான உடல் உபாதைகள் வேறு. கடுமையான பக்க விளைவுகளை உண்டு பண்ணும் மாத்திரைகளைச் சிறு வயதிலிருந்தே உட்கொண்டு நாற்பதிலேயே உடம்பும் படுத்து விடுகிறது. படுத்த உடம்பை நிமிர்த்த இந்தியாவில் உள்ளதைப் போன்ற aphrodisiac இந்த உலகத்திலேயே இல்லை. வயகரா எல்லாம் பிச்சை வாங்க வேண்டும்.

2

இந்தியாவில் 40 வயதுக்கு மேற்பட்டவர்களில் ஆண்மை உள்ளவர்களைத் தேடித்தான் கண்டு பிடிக்க வேண்டும் என்று சொன்னால் நீங்கள் என்னை அடிக்க வருவீர்கள். அதற்கு முன்பு கொஞ்சம் பொறுமையாக இதைக் கேளுங்கள். இந்தியாவில் 40 வயதுக்கு மேற்பட்டவர்களில் ஹைப்பர்டென்ஷன் என்று சொல்லப்படுகின்ற உயர் ரத்த அழுத்தம், சர்க்கரை வியாதி, கொலஸ்ட்ரால் பிரச்சினை இல்லாதவர்களை நீங்கள் பார்த்ததுண்டா? நான் பார்த்ததில்லை. இந்த மூன்றில் ஏதாவது ஒன்றாவது இருந்துதான் தீரும். இதற்காக மருந்து எடுத்துக் கொள்கிறோம். அந்த மருந்தில்தான் பிரச்சினை இருக்கிறது. இந்த மருந்துகளில் பெரும்பாலானவை நமது libido-வைக் (கலவி கொள்வதற்கான சக்தி) கம்மி பண்ணி விடுகின்றன. பலருக்கும் ஆசை இருக்கும்; உடல் ஒத்துழைக்காது. மனம் தீயாய் தகிக்கும்; ஆனால் பற்ற வைக்கும் பண்டம் தூங்கிக்கொண்டிருக்கும். உடனே எடு வயக்ராவை. வயக்ராவை எடுத்தால் முதலுக்கே மோசம். உயிரே போய் விடும். அதனால் பல நாடுகளில் வயகராவைத் தடை செய்திருக்கிறார்கள். ஆனாலும் குறுக்கு வழி இல்லாமல் இருக்குமா? வேறு பெயர்களில் எல்லா மருந்துக் கடைகளிலும் கிடைக்கிறது வயகரா. இது போன்ற வீர்ய மருந்து எல்லாவற்றிலும் அடிப்படை மருந்தாக இருக்கும் Sildenafil என்ற வஸ்துதான் வயகராவுக்கும் அடிப்படை.

வயகரா சாப்பிட்டால் ஏன் ஒருவரின் செக்ஸ் செயல்பாடு சிறப்பாக இருக்கிறது? வயகரா சாப்பிட்டு ஏன் சிலர் சாகிறார்கள்? இரண்டுக்கும் ஒரே பதில்தான். சில்டனாஃபில் நமது ரத்த நாளங்களைப் பெரிது பண்ணி விடுகிறது. அதனால் இரண்டு விளைவுகள் ஏற்படுகின்றன. ஒன்று, ரப்பரில் காற்று அடித்தால் புடைத்துக் கொள்வது போல் ஆணுறுப்பு புடைக்கிறது. இரண்டாவது, ரத்த அழுத்தம் கம்மியாகிறது. எந்தப் பொருளையுமே அதன் அளவைப் பெரிது படுத்தினால் அழுத்தம் குறையும்தானே? குக்கரிலிருந்து விசிலை அகற்றினால் ஆவி வெளியேறி அதன் உள்ளே அழுத்தம் குறைகிறது அல்லவா, அது போல ரத்த நாளங்கள் பெரிதாகி ரத்த அழுத்தம் குறைகிறது. சரி, மரணம் ஏன் ஏற்படுகிறது? ரத்த அழுத்தத்துக்கு உட்கொள்ளும் மாத்திரை ஒரு பக்கம் அழுத்தத்தைக் குறைக்க, சில்டனாஃபில்லும் இன்னொரு பக்கம் அழுத்தத்தைக் குறைக்க ஒரே சமயத்தில் இரண்டு பக்கங்களிலும் தாக்கப்படும் உடம்பு ஒரேயடியாகப் படுத்து விடுகிறது. இவ்வளவுதான் விஷயம்.

இன்னொரு பிரச்சினை, குடி. தமிழ்நாட்டில் குடிப்பவர்களை குடிகாரர்கள் என்றோ குடிப்பழக்கம் உள்ளவர்கள் என்றோ சொல்ல முடியாது. குடி அடிமைகள் என்பதே பொருத்தமான பெயர். குடியையும் செக்ஸையும் சினிமாவில் ரொம்ப நட்பாகக் காண்பிக்கிறார்கள். அது பொய். குடித்தால் செக்ஸின் மீது ஆசை வருமே தவிர உடல் ஒத்துழைக்காது. அதனால் ஏற்படும் வெறியினாலும் கோபத்தினாலும்தான் பல பெண்கள் கொல்லப்படு கிறார்கள். அங்கே நடப்பதை எப்படி வர்ணிக்கலாம் என்றால், புலி மானைச் சிதைக்கிறது; ஆனால் தின்னவில்லை என்றால் எப்படியோ அப்படித்தான். மனமொத்த தம்பதியர் இடையே நடக்கும் அற்புதமான பாலுறவே கலவி. சமூகத்தின் கீழ்த்தட்டில் வாழும் பெண்கள் குடிக்கு அடிமையான கணவன்களால் வன்முறைக்கு ஆளாக்கப்படுகிறார்கள். கணவன் குடித்தாலே மனைவிக்கு அடிதான். இந்த டொமெஸ்டிக் வயலன்ஸின் அடிப்படைக் காரணமே, குடிகாரக் கணவனால் தாம்பத்ய உறவு வைத்துக்கொள்ள முடியாததுதான். அந்த ஆற்றாமையில்தான் பெண்டாட்டியை அடித்துத் துவைக்கிறான். தன்னுடைய இயலாமையின் காரணமாக, மனைவியின் மீது சந்தேகமும் வந்துவிடுகிறது.

சரியான முறையில் தாம்பத்ய உறவு கொள்பவன் அதை சிற்றின்பம்

என்று சொல்ல மாட்டான். அது அவனுக்குப் பேரின்பம் என்றே தோன்றும். அந்தப் பேரின்பத்தை அனுபவிப்பன் நாள் முழுதும் சிடுசிடுப்பாக இருக்க மாட்டான். எவ்வளவு எதிர்மறையான சூழலிலும் அவன் சந்தோஷமாகவே இருப்பான். இப்படியே எல்லோரும் இருந்தால் இந்த சமூகம் எப்படி இருக்கும் என்று யோசித்துப் பாருங்கள்.

நான் பல சுற்றுலாத் தலங்களில் பார்த்திருக்கிறேன். உதாரணமாக, இமயமலையின் உச்சியில் இருக்கும் லே (லடாக்) என்ற ஊரில் கடும் குளிர் காலத்தைத் தவிர மற்ற நாட்களில் ஆயிரக்கணக்கான வெளிநாட்டுப் பயணிகள் வந்து கூடுகின்றனர். அவர்களில் எண்பது வயது கிழவன்கூட தன் மனைவியோடு கொஞ்சிக்கொண்டிருக்கிறான். கோவாவிலும் அதே காட்சி. ஆனால் இந்த இடங்களில் எண்பது வயதை விடுங்கள், ஐம்பது வயதான ஒரு இந்திய ஜோடியைக்கூட என்னால் இன்று வரை பார்க்க முடியவில்லை.

3

ஒரு ஆணுக்கு ஒரு பெண் பச்சை பச்சையான செக்ஸ் ஜோக் அனுப்பினால் அந்த ஆண் அவளை "அழைப்பது" தவறல்ல என்கிறது நான் அறிந்த இளைஞர் கூட்டம். எனக்கு அதில் ஒப்புதல் இல்லை. இரண்டுமே அத்துமீறல்தான். உங்களுக்குப் பிடிக்கவில்லையெனில் செக்ஸ் ஜோக் அனுப்பும் பெண்ணை நட்பு வட்டத்திலிருந்து விலக்கிவிடலாம். அதுதான் நியாயம்.

இது பற்றி யோசித்தபோது, செக்ஸ் பற்றி சமூகத்தில் நிலவும் பல கற்பிதங்களை நாம் மறுபரிசீலனை செய்ய வேண்டும் என்று தோன்றியது. சிறு வயதிலிருந்தே செக்ஸ் என்றால் பாவம் என்று கற்பிக்கப்பட்டிருக்கிறோம். இன்னொரு கற்பிதம், செக்ஸை நாம் உடலிலிருந்து பிரித்து மனசுக்குக் கொண்டு போய் விட்டோம். எல்லாமே மனதளவில் நடந்து முடிந்து விடுகிறது. செக்ஸ் ஜோக்கின் அடிப்படை இதுதான். மனதளவில் ரசி என்கிறாள் பெண். ஆணோ அதை உடலுக்குக் கடத்துகிறான். அங்கேதான் பிரச்சினை. ஆண் பெண் இருபாலரின் செக்ஸ் உந்துதல் என்பது துருவ வித்தியாசத்தைக் கொண்டது. ஒரு ஆணுக்குத் தோன்றுவதைப் போல் பெண்ணுக்கு ஆணைப் பார்த்தவுடன் செக்ஸ் உந்துதல் ஏற்படுவதில்லை; அன்பும் காதலும் இருந்தால்தான் அது ஏற்படுவதாக பெண்கள் தரப்பு சொல்கிறது.

நான் நடைப் பயிற்சி செல்லும் பூங்காவில் என்னோடு உடன் நடக்கும் நரசிம்மன் ஒரு விஷயம் சொன்னார். “பத்து வருடமாக ஒரு பெண்ணை இங்கே பார்க்கிறேன். வருடங்கள் ஓடுகிறதே தவிர அவர் வயது ஓடுவதாகத் தெரியவில்லை. பத்து வருடத்துக்கு முன்பு எப்படி இருந்தாரோ அதில் ஒரு குந்துமணி கூட அழியாமல் அப்படியே இருக்கிறார். நமக்கெல்லாம் தோள்கள் ஹேங்கரைப் போல் வளைந்து இருக்கும். அவருக்கு நேராக இருக்கிறது. வெண்கலத்தை உருக்கி வார்த்த சிலை போல் இருக்கிறார். பத்து வருடத்துக்கு முன்பு அவர் வயது முப்பது இருக்கலாம். இப்போதும் முப்பதுதான் சொல்லலாம். ட்ரெஸ் சென்ஸிலும் அவரை அடித்துக் கொள்ள ஆள் இல்லை. அந்தப் பெண்ணைப் பார்த்தாலே மனதுக்கு ரம்மியமாக இருக்கிறது.” இப்படிச் சொன்ன நரசிம்மனின் வயது *60!*

நான் எப்போதும் எதையாவது யோசித்துக் கொண்டே நடப்பதால் நரசிம்மன் குறிப்பிடும் பெண்ணைப் பார்த்ததில்லை. அன்றைய தினம் பார்த்தேன். பேரழகி என்ற வார்த்தையெல்லாம் சும்மா ஜுஜுபி. கடவுள் ஒரு பேரானந்த நிலையில் இருந்த போது படைத்த சிருஷ்டி. நரசிம்மனுக்கு சம்ஸ்கிருதம் தெரியும். சாமுத்ரிகா லட்சணத்துக்கு விளக்கம் சொன்னார். மலரைப் போல் மென்மையாக இருப்பவள் ஆரோக்கியமாகவும் செல்வச் செழிப்பிலும் இருப்பாள். முழுநிலவைப் போல் முகம் பிரகாசமாக இருந்தால் அவளைச் சூழ இருப்பவர்கள் சந்தோஷமாக இருப்பார்கள். உதடுகள் ரோஜாவைப் போல் இருந்தால் அவள் புத்திசாலியாக இருப்பாள். நரசிம்மன் சொல்லிக் கொண்டே போனார். அவர் காட்டிய பெண்ணிடம் இந்த லட்சணம் எல்லாமே இருந்தது போல் தோன்றியது.

மெரினா பீச்சுக்கு வெகு அருகே வசிக்கும் நரசிம்மன் அந்த அழகான பீச்சில் நடக்காமல் இரண்டு கிலோ மீட்டர் தாண்டி இந்தப் பூங்காவுக்கு வரும் ரகசியம் எனக்கு அன்றுதான் தெரிந்தது. செக்ஸ் ஈர்ப்பு என்பது இரு பாலருக்கும் வெவ்வேறு விதமாக ஏற்படும் என்பதற்கு இது உதாரணம்.

நம் தேசத்தில் செக்ஸ் எப்போதுமே பாவமாகக் கருதப்பட்டதில்லை. இன்னும் சொல்லப் போனால், இந்திய மரபு காமத்தைக் கொண்டாடிய மரபு. நம் கோவில்கள் அதற்கு ஒரு சாட்சி. காம சூத்திரத்தின் கதை தெரியுமா? சிவனும் பார்வதியும் காமம் பற்றிப்

பேசிக் கொண்டிருந்ததை வாயிற்காப்போனாக இருந்த நந்தி கேட்டு 1000 சூத்திரங்களாக எழுதினார். அதுவே தன்னுடைய காம சூத்திரத்தின் மூல நூல் என்கிறார் வாத்ஸ்யாயனர். அந்த சுலோகம்: "மஹாதேவானுசரஸ் ச நந்தீ சஹஸ்ரேத்யாயானாம் ப்ருடக் காமசூத்ரம் ப்ரோவாச."

தமிழ் மரபும் இப்படித்தான் இருந்தது. பாலியல் தொழிலாளி என்று நாம் சொல்வதை சங்க இலக்கியத்தில் கணிகை, பரத்தை என்றார்கள். பரிபாடலில் ஒரு காட்சி: தலைவனும் தலைவியும் தோழிகளும் ஆற்றில் நீராடச் செல்கின்றனர். தலைவியிடமிருந்து காணாமல் போயிருந்த வளையலையும் ஆரத்தையும் ஒரு பரத்தை அணிந்திருந்ததைத் தோழிகள் காண்கின்றனர். தலைவனோ திருடனுக்குத் தேள் கொட்டியது போல் முழிக்கிறான். மாத்து விழுமோ எனப் பயந்து கூட்டத்தில் மறைந்து ஓடும் பரத்தையைப் பார்த்து விட்ட தோழிகள் அந்தக் காலத்து சென்னை பாஷையில் இறங்கி அடிக்கிறார்கள். மாயப் பொய் கூட்டி மயக்கும் கணிகையே, காமப் பன்றிகள் நுகரும் தொட்டியே என்று போகிறது அந்த வசை. (பரிபாடல் 20: 48-54)

ஆனால் காமத்தைக் கொண்டாடிய தமிழ் மரபு ஒரு ஆணாதிக்க சமூகமாக இருந்தது என்பதையும் நாம் மறக்கக் கூடாது. ஆண்தான் பரத்தையிடம் செல்லலாம். அப்படிச் சென்று வரும் கணவனை ஒரு தாயைப் போல் ஆறுதலுடன் அணைத்துக் கொள்ள வேண்டியது மனைவியின் கடமை என்கிறது தொல்காப்பியம். இருந்தாலும் தமிழ் வாழ்வில் காமம் எப்போதுமே பேசாப் பொருளாக இருந்ததில்லை. "நெய்யால் எரிநுதுப்பேம் என்றற்றால் கௌவையால் காமம் நுதுப்பேம் எனல்" என்கிறது குறள். ஊராரின் எதிர்ப்பினால் காதலைத் தடுத்து விடுவோம் என்று சொல்வது நெய்யை ஊற்றி நெருப்பை அணைப்போம் என்பதற்கு ஒப்பாகும். இப்போது தமிழ்நாட்டில் நடப்பதையெல்லாம் பார்த்தால் வள்ளுவர் எப்படி எழுதியிருப்பார் என்று தெரியவில்லை. ஒரு பக்கம் மனிதன் செவ்வாய் கிரகத்துக்கு ராக்கெட் விடுகிறான். இன்னொரு பக்கம் சாதி மறுப்புத் திருமணம் செய்தால் கொலை!

துருக்கியைப் பற்றிய ஒரு விஷயம் அநேகமாக பலருக்கும் தெரிந்திருக்க வாய்ப்பில்லை. துருக்கியில் செக்ஸ் தொழில் சட்டபூர்வமாக்கப் பட்டுள்ளது. நம் ஊரில் டிரைவிங் லைசென்ஸ் கொடுப்பது

போல் அங்கே இந்தத் தொழிலில் ஈடுபட்டிருக்கும் பெண்களுக்கும் திருநங்கைகளுக்கும் லைசென்ஸ் கொடுக்கிறது அரசு. 1923இல் முஸ்தஃபா அதாதுர்க் குடியரசு ஆட்சியை நிறுவியதிலிருந்து இந்த லைசென்ஸ் முறை அங்கே வழக்கத்தில் இருக்கிறது. ஆனால் சமீப காலத்தில் புதிய லைசென்ஸ் கொடுக்கப்படுவதில்லை. மேலும், இது சம்பந்தமாக விளம்பரம் கொடுப்பது, தெருவில் நின்று ஆள் பிடிப்பது போன்ற வேலைகளில் ஈடுபட்டால் நான்கு ஆண்டுகள் சிறை. அதனாலேயே செக்ஸ் தொழில் ஆடம்பரமின்றி, பொதுமக்களை பாதிக்காமல் ஒரு மூலையில் நடக்கிறது. இந்தத் தொழிலில் ஈடுபட்டிருப்பவர்களுக்கு அதற்கான அடையாள அட்டை கொடுக்கப்படுகிறது. அதில் அவர்கள் கடைசியாக உடல் பரிசோதனை செய்து கொண்ட தேதி இருக்கும். குறிப்பிட்ட இடைவெளியில் பரிசோதனை செய்து கொள்ளாதவர்களின் லைசென்ஸ் ரத்து செய்யப்படுகிறது.

சென்ற ஆண்டு துருக்கி பயணத்தின் போது அந்த 'இரவு உலக'த்தைப் பற்றித் தெரிந்து கொள்வதற்காகவே இஸ்தாம்பூலில் மூன்று தினங்கள் தங்கினேன். (இஸ்தான்புல் என்பது தவறான உச்சரிப்பு.) இஸ்தாம்பூலில் தக்ஸிம் சதுக்கத்தில் பல பாலியல் தொழிலாளிகளைப் பார்க்க முடிகிறது. ஆனால் அவர்கள் யாருமே துருக்கியைச் சேர்ந்தவர்கள் அல்ல. அதேபோல் 'ஸ்ட்ரிப் கிளப்' என்று சொல்லப்படும் நிர்வாண நடனம் நடக்கும் இடங்களும் உள்ளன. தக்ஸிம் சதுக்கத்தில் ஒரு தெருமுனையில் சில பாலியல் தொழிலாளிகள் கூட்டமாக நின்று எதையோ விவாதித்துக் கொண்டிருந்தார்கள். அவர்களைப் புகைப்படம் எடுக்கலாம் என்று அலைபேசியைக் கையில் எடுத்தேன். என் கையை வலுவாகப் பிடித்தது ஒரு முரட்டுக் கை. கைக்கு உரியவர் ஒரு திருநங்கை. புரோக்கர். ஆச்சரியமாக ஆங்கிலம் தெரிந்திருந்தது. அவர் சொன்ன கதைகளை அடுத்த வாரம் பார்ப்போம்.

4

"உன்னைப் பார்த்தால் இந்தியன் மாதிரி தெரிகிறதே, பொதுவாக இந்தியர்கள் இங்கே வர மாட்டார்களே?" என்றார் அந்தத் திருநங்கை. "நான் ஒரு எழுத்தாளன், இங்கே உள்ள வாழ்க்கை எப்படி இருக்கிறது என்று தெரிந்து கொள்ள வந்தேன்" என்று சொன்னதுதான் தாமதம்; அப்படியே என்னை அள்ளிக் கொண்டு போய் விட்டார் அவர். நட்பாகத்தான். எழுத்தாளன் என்பதற்காகப் பெருமைப்பட்ட தருணம் அது. பொதுவாகவே ஐரோப்பாவில் எழுத்தாளர்களுக்கு இங்கே இந்தியாவில் சினிமா நடிகர்களுக்குக் கொடுக்கப்படும் மரியாதை கிடைக்கிறது. அவர் பெயர் சமீரா. செனகல் நாட்டைச் சேர்ந்தவர். அவர் சொன்ன கதையை சுருக்கமாகச் சொல்கிறேன். இஸ்தாம்பூல் நகரின் பல பிராத்தல்கள் லைசன்ஸ் இல்லாதவை. அதனால் அங்குள்ள பாலியல் தொழிலாளிகள் எந்நேரமும் போலீஸ் சைரனுக்குப் பயந்து கொண்டேதான் வாழ வேண்டும். சிலரிடம் முறையான பாஸ்போர்ட் கூட இருப்பதில்லை.

அப்போது சமீராவிடம் "நீங்கள் கோபித்துக் கொள்ளாவிட்டால் ஒரு விஷயம் கேட்க வேண்டும்" என்றேன்.

"நீங்கள் அமிதாப் பச்சன், என்ன வேண்டுமானாலும் கேட்கலாம்."

"என்னது அமிதாப் பச்சனா?"

"ஆமாம், அமிதாப் பச்சன், ஐஸ்வர்யா ராய், சூப்பர் ஜோடி."

"ஐயோ, அமிதாப் ஐஸ்வர்யா ராய்க்கு மாமனார்!"

"அப்படியானால் இன்னும் சூப்பர்" என்று சொல்லிக் கண்ணடித்தார் சமீரா.

"இங்கே இது போன்ற இடங்களுக்கு வரும் வாடிக்கையாளர்களிடம் ரொம்பவும் அடித்துப் பிடுங்குகிறீர்களாமே? என் நண்பன் ஒருவனிடம் ரம் என்று சொல்லி கோக்கைக் கொடுத்தார்களாம். கேள்வி கேட்டதற்கு பிஸ்டலைக் காட்டி இருக்கிறார்கள். ஏன் இப்படி?"

அதற்கு சமீரா சொன்ன பதில் என்னை உலுக்கி விட்டது. சரியான பாஸ்போர்ட் இல்லாததால் போலீஸிடம் மாட்டினால் திரும்பவும் சொந்த நாட்டுக்குத்தான் போக வேண்டும். ஆஃப்ரிக்க வாழ்க்கை ஒரு நரகம். சமீரா பிறந்ததே ஒரு பிராத்தலில்தான். பெற்றுப் போட்டு விட்டு செத்து விட்டாள் தாய். பிறந்ததிலிருந்தே அனாதை. செனகல் நாட்டின் பிராத்தலிலிருந்து தப்பி இஸ்தாம்பூல் வந்ததே பெரிய கதை. இப்போது மீண்டும் அங்கே போய் சிக்கினால் கடவுளால் கூட என்னைக் காப்பாற்ற முடியாது. மேலும், இங்கே பணத்தைக் கொண்டு போலீஸை சமாளிக்கலாம். அதனால்தான் ரம் என்று சொல்லி கோக்கைக் கொடுக்கிறார்கள்.

"இது அநியாயம் இல்லையா?"

"உன்னைப் போன்ற ரோஜாப்பூ பேபிகளுக்கு அநியாயமாக இருக்கலாம். ஆனால்..." என்றவர் சட்டென்று திரும்பி தான் அணிந்திருந்த சட்டையைத் தூக்கி முதுகைக் காண்பித்தார். மை காட்! முதுகு பூராவும் வரிவரியாகக் கோடுகள். சின்ன வயதில் மூன்று நாள் பட்டினிக்குப் பிறகு ஒரு கடையில் ரொட்டியைத் திருடியதற்காக கடை முதலாளி கொடுத்த பிரம்படி!

"இங்கே பார் அமிதாப் பச்சன்! நாங்கள் உன் மொபைலைப் பிடுங்கிக் கொண்டால் நீ ஒன்றும் செத்து விட மாட்டாய். ஆனால் நாங்கள் செத்துக் கொண்டிருக்கிறோம். தினம் தினம் செத்துக் கொண்டு இருக்கிறோம். ஒரேயடியாக அல்ல; தவணை முறையில் போலீஸ் எங்களுக்கு மரணத்தைக் கொடுத்துக் கொண்டிருக்கிறது.

இரவு முழுவதும் விழித்திருந்து அதிகாலையில் 'ராக்கி' குடிப்பது ஒன்றுதான் எங்களுக்குக் கிடைக்கும் குறைந்த பட்ச சந்தோஷம்." (ராக்கி என்பது திராட்சையில் செய்யப்படும் துருக்கி சாராயம். ராட்சச போதை தரும்!)

"அப்படியானால் துருக்கியில் செக்ஸ் தொழிலுக்கு லைசன்ஸ் என்பது வெறும் கண் துடைப்புதானா?"

"இல்லை; இங்கே அது இரண்டு விதமாக நடக்கிறது. லைசன்ஸோடும் லைசன்ஸ் இல்லாமலும். லைசன்ஸ் இல்லாத, இப்போது நான் இருப்பதைப் போன்ற இடங்கள்தான் ஆபத்தானவை. எங்களுக்கும் சரி, கஸ்டமர்களுக்கும் சரி. எங்களுக்குப் போலீஸால் ஆபத்து; கஸ்டமர்களுக்கு எங்களால் ஆபத்து. ஆனால் நாங்கள் பிழைப்பதற்கும் இதை விட்டால் வேறு வழி இல்லையே? ஆனால் இதையெல்லாம் விட பாதுகாப்பான செக்ஸ் வேண்டும் என்றால் கொஞ்சம் உயர்தரமான கிளப்புகளுக்குப் போகலாம். அதை விடச் சிறந்த வழி, கால் கேர்ளை நம்முடைய வீட்டிலிருந்தோ ஓட்டலிலிருந்தோ தொலைபேசி மூலம் அழைப்பது. கூடவே வரும் டிரைவர் வெளியே காரில் காத்திருப்பார். இதில் எந்தவித ஆபத்தும் இல்லை."

கிளம்பும் போது 100 லீரா நோட்டு ஒன்றைக் கொடுத்தேன். "டோண்ட் இன்சல்ட் மீ" என்று சொல்லி விட்டு "நான் உனக்கு ஒன்று தருகிறேன்" என்றபடி தன் கைப்பையிலிருந்து அமிர்தாஞ்சன் பாட்டில் சைஸில் ஒரு சிறிய பாட்டிலைக் கொடுத்தார். அந்த ஊரின் 'ஆர்கானிக்' வயகராவாம். அதன் மேலே ஒட்டியிருந்த லேபிளைப் பார்த்தேன். எல்லாம் நம் பாட்டி வைத்தியத்தில் பயன்படுத்தும் சமாச்சாரங்கள். கொடுத்து விட்டு சமீரா ஒரு ஜோக்கும் சொன்னார். உலகமயமாதலுக்கு முன்பே இது போன்ற ஜோக்குகள் பாரெங்கும் பரவி விட்டன போலும். சுஜாதா ஏற்கனவே எழுதிய ஜோக்கை எங்கோ இஸ்தாம்பூலில் ஒரு செனகல் நாட்டுத் திருநங்கை சொன்னதைக் கேட்டபோது பிறவிப் பயனையே அடைந்தது போல் இருந்தது. ஆர்வ மிகுதியால் ஒரே சமயத்தில் முப்பது வயகராவை முழுங்கிய ஆள் செத்து விடுகிறான். கல்லறைப் பெட்டியில் உடலை வைத்தாகி விட்டது. ஆனால் பெட்டியை மூட முடியவில்லை.

5

"என்ன, மாத்ருபூதம் ஆகி விட்டீர்கள்?" என்று கிண்டல் அடித்தார் நண்பர். "மாத்ருபூதமும் இல்லை, ஒரு பூதமுமில்லை; இது ஒரு ஆன்மீகத் தொடராக்கும்" என்று பதில் சொன்னேன். உண்மையும் அதுதான். நம் வாழ்வின் ஒவ்வொரு அம்சமும் ஒன்றுக்கொன்று பின்னிப் பிணைந்து கிடக்கிறது. ஒன்றை விட்டு ஒன்று இல்லை. முதுகு வலி பின்னி எடுக்கும் போது எப்படி நாம் காமம் என்கிற சிற்றின்பத்திலோ ஆன்மீகம் என்கிற பேரின்பத்திலோ திளைக்க முடியும்? அதனால்தான் 'உடம்பை வளர்த்தேன், உயிர் வளர்த்தேனே' என்றார் திருமூலர். உடம்பை சரிவரப் பேணவில்லை என்றால் மெய்ஞ்ஞானத்தைக் கூட அறிய முடியாது.

எனவே, இந்தத் தொடரில் வரும் குறிப்புகளில் ஒன்றையாவது பின்பற்றத் தொடங்கினால் உங்கள் வாழ்வில் சிறப்பான மாற்றம் ஏற்படும் என்பது உறுதி. மேலும், இதையெல்லாம் நானே கண்டுபிடித்துச் சொல்லவில்லை. தொல்காப்பியரே பல சூத்திரங்களில் 'என்ப மொழிப', 'என்மனார் புலவர்' என்கிறார். இதன் பொருள்: "இப்படியாக அறிஞர்கள் சொல்வார்கள்." ஆக, இத்தொடரில் வரும் அனைத்தும் நம் முன்னோர்கள் ஆராய்ந்து சொன்னவை. அவற்றை பிரிட்டிஷாரின் துர்ப்போதனையைக் கேட்டு நம் வாழ்விலிருந்து விலக்கினோம். அவஸ்தைப் படுகிறோம்.

சென்ற மாதம் (மார்ச், 2016) லா.ச.ரா. நூற்றாண்டு விழாவுக்காக

லால்குடி சென்றிருந்தேன். ஸ்ரீரங்கத்தில் தங்கி தாயார் ரங்கநாயகியைப் பார்க்க நினைத்தேன். தங்குவதற்கு அறை கிடைக்கவில்லை. ஆனாலும் இன்னொரு தாயாரைப் பார்த்தேன். ரங்கநாயகியைப் போலவே பேரழகி. (ஏன், தாயாரை அழகி எனச் சொல்லக் கூடாதா? என்னைப் பெற்ற தாயாரும் பேரழகிதான். என்னைப் பார்த்தாலே தெரியவில்லையா?!) லால்குடியில் சந்தித்த தாயாரின் பெயர் ஹைமவதி. லா.ச.ரா.வின் மனைவி. 90 வயதில் சமையல் செய்கிறார்; கண்ணாடி இல்லாமல் படிக்கிறார். அதை விட முக்கியம், இதுவரை ஒரு முறை கூட டாக்டரிடம் சென்றதில்லை. பார்ப்பதற்கு அவருடைய உண்மையான வயதில் பாதிதான் சொல்லலாம். இன்னொரு ஆச்சரியம், லா.ச.ரா. மரணம் அடையும் போது வயது 92. அவருமே வாழ்நாளில் டாக்டரிடம் சென்றதில்லை. இத்தனைக்கும் கொழுப்பு, சர்க்கரை, ரத்த அழுத்தம் இத்யாதி எதுவும் இரண்டு பேருக்குமே இல்லை.

காரணம் என்ன என்று லா.ச.ரா.வின் புதல்வர் சப்தரிஷியிடம் கேட்டேன். ஒரே வார்த்தையில் பதில் சொன்னார். ஆர்வம். அதைத்தான் நான் கொண்டாட்டம், hedonism என்றெல்லாம் வேறு மாதிரி சொல்லிப் பார்க்கிறேன். பிறகு, தான் சொன்னதை விளக்கி நீண்ட நேரம் பேசினார் சப்தரிஷி. அதிலிருந்து ஒரே ஒரு உதாரணம் மட்டும் சொல்கிறேன். ஒரு தொலைக்காட்சி நிகழ்ச்சியைப் பார்க்க வேண்டும் என்றால் கூட குளித்து அலங்கரித்துக் கொண்டுதான் வந்து அமர்வார் அம்மா என்றார்.

இதை அப்படியே வார்த்தைக்கு வார்த்தை அர்த்தம் பண்ணிக் கொண்டு நேராக பியூட்டி பார்லருக்கு ஓடாமல் அதன் அடிப்படையான வாழ்க்கைத் தத்துவத்தைப் புரிந்து கொள்ள வேண்டும். நாம் எதைச் செய்தாலும் அதில் ஓர் ஈடுபாடும் ஆர்வமும் வேண்டும். அதன் பெயர்தான் ஹெடோனிசம், கொண்டாட்டம், ஆர்வம்.

90 வயதிலும் எப்படி ஒருவர் தன் வேலையைத் தானே செய்து கொண்டு கண்ணாடி கூட போடாமல் 55 வயது தோற்றத்தில் இருக்க முடிகிறது? முந்தைய தலைமுறையை விட நாம் பலவகையிலும் முன்னேறிவிட்டதாகப் பீற்றிக் கொள்கிறோம். ஆறு வயதுக் குழந்தை ஆப்பிள் ஐஃபோன் வைத்திருக்கிறது. குளிர்சாதன வசதி, பீட்ஸா, மடிக் கணினி, அகில உலகத்தையும் உள்ளங்கையில் தந்து விடும்

கைபேசி இப்படி எத்தனையோ வசதிகள் இருந்தும் வாழ்க்கை ஏன் வருத்தத்தை மட்டுமே தருவதாக இருக்கிறது? வாழ்க்கைத் தரமும் ஏன் இப்படி அதலபாதாளத்துக்குப் போய் விட்டது?

காரணம், எதற்குமே சுலபமான வழிகளைத் தேடுகிறோம். தாம்பத்யத் தில் பிரச்சினையா? எடு வயாகராவை. பிரச்சினை தீர்ந்தது. ம்ஹூம். தீரவே தீராது. பிரச்சினை நமக்குள்ளே இருக்கிறது.

எல்லாவற்றுக்கும் அரசியல்வாதிகளைத் திட்டுவது இப்போது ஒரு மோஸ்தராகப் போய் விட்டது. தீதும் நன்றும் பிறர் தர வாரா என்றார் கணியன் பூங்குன்றன். நம் தகுதிக்கு ஏற்ற மாதிரிதானே நம் தலைவனும் இருப்பான்? 300 ரூபாய் தருகிறேன், இந்த சாமான்களை எடுத்து அடுக்கி வைக்க வேண்டும் என்று வீட்டு வேலைக்கு அழைத்தால் ஆள் கிடைப்பதில்லை. தொழிற்சாலைகளிலும் ஆள் பஞ்சம். ஓட்டலில் வேலை செய்பவர்கள் எல்லாம் வட இந்திய பிகாரிகள். ஆனால் அதே 300 ரூபாய்க்கு அரசியல் தலைவரின் பேச்சைக் கேட்க மண்டையைப் பிளக்கும் கத்தரி வெய்யிலில் காலை பத்து மணியிலிருந்து மாலை நான்கு மணி வரை நின்று சாவதற்குத் தயாராக வருகிறார்கள் மக்கள். எப்படி உருப்படும் இந்த தேசம்?

என் நண்பர் சொன்ன சம்பவம் இது. அவரும் அவர் மனைவியும் துணி எடுக்க ஒரு வணிக வளாகத்துக்குப் போயிருக்கிறார்கள். அம்மணி நாலைந்து துணிகளை எடுத்துக் கொண்டு ட்ரையல் ரூம் போக நண்பர் அதன் வாசலில் நின்றிருக்கிறார். அது இப்போதைய கணவர்களின் கடமைகளில் ஒன்று. மனைவி போட்டுக் காட்டும் உடைகளைப் பார்த்து சரி, சரியில்லை என்று சொல்ல வேண்டும்! (பெண்களும் தங்கள் பங்குக்கு பழிக்குப் பழி வாங்கத்தான் செய்கிறார்கள் என்று நினைத்துக் கொண்டேன்.) நண்பர் ட்ரையல் ரூமுக்கு வெளியே நின்று கொண்டிருந்த போது அவருக்கு முன்னே ஒரு இளம் பெண் தன்னுடைய முறைக்காகக் காத்துக் கொண்டிருக்கிறார். அப்போது ஒரு பதின்மூன்று வயதுள்ள சிறுமி (ஆனால் உருவம் அந்த வயதுக்கு ரொம்பப் பெரிது என்றார்) வந்து இவர்கள் இருவருக்கும் அருகில் தனி வரிசையை உருவாக்கிக் கொண்டு நிற்கிறார். ட்ரையல் ரூம் ஒன்றிலிருந்து ஒரு பெண் வெளியே வந்ததும் ஏற்கனவே காத்துக் கொண்டிருந்த பெண் போவதற்கு சந்தர்ப்பமே கொடுக்காமல் இந்தச் சிறுமி உள்ளே நுழைந்து விட்டாள்.

இந்தியாவைத் தவிர உலகில் வேறு எந்த நாட்டிலும் இப்படிப்பட்ட ஒழுங்கீனத்தைப் பார்க்க முடியாது. வெளிநாட்டு விமான நிலையங்களில் வரிசையை உடைத்துக் கொண்டு ஒருவர் இடையில் நுழைகிறார் என்றால் அது இந்தியராக மட்டுமே இருப்பதை நான் பலமுறை பார்த்திருக்கிறேன். 'யார் எக்கேடு கெட்டுப் போனால் என்ன? நம் காரியத்தைப் பார்ப்போம்' என்ற சுயநலமே இதற்கெல்லாம் காரணம். இந்த சுயநலத்தை பெற்றோராகிய நாம் நம் குழந்தைகளுக்கு மிகச் சிறிய பிராயத்திலிருந்தே கற்றுக்கொடுக்கிறோம். லால்குடியிலிருந்து திரும்பி வரும் போது ரயிலில் ஒரு சம்பவம். தேநீர் விற்றுக் கொண்டு போன சிறுவனின் பையிலிருந்து தேநீர் அருந்தும் குவளைகள் சில கீழே விழுந்து விட்டன. என் எதிரே அமர்ந்திருந்த சிறுவன் (இரண்டு சிறுவர்களுக்கும் ஒரே வயதுதான் இருக்கும்!) "ஐயோ, குவளைகள் விழுந்து விட்டன" என்று ஆங்கிலத்தில் கத்த, உடனே அவனுடைய பாட்டி, "கீழே விழுந்தால் உனக்கென்ன; உன் வேலையைப் பார்" என்று ஆங்கிலத்தில் அதட்டினார். தீவிரவாதிகள் ஆயுதங்களைச் சேர்ப்பது போல் நாம் படிப்பையும் அறிவையும் ஆயுதங்களாகச் சேர்த்துக் கொண்டிருக்கிறோம். அது நம்மையே அழிக்கிறது.

ஒருநாள் நடைப் பயிற்சியை முடித்துக் கொண்டு வீட்டுக்குத் திரும்பி வரும் வழியில் ஒரு இடத்தில் தாய்மார்களின் கூட்டமாக இருந்தது. ரேஷன் கடையோ என்று எட்டிப் பார்த்ததில் எல்லா பெண்மணிகளின் இடுப்பிலும் கைக்குழந்தை. குழந்தை நல மருத்துவரைப் பார்க்க அவ்வளவு கூட்டம். குழந்தை வயிற்றில் இருக்கும் போதே ஏகப்பட்ட மருந்துகளை உட்கொண்டு, பிறக்கும் போதே நோயாளிகளாக வருகிறார்கள் குழந்தைகள். சாதாரண சளி இருமல் என்றால் கூட ஓடு டாக்டரிடம் என்பதாக இருக்கிறது நம் வாழ்க்கை. சித்தரத்தை, ஓமம், சுக்கு, திப்பிலி... ம்ஹூம். எதையுமே கேள்விப்பட்டதில்லை.

இந்தக் கதையெல்லாம் வேண்டாம். தாம்பத்யம் நன்றாக இருக்க வேண்டும். என்ன பண்ணலாம்? நேரடியாக விஷயத்துக்கு வா.

வருகிறேன். முதலில் உடம்பில் இருக்கும் அழுக்கு வெளியேற வேண்டும். அதற்கு ஒரு எளிய வழி உள்ளது. காலையில் இஞ்சிச் சாறு. மதியம் ஒரு சுக்குக் காப்பி. இரவில் கடுக்காய்ப் பொடி ஒரு ஸ்பூனை தண்ணீரில் கலந்து குடியுங்கள். இதனால் உடம்பு

சூடு ஆகி விட்டால் இளநீர் குடிக்கலாம். அல்லது, வெந்தயப் பொடியை மோரில் கலந்து குடித்தால் சூடு தணிந்து விடும்.

இதைச் செய்தால் கோல் ஊன்றி நடக்கும் கிழவன் கூட இளைஞனைப் போல் எழுந்து ஓடுவான் என்கிறார் கோரக்கர். இரண்டு ஆண்டுகளுக்கு முன்பு சிம்லாவிலிருந்து லே வரை என் நண்பர்களுடன் மோட்டார் பைக்கிலேயே சென்றேன். இரண்டு முறை ஹார்ட் அட்டாக் வந்த, அறுபது வயதைக் கடந்த ஒருவருக்கு இது சாத்தியமா? எனக்கு சாத்தியமானதற்குக் காரணம், இஞ்சி, சுக்கு, கடுக்காய்.

6

இளம் வயதிலிருந்து பாலியல் தொழிலாளியாக இருந்து பின்னர் எழுத்தாளராக மாறிய நளினி ஜமீலாவை பலமுறை கேரளத்தில் சந்தித்திருக்கிறேன். பல மணி நேரம் அவரோடு உரையாடி இருக்கிறேன். அந்த உரையாடல் புத்தகமாகவும் வந்துள்ளது. (இச்சைகளின் இருள்வெளி). பத்து வருடத்துக்கு முந்திய கதை. ஆண் பெண் சம்பந்தப்பட்ட எல்லா விஷயங்களையும் வெளிப்படையாகப் பேசித் தீர்த்தோம். இப்போது என்றால் பயந்திருப்பேன். காரணம், ஒரு கனவான் இமேஜ் வந்து விட்டது. அப்போது அப்படி அல்ல. விளிம்பு நிலை மக்களைப் பற்றித் தெரிந்து கொள்ளும் ஆர்வத்தில், நான் ஒரு நாட்டுக்குச் சென்றால் அங்குள்ள பாலியல் தொழிலாளிகளைச் சந்தித்துப் பேசுவது வழக்கம். அப்படிப்பட்டவர்களுக்கும் நளினிக்கும் ஒரு வித்தியாசம் இருந்தது. அந்தத் தொழிலில் ஈடுபட்டவர்கள் பொதுவாக ஆண்கள் மீது வெறுப்பைக் கொட்டுவார்கள். ஒரு தாய்லாந்து செக்ஸ் தொழிலாளி தன் தகப்பனைக் கன்னாபின்னா என்று திட்டினாள். தன்னைத் தொழிலுக்கு அனுப்பி விட்டு வீட்டில் உட்கார்ந்து சாப்பிடுகிறார் என்பது அந்த வசைகளின் சுருக்கம். ஆனால் நளினி ஆண்களின் மீது பேரன்புடன் பேசினார். "முறையாகக் கிடைக்காததால்தானே என்னிடம் வருகிறார்கள்? ஆண்கள் என்னிடம் யாசிக்கிறார்கள். அவர்களுக்குத் தேவையானதைத் தந்தேன். ஆனால் ஒன்றே ஒன்று மட்டும் கிடையாது."

அதை ஔபரிஷ்தகா என்கிறார் வாத்சாயனர். விஷயம் இதுதான். உடம்பு சுத்தமாக இருக்க வேண்டும். சுத்தம் என்றால் வெளிச் சுத்தம் மட்டும் இல்லை. உள் சுத்தம். உள் சுத்தம் என்றால் குடல் மட்டும் இல்லை. உளச் சுத்தமும் வேண்டும். இந்தியில் பூ என்றால் மணம். தமிழ்ப் பூ அல்ல. Boo. குஷ்பூ என்றால் நறுமணம். வாத்சாயயனர் சொல்கிறார், நம் தேகம் (குறிப்பாக அந்தரங்க உறுப்புகள்) நுங்கு, இளநீர் வழுக்கை போல் மணக்க வேண்டும் என்று. அப்படி ஆவதற்கு செண்ட், பவுடர் என்று ஏதாவது வாசனைத் திரவியம் இருக்கிறதா? ஏற்கனவே பெண்ணுக்கு இயற்கையில் மணம் உண்டா இல்லையா என்ற பஞ்சாயத்தில் நக்கீரர் சிவபெருமானால் கடும் தண்டனை அடைந்திருக்கிறார். விஞ்ஞானரீதியாகப் பார்த்தால் எல்லா உயிரினங்களுக்கும் இயற்கையான மணம் உண்டு. மனிதர்களுக்கும் உண்டு. "அருகில் வராதே; நான் இப்போது பிஸியாக இருக்கிறேன். உன் மணம் seducing ஆக இருக்கிறது" என்று அவந்திகா இளம் வயதில் சொல்லக் கேட்டிருக்கிறேன். அதற்கும் முன்னால் என் ஆறு வயது மகள் என் உடம்பை முகர்ந்து மூச்சை ஆழமாக இழுத்து ஆஹாகாரம் செய்து "என்ன வாசனை, என்ன வாசனை!" என்று ஆனந்தமாகச் சொல்வாள்.

தயவுசெய்து தற்பெருமை என்று நினைக்க வேண்டாம். இதற்கெல்லாம் ஒரு செண்டும் மண்ணாங்கட்டியும் தேவையில்லை. ஆரோக்கியமான வாழ்க்கை முறை மட்டுமே போதும். உடம்பு சந்தனமாய் மணக்கும். முதலில் உள்ளே அழுக்கு சேரக் கூடாது. சேர்ந்தாலும் வெளியேற்றி விட வேண்டும். அதற்குத்தான் கடுக்காய்ப் பொடி. வாரம் ஒருமுறை ஸ்டீம் பாத் என்று சொல்லப்படும் நீராவிக் குளியல் போகலாம். அதை விட உத்தமம் வாரம் இரண்டு முறை அல்லது ஒருமுறையேனும் அப்யங்கம். அதாவது, எண்ணெய்க் குளியல். செக்கில் அரைத்த நல்லெண்ணையில் ஒரு மிளகு, ரெண்டு சீரகம், ஒரு வெற்றிலை போட்டு சூடு பண்ணி ஆறினதும் தலையிலும் உடம்பிலும் தேய்த்து அரை மணி நேரம் சென்று வெந்நீரில் சீயக்காய் தேய்த்துக் குளிக்க வேண்டும். (குளித்த அன்று மது, மாது கூடாது!) எனக்கெல்லாம் திருமணமாவதற்கு முன்னால் அம்மா செய்தார்கள். அதற்குப் பிறகு அவந்திகா. "இந்தா, சாரு இன்ன மாதிரி எழுதியிருக்கான், எனக்கு எண்ணெய் தேய்த்து விடு" என்று மனைவியிடம் சொன்னீர்கள்

என்றால் உதைதான் விழும். அதற்கு நான் பொறுப்பு அல்ல. ஏனென்றால், எதுவாக இருந்தாலும் இரண்டு பக்கமும் நெகிழ வேண்டும். மனைவி உங்களுக்குச் செய்தால் நீங்கள் அவருக்குச் செய்ய வேண்டும்.

ஒருமுறை ஒரு வாசகர் என்னிடம் வந்து, "என் மனைவி என்னை விட்டுவிட்டு அம்மா வீட்டுக்குப் போய் விட்டாள். நீங்கள்தான் காரணம்" என்றார். பதறிப் போய் என்ன விஷயம் என்று கேட்டேன்.

"ABC ஜூஸ் குடித்தால் உடம்பு ஆரோக்கியமாக இருக்கும் என்று எழுதினீர்கள்தானே?"

"ஆமாம். அதற்கென்ன?"

"அதைத்தான் நான் செய்தேன். மனைவி ஓடி விட்டாள்."

தோண்டித் துருவிக் கேட்ட பிறகு விஷயம் புரிந்தது. ஆப்பிள், பீட்ரூட், கேரட் மூன்றையும் தோல் நீக்கி, துண்டுகளாக வெட்டி ஜூசரில் போட்டால் சக்கை தனியாகவும் ஜூஸ் தனியாகவும் வந்து விடும். அதைக் குடித்தால் இதயத்துக்கு மிகவும் நல்லது. மேலும் அதன் பயன்களை எழுத பல பக்கங்கள் வேண்டும். இதைக் குடிக்க என்ன கஷ்டம்? ஆனால் அந்த அன்பர் என்ன செய்திருக்கிறார் தெரியுமா? ஏற்கனவே தம்பதிக்கு மூன்று குழந்தைகள். அம்மணி வேலைக்கும் போகிறார். வாசக அன்பரோ தன் மனைவிக்கு ஜூசர் வாங்கிக் கொடுக்காமல் மிக்ஸியிலேயே செய்யச் சொல்லியிருக்கிறார். மிக்ஸியில் போட்டால் வடிகட்டியால் வடி கட்டி ஜூஸ் எடுப்பதற்குள் தாவு தீர்ந்து போகும். சமையலில் ஏதாவது உதவி செய்வீரா என்று கேட்டேன்.

"இல்ல, அம்மா திட்டுவாங்க."

"அம்மாவும் உங்க கூட இருக்காங்களா?"

"இல்ல, ஊர்ல."

"உங்கள் மனைவி ரொம்ப நல்லவர்."

"ஏன் சார்?"

"நானா இருந்தா டிவோர்ஸ் கேட்டு கோர்ட்டுக்குப் போயிருப்பேன்."

நானும் ஏபிசி ஜூஸ் குடிக்கிறேன். ஆனால் நான்தான் போட்டு அவந்திகாவுக்கும் கொடுப்பேன். அந்த வாசகரிடம் ஒரு கதை சொன்னேன். நடந்த கதை.

60 வயதில் ஒரு பெண்மணி தன் கணவரை விவாகரத்து செய்தார். தன்னுடைய மகனுக்கும் மகளுக்கும் திருமணம் செய்து வைத்த அடுத்த கணம் கோர்ட்டுக்குப் போய் விட்டார். விவாகரத்து கிடைத்ததும் அவர் முகத்தைப் பார்க்க வேண்டுமே, அடடா! விவாகரத்து கிடைத்ததும் அவர் சொன்ன வார்த்தை: "பார்த்தேளா, இனிமே நான் நினைச்சப்போ சமைச்சுக்கலாம்."

விஷயம் இதுதான்: அவருடைய கணவருக்கு காலை ஏழரைக்கெல்லாம் டிஃபன் வேண்டும். ஒருநாள் போட்ட ஐட்டம் மறுநாள் இருக்கக் கூடாது. ஒருநாள் இட்லி, மறுநாள் பணியாரம், அடுத்த நாள் தோசை. அப்புறம் பொங்கல், கிச்சடி, சப்பாத்தி, உப்புமா என்று மாறி மாறி வந்து அந்தச் சுற்றில் இட்லி திரும்பி வர 15, 20 நாள் ஆகும். ஒரு மணிக்கு மதிய உணவு. மாலை நாலரைக்கு மினி டிஃபன். அப்படியென்றால்? கேசரி, அடை, இப்படி. இரவு எட்டு மணிக்குக் கஞ்சி. கொள்ளுக் கஞ்சி, கோதுமைக் கஞ்சி, கேழ்வரகு தோசை. அலுவலகமெல்லாம் போக மாட்டாரா? அது வயிறா, மெஷினா? அன்னார் அதிகாரி என்பதால் எந்த ஊருக்கு மாற்றல் ஆனாலும் அலுவலகத்துக்கு அருகிலேயே அரசு வீடு கிடைத்து விடும். ஓட்டலில் சாப்பிட்டதே இல்லை. மேஜைக்கு சாப்பாடு வர ஒரு நிமிடம் தாமதமானாலும் வீட்டில் பிரளயம்தான். இப்படியே அந்த ஆள் 30 ஆண்டுகளுக்கு மேலாகத் தின்றிருக்கிறார். இந்த அம்மாளும் செய்து போட்டிருக்கிறார். பையனுக்கும் பெண்ணுக்கும் திருமணமான அடுத்த நிமிஷம் டிவோர்ஸ்!

பல ஆண்கள் தங்கள் மனைவியை ராணி போல் வைத்துக் கொண்டிருப்பதாக நினைத்துக் கொண்டிருக்கிறார்கள். நினைப்புதான். வேறு என்ன? இல்லை, அவளும் அப்படித்தான் நினைக்கிறாள் என்பார்கள், ஏதோ அந்தப் பெண்ணின் மனதுக்குள் போய்ப் பார்த்து விட்டு வந்தது போல்! அந்தப் பெண்ணும் தலையைத் தலையை ஆட்டுவார். வேறு என்ன செய்ய? நான் உங்களிடம் உண்மை பேச வேண்டுமானால் உங்களின் மனக்கதவு திறந்திருக்க வேண்டும். மூடியிருந்தால் பொய்தான் வரும்.

"நான் என்னுடைய பிரச்சினைகளை, வலிகளை என் கணவரிடம் சொல்வதே இல்லை." ஒருவர் இருவர் அல்ல; எத்தனையோ பெண்கள் இப்படிச் சொல்லக் கேட்டிருக்கிறேன்.

"ஐயோ, தப்பில்லையா?"

"எது தப்பு? வலியையும் அனுபவித்துக் கொண்டு திட்டையும் வாங்கிக் கட்டிக் கொள்ள வேண்டுமா? அந்த மூன்று தினங்களில் கொஞ்சம் சோர்வாக இருக்கும். அப்போதும் அடித்துப் பிடித்துக் கொண்டு ஆபீஸ் போக வேண்டும். குழந்தை, சமையல் எல்லாம் கூடவே இருக்கும். எப்போதாவது தாங்க முடியாமல் 'தலைவலி' என்று சொல்லி விட்டால் போதும், ஆரம்பமாகி விடும் ரகளை. 'முணுக்கென்றால் தலைவலி. எங்கம்மா ஆறு குழந்தை பெற்றாள். ஒருநாள் கூட தலைவலி என்று சொன்னதில்லை' என்று ஆரம்பித்து கடைசியில் 'முடியாட்டா வீட்டை விட்டு வெளியே போ'வில் வந்து முடியும். தேவையா? என்னைவிட அவருடைய அம்மா சுதந்திரமாக இருந்தாள். அந்த மூன்று நாளும் சமைக்க வேண்டாம். ஆபீஸ் போக வேண்டாம். குழந்தைகளை கவனித்துக் கொள்ள அவளுடைய அம்மா இருந்தாள்."

"சொல்ல வேண்டியதுதானே?"

"தலைவலிக்கே வீட்டை விட்டு வெளியே போ. இதைச் சொன்னால் வீடு பற்றி எரியும்."

ஆனால் மாதாமாதம் புதுப் புடவை, ஆண்டுக்கொரு முறை தங்கவளை, வைர மூக்குத்தி எல்லாம் உண்டு.

இதுவா வாழ்க்கை?

இதற்கு நேர் எதிரான ஆண் தரப்பும் இருக்கிறது. அதை அப்புறம் பார்ப்போம். இப்போது குஷ்பு. உடல் மணம். நீராவிக் குளியல் எடுக்க வசதி இல்லை. எண்ணெய்க் குளி முடியாது. இருந்தாலும் என் உடம்பு மணக்க வேண்டும். என்ன செய்யலாம்? 1440 நிமிடங்கள் சேர்ந்தது ஒரு நாள். அதில் 20 நிமிடத்தை உங்களுக்காக செலவு செய்ய முடியுமானால் உங்கள் உடம்பு அல்ல, அக்குள் கூட மணக்கும். எப்படி என்று சொல்கிறேன்.

7

தியானம். தியானத்தால் மனம் சுத்தமாகும். மனம் சுத்தமானால் உடல் பொலிவடையும். உடல் பொலிவடைந்தால் நம்மிடம் ஒரு aura வும் மணமும் வந்து விடும். ஆரா என்றால் ஒளி என்று ஓரளவுக்கு சொல்லலாம். கண்ணுக்குப் புலப்படாத ஒளி. இதெல்லாம் நம்புகிற மாதிரி இல்லையே? 15000 கி.மீ. தொலைவில் உள்ள ஒரு அமெரிக்க நகரத்தில் ஒரு அறையில் அமர்ந்திருக்கும் நம் பிள்ளைகளை கணினித் திரையில் பார்த்துக் கொண்டே நம்மால் பேச முடிகிறது. 50 ஆண்டுகளுக்கு முன்னால் இதை யாரும் நம்பியிருப்பார்களா? இன்று அது எதார்த்தம். அதைப் போல்தான் 'ஆரா'வும். சிலரைப் பார்க்கும் போதே நமக்குள் தூய்மையான உணர்வுகள் கிளர்ந்து எழும். மகாத்மாவின் முகம் அப்படிப்பட்டது. சிலர் தியானத்தை முடித்த கையோடு, "ஏய் சனியனே, நான் தியானம் பண்ணும் போது ஏன் சத்தம் போட்டாய்?" என்று மனைவியோடு ரகளையில் இறங்குகிறார்கள். அவர்கள் தியானம் செய்வது பூமிக்கு நல்லதல்ல.

தூங்கும்போது தவிர வேறு எந்த நேரத்திலும் நாம் கண்களை மூடுவ தில்லை. தியானத்துக்காக மூடலாம். புறக்கண்ணை மூடினால் அகக்கண் திறக்கும். வேண்டாத எண்ணங்கள் வருகிறதே, என்ன செய்ய? வரட்டும். அனுமதியுங்கள். எதிலுமே பலவந்தம் கூடாது. வந்து வந்து போய் அதுவே நாளடைவில் அமைதி அடைந்து விடும்.

Consistency முக்கியம். எந்த நேரத்திலும் தியானம் செய்யலாம். பசியோடு மட்டும் கூடாது.

ஒரு கூட்டத்தில் என்னை மேடைக்கு அழைக்கும் போது "வசீகரமான தோற்றம் கொண்டவர்" என்று குறிப்பிட்டார்கள். மண்ணில் தோன்றும் அத்தனை உயிரினமும் வசீகரமானதுதான். ஆனால் சரியான பராமரிப்பு இல்லாமல் வீணடித்து விடுகிறோம். அப்படி என்னை அழைத்த போது நான் கர்வம் கொள்ளவில்லை. *40* ஆண்டு பராமரிப்புக்குக் கிடைத்த அங்கீகாரம் என்று மகிழ்ந்தேன். ஆம், *20* வயதிலிருந்து என் உடலைப் பராமரிக்கிறேன். அது ஒன்றும் சாதாரண விஷயம் அல்ல. தவம் போல் செய்ய வேண்டும். தொலைக்காட்சி நிகழ்ச்சிகளில் சிலர் அருகில் அமரவே அச்சமாக இருக்கிறது. புகழ்பெற்றவர்களாக இருப்பார்கள். ஆனால் வாய் துர்நாற்றம் சகிக்க முடியவில்லை. இதை அவர்களது வீட்டில் இருப்பவர்கள் – குறைந்த பட்சம் மனைவியாவது சொல்ல மாட்டாரா – என்பதுதான் என்னுடைய தீராத சந்தேகம். இதைப் போக்க எத்தனையோ எளிய வழிகள் உள்ளன. வயிறு சுத்தமாக இருந்தால் வாய் நாறாது. அதற்கும் கடுக்காய் பொடிதான். மற்றும் ஏலக்காய், கிராம்பு என்று இயற்கை மவுத்வாஷ்களே ஏராளம். சித்த மருத்துவத்திலும் இதற்குப் பல மருந்துகள் உண்டு.

உடல் மணக்க மற்றொரு வழி – கடலை மாவு, பயத்த மாவு தேய்த்துக் குளிப்பது. மனைவிக்கு பட்டுப் புடவையும் தங்க நகையும் மட்டுமே வாங்கிக் கொடுக்காமல் ஒரு பிறந்த நாள் அன்று ஷனால் *5* (Chanel 5) என்ற ஃப்ரெஞ்ச் பர்ஃப்யூமைப் பரிசளியுங்கள். சில ஆண்டுகளுக்கு முன்பு நான் ஸால்ஸா நடன வகுப்புகளை எட்டிப் பார்த்துக் கொண்டிருந்தேன். அங்கே ஒரு ஃப்ரெஞ்ச் பெண் வருவார். அவர் கிளம்பிச் சென்ற பிறகும் கூட அங்கே அந்த மணம் நிற்கும். அவர் போட்டுக் கொள்வது ஷனால் *5* தான். விலையா? பட்டுப் புடவையை விடக் கம்மிதான். *(6000* இலிருந்து *18000* வரை*!)*

இதெல்லாம்தான் ஹெடோனிசம். வாழ்வைக் கொண்டாடுதல். நம் உடல்நலனுக்கு மஸாஜ் நல்லது. அதற்காகப் பலர் தாய்லாந்து போகிறார்கள். தாய்லாந்து மஸாஜ் உடல்நலத்துக்குக் கேடு தரும். அது மஸாஜே கிடையாது. உலகிலேயே சிறப்பான மஸாஜ் கிடைக்கும் இடம் எது தெரியுமா? உங்கள் கையருகே

உள்ளது. உங்கள் வீடுதான். நம் கணவரோ மனைவியோ செய்து விடும் மஸாஜுக்கு ஈடு இணை கிடையாது. ஆனால் எதுவுமே ஒருவழிப் பாதை கிடையாது. பெண் என்பவள் ஆணுக்குப் பணி செய்வதற்காகவே பிறக்கவில்லை.

இதைப் படிக்கும் ஆண்களிடம் வெளிப்படையாக ஒரு கேள்வி கேட்கிறேன். உங்கள் மனைவியின் கால்களுக்கு முத்தம் கொடுத்திருக்கிறீர்களா? அந்தக் கால்களுக்கு மஸாஜ் செய்திருக்கி றீர்களா? பெரும்பாலும் நாம் அதையெல்லாம் 70 எம்எம் படுதாவில் தெரியும் நிழல் உருவங்களிடமே விட்டு விடுகிறோம். காதலா, பாசமா, கேளிக்கையா, உல்லாசமா, எல்லாமே சினிமாவில் பார்த்துக் கொள்ளலாம் என்ற மனோபாவத்தை விட்டு ஒழித்தால்தான் நம் வாழ்வு மேன்மையுறும். நானும் அந்த சினிமாவிலிருந்தே உதாரணம் தருகிறேன். பார்த்திபனின் கதை, திரைக்கதை, வசனம், இயக்கம் என்ற படத்தில் வரும் ஒரு காட்சி. நாயகி படுக்கையில் படுத்திருக்கிறாள். நாயகன் அவள் கால்மாட்டில் வந்து அவள் பாதங்களை எடுத்து, தன்னுடைய இரண்டு கைகளாலும் – முக்கியமாக கட்டை விரலால்– அவளுடைய பாதங்களின் உள்பகுதியை மிருதுவாக அழுத்தி விடுவான். நீங்கள் செய்திருக்கிறீர்களா?

பார்த்துவிட்டு பார்த்திபனை அழைத்து "நீங்கள் மிகப் பெரிய காதலனாக இருக்க வேண்டும். எந்தத் தமிழ்ப் படத்திலும் இப்படி ஒரு ரொமாண்டிக் காட்சியைப் பார்த்ததில்லை" என்று பாராட்டினேன்.

***

நம்மைப் போலவே மற்ற ஜீவராசிகளுக்கும் இந்த உலகில் வாழ உரிமை இருக்கிறதுதானே? அதனால் தெருவில் நாயைப் பார்த்ததும் கல்லைத் தேடாமல் அவைகளுக்கு உணவிடுவதைப் பற்றி யோசிக்கலாம். வீட்டில் மீந்து போவதை காகங்களுக்குக் கொடுக்கலாம். ஒருநாள் நான் இட்லி சாப்பிட்டுக் கொண்டிருக்கும் போது ஒரு காகம் வந்து இட்லி கேட்டது. பிட்டுக் கொடுத்தேன். உடனே அது நான் கொடுத்ததைச் சாப்பிடாமல் தன் சகாக்களை அழைத்தது. பத்துப் பதினைந்து வந்தன. உள்ளே போய் நாலைந்து இட்லிகளை எடுத்து வந்து பிட்டுப் பிட்டுக் கொடுத்தேன். என்ன ஆச்சரியம், அடுத்த நாள் மிகச் சரியாக அதே நேரம் அந்தப்

புகைப்படம்: பிரபு காளிதாஸ்

பத்துப் பதினைந்து காகங்களும் வாசலுக்கு வந்து என்னைப் பார்த்து இட்லி இட்லி கா கா... இட்லி இட்லி கா கா... என்று கூவ ஆரம்பித்து விட்டன.

"நான் இன்றைக்குக் கேழ்வரகு கூழ் அல்லவா குடித்தேன். அதை எப்படி உங்களுக்குக் கொடுப்பது?"

"சரி, எதையாவது கொடு, கா கா..."

என் வீட்டு பப்பு, ஸோரோவுக்காக வாங்கி வைத்திருந்த பெடிக்ரி என்ற நாய் உணவை எடுத்து வந்து கொஞ்சம் கொடுத்தேன்.

இட்லியை விட செம ருசி போல. குதித்துக் கும்மாளியிட்டுத் தின்று விட்டு தேங்க்ஸ் சொல்லிப் பறந்தன. மறுநாள் அதே நேரம், அதே கூட்டம். பெடிக்ரியை என் கையில் வைத்துக் கொண்டு நீட்டினேன். கிட்டத்தில் வந்து எடுக்கலாமா வேண்டாமா என்று சந்தேகப் பார்வை பார்த்தன. பலரும் காக்காயைப் பிடித்து காக்கா பிரியாணி செய்வது அவைகளுக்குத் தெரியாமலா இருக்கும்? ரெண்டு நாள்தான் சந்தேகம். இப்போது என் கையிலிருந்தே கொத்தி எடுத்துக் கொள்கின்றன. ஜீவராசிகளுக்கு உணவிட்டுப் பாருங்கள், அதன் சந்தோஷம் அப்போது தெரியும். பாத்திரங்களில் தண்ணீர் விட்டு வைத்தாலும் நாய்களும் காகங்களும் உங்களுக்கு நன்றி சொல்லும்.

***

நான் நடைப் பயிற்சி செய்யும் நாகேஸ்வர ராவ் பூங்காவில் ஒருநாள் இரண்டு இளம் அழகிகள் வாயைப் பிளந்தபடி ஓடிக் கொண்டிருந்தார்கள். அப்படி ஓடக் கூடாதும்மா என்று சொல்லலாம் என நினைத்தேன். ஆனால் ஈவ் டீசிங் புகார் கொடுத்து விட்டால் என்ன செய்வது என்று பயம். அப்போது ஒரு முதியவர் – வயது எண்பதுக்கு மேல் இருக்கும் – நான் சொல்ல நினைத்ததைச் சொன்னார்.

அதற்கு அந்தப் பெண்கள் செய்த எதிர்வினை...

8

"சென்ற வாரம், 'ஆண்கள் தம் மனைவியின் பாதங்களுக்கு மஸாஜ் செய்யலாம்' என்று எழுதியிருந்தீர்கள். அந்தக் குமுதத்தை என் கணவரிடம் கொடுத்தேன். படித்துவிட்டு உங்களை லூசு என்றும் இன்னும் பலவிதமாகவும் திட்டினார். 'சரி, நீங்கள் எனக்குச் செய்ய வேண்டாம்; உங்கள் காலைக் கொடுங்கள்' என்று கால்களை எடுத்தால்... ஐயோ, அதை என்னவென்று சொல்வேன்! கோடைக் காலத்தில் வயல் வரப்பெல்லாம் வெடித்துக் கிடக்குமே, அப்படி பாளம்பாளமாக வெடித்திருந்தது. என்ன செய்யலாம்?" என்று ஒரு வாசகி எழுதியிருக்கிறார். நல்லவேளை, கணவர் என்னென்ன சொல்லித் திட்டினார் என்று எழுதவில்லை. அந்த மட்டுக்கு அம்மணிக்கு நன்றி!

எனக்கும் குதிகால் ஒரு காலத்தில் அப்படித்தான் இருந்தது. இப்போது ரோஜா இதழ், குழந்தையின் கன்னம் என்று பல உதாரணம் சொல்லலாம் போல் இருக்கிறது. என்ன செய்தேன்? அதற்கு உங்கள் வாழ்க்கைத் துணையின் உதவியும் தேவை. ஒரு பேசினில் வெதுவெதுப்பான சுடுநீரை நிரப்பி அதில் கால்களை ஐந்து நிமிடம் வைத்திருக்க வேண்டும். பிறகு உங்கள் பார்ட்னர் அந்தக் கால்களை எடுத்து குதிகாலில் Pumice stone கொண்டு தேய்க்க வேண்டும். அதனால் தோலில் உள்ள dead cells எல்லாம்

போய்விடும். பிறகு துணியால் பாதங்களை நன்கு துடைத்துவிட்டு foot guard களிம்பைத் தேய்க்க வேண்டும். உறங்கச் செல்வதற்கு முன் செய்யலாம். இதற்குப் பெயர் பெடிக்யூர். முன்பெல்லாம் நாங்கள் குளத்தில் குளிப்போம். அப்போது படித்துறையில் உள்ள கல்லிலேயே குதிகால்களைத் தேய்ப்போம். வெடிப்பு வராது. போதாக்குறைக்கு குளத்து மீன்களும் கால் அழுக்கைச் சுரண்டித் தின்றுவிடும். இப்போது அதற்கும் Fish Spa வந்துவிட்டது.

வெளியில் போய் பெடிக்யூர் செய்து கொண்டால் ஆயிரக்கணக்கில் செலவாகும். தாய்லாந்து போனால் அரை லட்சம். வீட்டிலேயே செய்தால் செலவு இல்லை. ஆனால் இதையெல்லாம் வீட்டில் ஒருவருக்கொருவர் செய்துகொள்ள அன்பு, பிரியம், காதல் எல்லாம் வேண்டும். நாம் எல்லோருமே அன்பு என்றால் எடுத்துக் கொள்வது (taking) என்றே நினைக்கிறோம். தப்பு. கொடுப்பதுதான் அன்பு. கொடுக்கத் தயாரானால் கொடுப்பது போல் பத்து மடங்கு திரும்பக் கிடைக்கும்.

சமீபத்தில் ஒரு செய்தியை நீங்கள் படித்திருக்கலாம். பெங்களூருவில் ஒரு கணவன் (வயது 32), மனைவி (28). இருவருக்குமே மென்பொருள் துறையில் வேலை. (எவ்வளவு படித்திருக்க வேண்டும்!) இரவு 11 மணி. மனைவி அலைபேசியில் ஏதோ செய்துகொண்டிருக்கிறாள். இரவு உணவு என்ன? இது கணவன். (மனைவி என்றால் சமையல்காரி.) ஒன்றுமில்லை. இது மனைவி. சமைக்கக்கூட இல்லாமல் யாரோடு 'சாட்' செய்கிறாய்? கேட்டதோடு இல்லாமல் மனைவியின் செல்போனை வாங்கிப் பார்க்கிறான். வாக்குவாதம் ஆரம்பித்து முற்றி கடைசியில் கணவன் மனைவியைத் தாக்குகிறான். மனைவி கத்தியை எடுத்துக்கொண்டு வந்து வெட்டிவிட்டாள். கணவனுக்கு விரல் நஷ்டம். (நல்லவேளை, வேறு எதையாவது வெட்டியிருந்தால் வாழ்க்கையே வெட்டியாகப் போயிருக்கும்!)

இதில் கவனிக்க வேண்டிய விஷயம், பல பெண்களுக்கு அந்த பெங்களூரு பெண்ணைப் போல் துணிச்சல் இல்லை; அல்லது, அகிம்சாவாதிகள். அதனால்தான் பெரும்பாலான ஆண்கள் நிமிர்ந்த படி நடந்துகொண்டிருக்கிறார்கள் என்று நினைக்கிறேன்.

இன்னொரு தம்பதி. அவருக்கு அறுபதுக்கு மேல். அம்மணிக்கு அம்பதுக்கு மேல். இவர்தான் சமையலறையில் எடுபிடி. சின்ன

வெங்காயம், ஒற்றைப் பூண்டு, தக்காளி, காய், கொத்துமல்லித் தழை எல்லாம் வெட்டுவது அந்த ஆள்தான். தினமும் இருவருக்கும் கீரை வேண்டும். அதனால் கீரையும் ஆய வேண்டும். மணித்தக்காளி கீரை ஆய்வதுதான் கொஞ்சம் நேரம் எடுக்கும். எல்லாவற்றையும்விட அதிக நேரம் எடுப்பது, வாழைப்பூ உருவுவது. ஒவ்வொரு பூவுக்குள் இருக்கும் கள்ளனையும் அகற்ற வேண்டும். எல்லாமே அவர்தான். அவருக்கோ ஏகப்பட்ட வேலை கிடக்கும். மனைவியிடம் சொன்னார். "ஏம்மா, சமையலில் உனக்கு உதவியாக ஒரு ஆளைப் போடவா?" "ஐயோ வேண்டாம், அதெல்லாம் சரிப்படாது" என்கிறார் அம்மணி. ஒருநாள் எல்லாவற்றையும் முடித்துவிட்டு வேலை செய்ய கணினி முன் வந்து அமர்கிறார். அடுக்களையிலிருந்து குரல். என்னவென்று போனால், "இந்தக் கறிவேப்பிலையைக் கழுவி வைக்க மறந்துவிட்டாயே?"

"ஏம்மா, இது உனக்கே நல்லா இருக்கா? நீயே எடுத்து கழுவிக்கக் கூடாதா?"

"அந்த சாக்கிலாவது நீ இன்னும் கொஞ்ச நேரம் கிச்சனிலேயே இருப்பியேன்னுதான்." சமையலுக்கு ஆள் வேண்டாம் என்று சொன்னதும் இதனால்தானாம்.

"ஆள் வச்சா நீ எழுதப் போய்டுவே. இல்லேன்னா அவ்வளவு நேரமும் நீ கிச்சன்ல என்னோடயே இருப்பீல்ல?"

சரி, சொல்லிவிடுகிறேன், அந்த ஆள் அடியேன்தான். ஒரு பெண்ணுக்கு எந்த அளவுக்கு comfort கொடுப்பதாக இருந்தால், "நீ என் பக்கத்திலேயே இருக்க வேண்டும்," என்று சொல்வாள்? இந்த comfortஐ தம்பதிகள் ஒருவருக்கொருவர் கொடுத்துக்கொள்ள வேண்டும். சொல்வதற்கு எளிதாக இருக்கும். கடைப்பிடிப்பது ரொம்பக் கஷ்டம்.

சமீபத்தில் தினசரிகளின் முதல் பக்கம் பூராவையும் அடைத்தபடி மாணவிகளின் புகைப்படங்கள் வந்திருந்தன. எல்லாம் முதல் மதிப்பெண். அந்தப் பெண்களெல்லாம் அப்புறம் எங்கே காணாமல் போய்விடுகிறார்கள்? தோசை இட்லி செய்யத்தான்; வேறு எங்கே? சமூகத்தில் ஒரு பொது இடத்திலாவது பெண்களைப் பார்க்க முடிகிறதா? திருமணம் போன்ற வீட்டு விசேஷங்களைத் தவிர அரசியல், சினிமா, மாலை விருந்து, இலக்கியக் கூட்டம் என்று

கனவு, கேப்பச்சினோ, கொஞ்சம் சாட்டிங்...

எங்குமே பெண்களைப் பார்க்க முடிவதில்லை. காலையில் வாக்கிங் போகும் பார்க்கில்கூட 90 சதவிகிதம் ஆண்கள்தான். அடிக்கடி இதை நான் சுட்டிக் காட்டுவதால் என் நண்பர்கள் நாலு பேர் தன் மனைவிகளையும் அழைத்துக்கொண்டு கொடைக்கானல் போனார்கள். வருடாவருடம் மனைவி இல்லாமல் தனியாகத்தான் போய் ஜாலியாக இருந்துவிட்டு வருவது வழக்கம். என் எழுத்தைப் படித்து மனைவியையும் அழைத்துக்கொண்டு போனார்களாம். போலீஸ் கமிஷனரும் கான்ஸ்டபிளும் சேர்ந்து இன்பச் சுற்றுலா போக முடியுமா? சுற்றுலா முடிந்து நான்கு பேரும் திரும்பி வந்து என்னிடம் புலம்பியது: 'தண்ணி' என்ற பேச்சுக்கே இடமில்லை. சிகரெட்? கொன்றுவேன்.

அதெல்லாம்கூடப் பரவாயில்லை. அசைவம் சாப்பிடவும் அனுமதி இல்லையாம். என்ன இது அநியாயம்? பேசாம இருங்க, காரணம் இருக்கு. மறுநாள்தான் காரணம் புரிந்தது. அதிகாலை ஐந்து மணிக்கே எழுந்து 80 கிமீ தூரத்தில் இருக்கும் பண்ணாரி அம்மன் கோவிலுக்குப் புனிதப் பயணம். அதனால்தான் முந்தின நாள் சைவ உணவு. பயணத்தில் முதல் நாள் காலி. மறுநாளும் சைவம். அடப்பாவிகளா! காரணம் கேட்டால், போய் வந்த மறுநாளே அசைவம் சாப்பிடக் கூடாது. மாலை ஆனதும் எல்லா பெண்களும் டிவி பெட்டிக்கு முன்னே உட்கார்ந்துகொண்டார்களாம். உங்களோடு சேர்ந்து சீரியல் பார்க்க வேண்டும் என்பது வாழ்நாள் கனவு. கடவுளே, கல்யாணம் ஆகியே ரெண்டு வருஷம்தானே ஆச்சு? அதெல்லாம் பேசக் கூடாது. மூச். உட்காருங்கள்.

இப்படியே நான்கு நாட்களும் செம பேரேடு. என்னிடம் வந்து கதறினார்கள் நண்பர்கள். அட லூசுங்களா, இன்பச் சுற்றுலா போனீர்களா, ஸ்கூல் எக்ஸ்கர்ஷன் போனீர்களா என்று திட்டினேன். மனைவியை அழைத்துக் கொண்டு கூட்டமாகவா போவார்கள்? அதுவே தப்பு. முதலில் அந்த இடம் புதிதாக இருக்க வேண்டும். மனைவி மட்டுமே இருக்க வேண்டும். லடாக்கில் உள்ள லே போன்ற இடங்களுக்குப் போனால் இப்படி ஆகியிருக்காது. புதிய இடங்களைத் தெரிந்து கொள்வதிலேயே நேரம் போய்விடும் என்றேன். கொஞ்சம் காசு இருந்தால் துருக்கி, உஸ்பெக்கிஸ்தான், கஜக்ஸ்தான் மாதிரி நாடுகளுக்குப் போய் வரலாம். செலவும் கம்மி. ஐரோப்பா மாதிரியும் இருக்கும். ஆசியா போல் 'ஹோம்லி'யாகவும் உணரலாம்.

சிம்லாவிலிருந்து பைக்கில் லே வரை செல்லும் வழியில்.
ஆக்ஸிஜன் ரொம்பவும் கம்மி. பூண்டு தண்ணிதான்.

ஒற்றைப் பூண்டு தெரியுமா? சின்ன வெங்காயம் போல் ஒரே ஒரு பூண்டாக இருக்கும். கிடைக்காவிட்டால் சாதா பூண்டு பயன்படுத்தலாம். சிம்லாவிலிருந்து லே வரை இமயமலையில் பைக்கிலேயே சென்ற போது பல சிகரப் பகுதிகளில் மூச்சுவிட முடியவில்லை. அப்போது அங்கே வாழும் ஆதி குடியினர் பூண்டைக் கொதிக்க வைத்து அந்தத் தண்ணீரையே எங்களை நாள் முழுதும் குடிக்கச் செய்தார்கள். பூண்டினால் ரத்தக் கொதிப்பு, கொழுப்பு போன்ற பிரச்சினைகள் தீரும். பாலில் பூண்டைக் காய்ச்சி இரவில் குடித்தால் அது ஒரு இயற்கை வயகரா.

***

பார்க்கில் வாயைப் பிளந்தபடி ஓடிக் கொண்டிருந்த அந்த அழகிகளிடம் முதியவர் மிகவும் வாஞ்சையாக அப்படி ஓடக் கூடாது என்றும் வாயை மூடியபடிதான் ஓட வேண்டும் என்றும் சொன்னார். அதற்கு அந்த அழகிகள் எதுவுமே நடக்காதது போல் அந்த முதியவரைக் கண்டுகொள்ளவே இல்லாமல் ஓடினர். ஒரு நன்றி இல்லை; ஒரு புன்முறுவல் இல்லை. அவர் சொன்னதை அங்கீகரித்ததாகத் தலையைக்கூட அசைக்கவில்லை. அவர்

கனவு, கேப்பச்சினோ, கொஞ்சம் சாட்டிங்...

மேலே உள்ள புகைப்படத்தில் உள்ள இடம் லேவையும் தாண்டி சீன நாட்டின் எல்லையில் உள்ள பாங்காங் ஏரி. இங்கே ஆக்ஸிஜன் மிகவும் கம்மி. சிலர் இறந்தும் போகின்றனர்.

அவர்களின் முகத்துக்கு நேராகத்தான் சொன்னார். கவனிக்காமல் இருக்க வாய்ப்பே இல்லை. ஆனால் அடுத்த சுற்றில் வாயை மூடிக் கொண்டுதான் ஓடினார்கள் அந்தப் பெண்கள். இதுதான் முதியோருக்கு நாம் கொடுக்கும் மரியாதை.

***

விடியோ கேம்ஸில் ஒரு புரட்சி நடந்திருக்கிறது. ஒரு சிறிய டப்பா மாதிரி இருக்கிறது. அதில் நம்முடைய கைபேசியைச் செருகி, கண்களில் வைத்துப் பிடித்துக்கொண்டால் பேயோடு பேசலாம்; தண்ணீரில் மூழ்கலாம்; ரோலர் கோஸ்டரில் சுற்றலாம்; பாராசூட்டிலிருந்து குதிக்கலாம். Virtual reality! அந்த டப்பா நம் பிள்ளைகளின் வாழ்க்கையையே எடுத்துக்கொள்ளப் போகிறது.

9

அதன் பெயர் VR Headset. வர்ச்சுவல் ரியாலிட்டி ஹெட்செட். அதாவது, கம்ப்யூட்டர் மற்றும் எலக்ட்ரானிக் சாதனங்கள் மூலம் உருவாக்கப்படும் மாய எதார்த்தம். பார்க்கலாம், கேட்கலாம், பயப்படலாம், காமம் கொள்ளலாம், ஆனால் தொட முடியாது. அந்த ஹெட்செட் 200 ரூபாய்க்கும் கிடைக்கிறது; 20,000க்கும் கிடைக்கிறது. (நடுவாந்திரமாக ரூ. 10,000க்குக் கிடைக்கும் ஹெட்செட்டை நாம் கையில் பிடித்துக்கொள்ள வேண்டியதில்லை. தலையில் மாட்டிவிட்டால் அது பாட்டுக்கு நிற்கும்.) நான் 200 ரூ தகர டப்பா ஹெட்செட்டில் பார்த்த போதே மிரண்டுவிட்டேன். ரோலர் கோஸ்டரில் செல்லும் போது மாரடைப்பு வந்துவிடும் போல் இருந்ததால் அதை நிறுத்திவிட்டேன். கடலுக்குள் சென்று வண்ண மீன்களை வேடிக்கை பார்க்கும் ஸ்கூபா டைவிங், ஸ்நார்கெல்லிங், ஸீ வாக் எனப்படும் கடலுக்குள் வாக்கிங் எல்லாவற்றையும் இந்த வீஆர் ஹெட்செட்டில் அனுபவிக்க முடிகிறது. என்ன, சட்டை நனைவதில்லை.

ஒருமுறை தாய்லாந்தில் (பட்டாயா) ஸ்கூபா டைவிங் செய்ய முயன்றேன். பயிற்சி எடுக்க வேண்டும் என்று சொன்னதால் ஸ்நார்கெல்லிங் மட்டும் பண்ணினேன். அது கொஞ்சம் சுலபம். ஒரு முகமூடி மாதிரி கொடுப்பார்கள். கண்ணுக்குள் கடல் நீர் போகாமல் கடல் உலகை வேடிக்கை பார்ப்பதற்காகக் கண்ணாடியும் உண்டு. அந்தக் கண்ணாடி வழியே பல்லாயிரக்கணக்கான வண்ண

மீன்களைப் பார்க்கலாம். வாயில் ஒரு குழாய் மூலமாக காற்றை எடுத்துக்கொள்ளலாம், வெளியே விடலாம். குழாயின் இன்னொரு பகுதி நீருக்கு மேலே துருத்திக்கொண்டிருக்கும். ஆனால் இது எல்லாவற்றையும்விட அட்டகாசமான அனுபவத்தைத் தருவது ஸீ வாக்கிங்தான். இந்தோனேஷியாவில் பாலி தீவிலும் நம் அந்தமானிலும் இந்த வசதி இருக்கிறது. ஒரு பெரிய ஹெல்மெட்டைத் தலையில் பொருத்துகிறார்கள். அதிலிருந்து ஒரு குழாய் மூலம் நமக்கு சுவாசிப்பதற்கு பிராண வாயு கிடைக்கிறது. படகிலிருந்து கடலின் அடிமட்டம் வரை உள்ள ஏணி வழியே இறங்குகிறோம். அவ்வளவுதான். அது வேறொரு சொர்க்கம். பாலியில் அதை அனுபவித்தேன். ஸீ வாக்கிங் போக நீச்சல்கூடத் தெரிய வேண்டியதில்லை. கூடவே பாதுகாப்புக்கு ஆட்களும் வருவதால் பயம் இல்லை. கடவுளின் சிருஷ்டி வினோதத்தைப் பார்க்க வேண்டுமானால் ஒரே ஒருமுறை ஸீ வாக்கிங் செய்ய வேண்டும். வண்ண மீன்களை நம் கையிலேயே பிடித்து விளையாடலாம். பாறைகளைத் தொட்டுப் பார்க்கலாம். அப்படியே மண்ணில் அமர்ந்து கொள்ளலாம். நடனமும் ஆடலாம். நீர் நடனம். ஊட்டி, கொடைக்கானல் என்று போவதைவிட ஒருமுறை அந்தமான் சென்று இந்த ஆபத்தில்லாத ஸீ வாக்கிங் செய்யலாம்.

ஆனால் நம் பிள்ளைகள் அந்தமான் எல்லாம் செல்லாமல் இருந்த இடத்திலிருந்தே ஸீ வாக்கிங், ஸ்கூபா டைவிங் எல்லாம் செய்யப் போகிறார்கள். கைபேசியில் உள்ள ஆபத்தும் வீஆர் ஹெட்செட்டில் இல்லை. கைபேசியில் பேசிக்கொண்டே சாலையைக் கடந்து பலர் சாகிறார்கள் அல்லவா? அந்தப் பிரச்சினை வீஆர் ஹெட்செட்டில் இல்லை. இதை மாட்டிக் கொண்டு நாம் வெளியே நடமாட முடியாது. ஹெட்செட் கண்களை முழுமையாக மூடியிருக்கும். அதனால் இருந்த இடத்திலேயே இருந்து மாய எதார்த்த உலகில் நுழையலாம். வர்ச்சுவல் ரியாலிட்டி உலகம் 360 டிகிரியில் இயங்குவதால் நாம் எந்தப் பக்கம் திரும்பினாலும் அங்கே காட்சிகள் தெரிகின்றன. 'காட்சிகள் தெரிகின்றன' என்றால் அது இலக்கணப் பிழை. தெரிய மட்டும் செய்யாது. நாமே அந்த உலகில் இருப்போம். கடலுக்குள்ளேயே நான் இருந்தேன். ஆடை நனையவில்லை. அவ்வளவுதான்.

அந்த ஹெட்செட்டில் ஒரு பேய்ப்படம் பார்த்தேன். மை காட்! பேயோடு வாழ்ந்தேன் என்றுதான் சொல்ல வேண்டும். ஜாக்கிரதை,

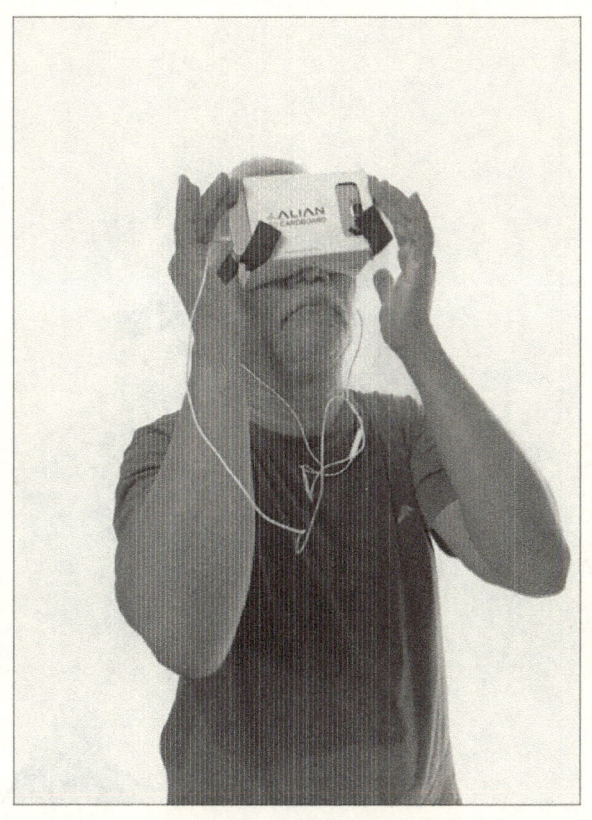

பயத்தில் ஹெட்செட்டைக் கழற்றித் தூக்கிப் போட்டுவிடாதீர்கள். உள்ளே இருக்கும் விலை உயர்ந்த கைபேசி உடைந்து விடும்.

குறித்து வைத்துக்கொள்ளுங்கள்; நம் பசங்கள் எல்லாம் இந்த வீஆர் ஹெட்செட்டை வைத்துக்கொண்டு பைத்தியம் பிடித்து அலையப் போகிறார்கள். இனிமேல் பசங்களுக்கு நிஜமான நதி, நிஜமான கடல், நிஜமான மலை என்றே இல்லாமல் போய் எல்லாமே வர்ச்சுவல் ரியாலிட்டியாக மாறப் போகிறது. இந்த ஹெட்செட்டை எனக்கு அறிமுகப்படுத்தியது 17 வயது மாணவன். அதனால் porn அனுபவம் எப்படி இருக்கும் என்று கேட்க முடியவில்லை. கேட்டு எழுதினாலும் பிரசுரமாகுமா என்ன? ஆளை விடுங்கள். ஆனால்

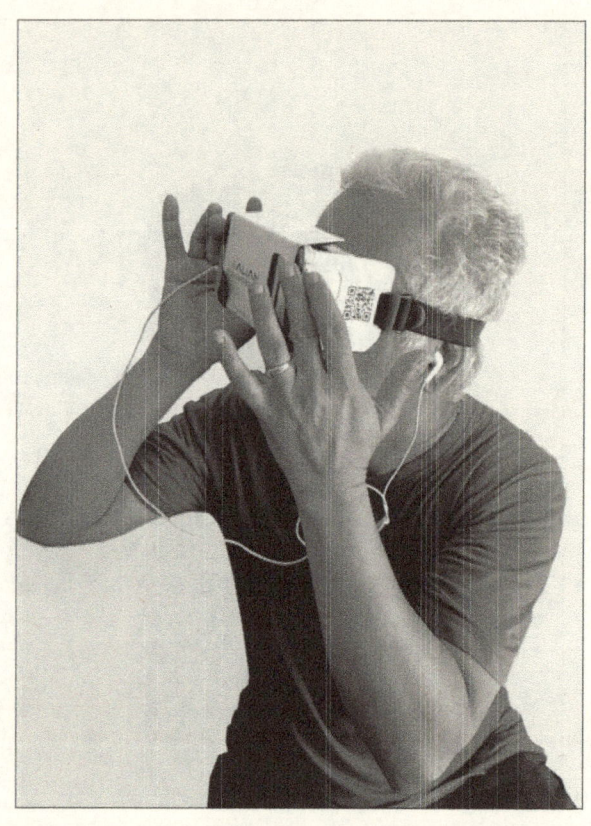

ஒன்று. பேய், ஸீ வாக்கிங், ரோலர் கோஸ்டர் எல்லாவற்றையும் வீஆர் ஹெட்செட்டில் அனுபவித்துவிட்டு இதில் porn எப்படி இருக்கும் என்று யோசித்துப் பார்த்தாலே மயக்கம் வருகிறது. ஆண்டவா, ஏன் இந்த உலகம் இவ்வளவு வேகமாக எங்கேயோ போய்க்கொண்டிருக்கிறது!

***

என்னைப் போன்ற ஏழை எழுத்தாளர்கள் எட்டிக் கூட பார்க்க முடியாத இடம் அமேதிஸ்ட். மேட்டுக்குடியினருக்கான கஃபே. ஒருநாள் பக்கத்து மேஜையில் நமீதா அமர்ந்திருந்தார் என்றால் பார்த்துக்கொள்ளுங்கள். நீ எப்படிப் போனாய் என்று

கேட்காதீர்கள். நண்பர்களிடம் ஏடாகூடம் ஏழுமலை என்று பெயர் எடுத்திருக்கும் நண்பர் ஏழுமலை செல்வந்தர் என்பதால் அவர் தயவில் அங்கே போவது வழக்கம். ஒருநாள் அவரும் நானும் அமேதிஸ்டில் சல்லாபித்துக்கொண்டிருந்தோம். தப்பாக நினைக்காதீர்கள். உ.வே.சா. எப்பேர்ப்பட்ட உத்தமர். அவரே *என் சரித்திரம்* நூலில் பக்கத்துக்குப் பக்கம் அவரோடு சல்லாபித்தேன், இவரோடு சல்லாபித்தேன் என்றுதான் எழுதுகிறார். முதலில் குழம்பிவிட்டேன். பிறகுதான் நிகண்டைப் புரட்டிய போது விளங்கியது. சல்லாபம் என்றால் உரையாடல்! இன்னாரும் நானும் பேசிக்கொண்டிருந்தோம் என்பதை 100 ஆண்டுகளுக்கு முன் இன்னாரும் நானும் சல்லாபித்துக்கொண்டிருந்தோம் என்று சொல்வார்கள்.

அப்படியாக நானும் ஏழுமலையும் சல்லாபித்துக்கொண்டிருந்த போது, "என்னமோ கனவு, கேப்பசினோ, சேட்டிங் என்று தலைப்பு வைத்திருக்கிறாய், ஒன்றையும் காணோமே?" என்று கேட்டார். இதோ கேப்பசினோ வந்துவிட்டது என்று சொல்லி பணியாளரை அழைத்து கேப்பசினோ கொண்டு வரும்படி சொன்னேன். அடுத்த கேள்வியை வீசினார் ஏடாகூடம். "என்ன இது, ஒரேயடியாய் பெண்களுக்கு ஐஸ் வைத்து எழுதுகிறாய்? ஏதோ பெண்கள் பத்திரிகையில் எழுதுகிற மாதிரி அல்லவா இருக்கிறது?"

அதற்கு நான் சொன்ன பதிலின் சுருக்கம் இது: இரா. முருகன் எழுதிய குறுநாவல் தொகுப்பில் *மனை* என்று ஒரு கதை. 100 ஆண்டுகளுக்கு முன்பு கேரளத்தில் நம்பூதிரிகள் வாழ்ந்த கதை. படித்தால் பதறுகிறது மனம். குடும்பத்தின் மூத்த நம்பூதிரி மட்டுமே திருமணம் செய்துகொள்ள முடியும். அதிலும் நாலைந்து தாரங்களைக் கொண்டு வர முடியும். கதையில் வரும் 50 வயது நம்பூதிரி 15 வயதுப் பெண்ணை நாலாந்தாரமாகத் திருமணம் செய்துகொள்கிறார். இளையவர்கள் (தம்பிகள்) திருமணம் செய்துகொள்ள முடியாது. ஒரே ஒரு திருமணத்துக்குக்கூட அனுமதி இல்லை. பிறகு அவர்கள் உடல் பசிக்கு என்ன செய்வார்கள்? தம்மை விடத் தாழ்ந்த நிலையில் உள்ள சாதியினர் வீட்டுக்குப் போவார்கள். அவர்களும் அனுமதிக்க வேண்டும். மறுத்தால் தொலைத்து விடுவார்கள். "இன்ன மனையின் இளைய நம்பூதிரி எங்கள் வீட்டுப் பெண்ணோடு உறவு வைத்திருக்கிறார்" என்று

பெருமையோடு பேசிக்கொள்வதுகூட வழக்கமாம். இப்படி உறவு வைத்துக்கொண்டுள்ள இளைய நம்பூதிரி வீட்டுக்குத் திரும்பி வரும் வழியில் இன்னொரு அழகான பெண்ணைப் பார்த்தால் பழைய பந்தத்தை அறுத்துவிட்டுப் புதிய உறவைத் தொடங்குவார். பழைய உறவுக்காரிக்கும் அவள் மூலம் பிறந்த பிள்ளைகுட்டிகளுக்கும் ஆயுளுக்கும் ஒரு காசு கொடுக்க வேண்டியதில்லை.

மனையில் ஒரு காட்சியை விவரிக்கிறார் இரா. முருகன். மூத்த நம்பூதிரியின் மூத்த மனைவிக்கும் மூன்றாம் மனைவிக்கும் சண்டை. எதற்கு என்றால், நம்பூதிரி சாப்பிட்ட எச்சில் இலையில் யார் சாப்பிடுவது என்று. புருஷன் சாப்பிட்ட இலையில் சாப்பிட்டால் மனைவிக்கு சொர்க்கம் கிடைக்கும் என்பது நம்பிக்கை. ஏழை நம்பூதிரிகளுக்கு மகளாகப் பிறந்தால் தொலைந்தது கதை. பல் போன நம்பூதிரிக் கிழவனுக்கு ஐந்தாம் தாரமாகக் கட்டி வைத்துவிடுவார்கள். இவ்வளவுக்கும் நாலு தாரமும் வீட்டிலேயே கிடக்கும், நம்பூதிரியின் எச்சில் இலைக்கு சண்டை போட்டபடி. இந்தச் சண்டையில் சமயங்களில் மண்டையெல்லாம்கூட உடைவது உண்டாம். ஒரு ஏழை நம்பூதிரி பற்றியும் கதையில் வருகிறது. கோவில் சோற்றை உண்டு வாழும் அவரை சிறு பிள்ளைகளெல்லாம் கேலி பேசுகிறார்கள். கிட்டத்தட்ட பிச்சைக்காரர். ஆனால் நகைமுரண் என்னவென்றால், அவரைக் கண்டால் ஒரு ஈழவன் எட்டு அடி பின்னால் ஓடி ஒளிந்து நிற்க வேண்டும். கீழ்ச்சாதிப் பெண்கள் தம் எதிரில் ஒரு நம்பூதிரியைப் பார்த்துவிட்டால் தங்கள் மேல் துணியை எடுத்துவிட்டு இடுப்புக்கு மேலே நிர்வாணமாக நிற்க வேண்டும். இந்தக் காட்டுமிராண்டித்தனமான பழக்கத்தை எதிர்த்து நடந்ததுதான் தோள்சீலைப் போராட்டம்.

ஆனால் இப்போது பல நாடுகளில் பெண்களின் நிலை ஆண்களைவிட பல மடங்கு உயர்வாக இருக்கிறது. ஒரு நாட்டில் பெண்களின் மாத விலக்குக்குக்கூட விடுமுறை கொடுத்துவிடுகிறார்கள். குழந்தை பிறந்தால் ஒரு ஆண்டு விடுமுறை. அது ஒரு இஸ்லாமிய நாடு!

10

குழந்தை பிறந்தால் ஒரு ஆண்டு விடுமுறை. அதற்குப் பிறகும் அலுவலகம் வந்தால் குழந்தைக்குப் பால் கொடுக்க வேண்டும் என்று சொல்லிவிட்டுப் போய்விடலாம். மாத விலக்குக்கு மாதம் மூன்று நாள் விடுமுறை. (சில ஆண்டுகள் முன்பு நம் வீட்டிலும் அப்படித்தானே இருந்தது?) இத்தனை வசதிகளும் உள்ள நாடு இந்தோனேஷியா. 88 சதவிகிதம் முஸ்லீம்கள் வாழும் நாடு. உலகிலேயே அதிக எண்ணிக்கையில் முஸ்லீம்கள் வாழும் நாடும் அதுதான். அதற்கு அடுத்தது இந்தியா, அடுத்தது பாகிஸ்தான். அப்புறம்தான் பங்களாதேஷ், எகிப்து, துருக்கி எல்லாம். அப்படிப்பட்ட நாட்டில் பிள்ளைப்பேறு மருத்துவர்கள் ஆண்கள்தான் அதிகமாக இருக்கிறார்கள். பெண்களும் ஆண் கைனகாலஜிஸ்டுகளிடம் பிரசவம் பார்த்துக்கொள்வதையே விரும்புகிறார்கள். ஏன் என்று கேட்டேன். "பெண் மருத்துவர்கள் கர்ப்பிணியின் உடம்பை கடுமையாகக் கையாளுகிறார்கள்; ஆண்களோ பீங்கான் பாத்திரங்களைக் கையாளுவது போல் மிருதுவாகச் செய்து முடிக்கிறார்கள்" என்ற பதில் வந்தது.

மத சகிப்புத்தன்மையிலும் இந்தோனேஷியாவுக்கு முதல் மதிப்பெண் கொடுக்கலாம் என்று தோன்றுகிறது. தலைநகர் ஜகார்த்தாவின் மையத்தில் பகவத் கீதையில் கர்ணன் அர்ஜுனனுக்குத் தேரோட்டும் காட்சியைச் சித்தரிக்கும் பிரம்மாண்டமான சிலை

கனவு, கேப்பச்சினோ, கொஞ்சம் சாட்டிங்...

நிர்மாணிக்கப்பட்டுள்ளது. இந்தோனேஷியாவின் முதல் அதிபர் சுகர்னோதான் இந்த சிலையைத் திறந்து வைத்தார். இந்தோனேஷிய பணத்திலும் (20,000 ரூ. நோட்டு) விநாயகர் உருவம் உள்ளது. விநாயகரை அங்கே கல்விக் கடவுளாக வழிபடுகின்றனர்.

ஹெடோனிஸ்டாக வாழ்வதில் ஒரு அடிப்படையான குணம், யாரையும் தொந்தரவு செய்யாமல் வாழ்தல். என் மதம் எது என்று நீங்கள் கேட்டால், யாரையும் தொந்தரவு செய்யாதிருத்தல் என்பேன். உலகம் சிறப்பாக வாழ அது ஒன்றே போதும். ஆனால் தங்களை நல்லவர்கள் என்று நினைத்துக்கொண்டிருப்பவர்கள்தான் பிறருக்கு அதிகம் தொந்தரவு கொடுப்பவர்களாக இருக்கிறார்கள். சமீபத்தில் முகநூலில் பார்த்த ஒரு விஷயம், நாம் ஒரு நாகரீகமான சமூகத்தில்தான் வாழ்கிறோமா என்று சந்தேகிக்கும்படி ஆகிவிட்டது. என் மதிப்புக்குரிய எழுத்தாளர் ஒருவர் முகநூலில் தனக்கு வாரத்தில் மூன்று முறை டயாலிசிஸ் செய்துகொள்ள வேண்டியிருப்பதால் தன்னோடு எப்போதும் தங்கியிருக்கக் கூடிய இளம் உதவியாளர் தேவை என்று எழுதியிருந்தார். உடனே வந்தது பாருங்கள் அறிவுரைப் படையெடுப்பு. சுமார் பத்து பேர் பல்வேறு மருத்துவர்களின் முகவரிகளை (தொலைபேசி எண் உட்பட) கொடுத்திருந்தார்கள். பலரும் அலோபதி வேண்டாம், ஆயுர்வேதம் சித்தா பக்கம்

போங்கள்; டயாலிசிஸ் இல்லாமலேயே குணமாகிவிடலாம் என்று அறிவுரை. ஏதோ மூன்று மருத்துவ முறைகளையும் இவர்கள் கரைத்துக் குடித்துவிட்ட மாதிரி. ஒரு பிரகஸ்பதி இரவில் கடுக்காய் சாப்பிடுங்கள், டயாலிசிஸ் எல்லாம் தேவையே இல்லை என்று எழுதியிருந்தார். (அடப்பாவி, இப்படி யோசனை சொல்லி எத்தனை பேரை மேலே அனுப்பியிருக்கிறீர்?) கடுக்காய்க்கும் டயாலிசிஸுக்கும் என்ன ஐயா சம்பந்தம்? உடல்நலனை சீராக வைத்திருக்கும் ஒரு உணவுப் பொருள் கடுக்காய். இது போன்ற கடுமையான நோய்களுக்கு மருந்து அல்ல. இன்னும் பலரும் பலவிதமான அறிவுரைகளைக் கூறியிருந்தனர். உச்சக்கட்ட அராஜகமெல்லாம் நடந்தது. ஒருவர், பிராமண இளைஞரை வைத்துக்கொள்ளுங்கள் என்று சொல்ல சாதிச் சண்டை வேறு நடந்தது. அலோபதியை விடாதீர்கள், சித்தா ஆயுர்வேதமெல்லாம் வேலைக்கு ஆகாது என்று சிலரின் கூச்சல். உடனே இரண்டு கோஷ்டிக்கும் பூசல். இதற்கிடையில் ஒரு ஆத்மா, உங்களுக்கு எத்தனை வயது என்று கேட்க, எழுத்தாளர் 62 என்கிறார். உடனே அந்த ஆத்மா, கிட்னி பிரச்சினையா, ஒரு கிட்னியா, ரெண்டு கிட்னியா என்று கேட்கிறது. எழுத்தாளர் பதில் சொல்லவில்லை.

இதைவிட கொடுமை, கெட் வெல் சூன். கேட்டாரா? இதையா கேட்டார்? இன்னும் சிலர், சீக்கிரம் குணமாக கடவுளை வேண்டு கிறேன். (எழுத்தாளர் நாத்திகர்.) நான் கடும்பசியில் உங்களிடம் வந்து உணவு எங்கே கிடைக்கும் என்று கேட்டால், உனக்கு சீக்கிரம் உணவு கிடைக்கக் கடவுள் அருள் புரிவார் என்று சொன்னால் உங்களை என்ன செய்யலாம்? இன்னொரு ஆத்மா, "சார், எத்தனை மணி நேரம் உங்களுக்கு உதவியாளர் தேவை?" என்று ஒரு போடு போட்டது. அவர்தான் குறிப்பிலேயே கொடுத்திருக்கிறாரே, அதைக்கூட ஒழுங்காகப் படிக்கவில்லை.

கெட்டவர்களைவிட இது போன்ற நல்லவர்களால்தான் சமூகத்துக் கும் நமக்கும் அதிக ஆபத்து விளைகிறது. நல்லது செய்வதாக நினைத்துக்கொண்டே மற்றவருக்குத் தீமையைச் செய்கிறோம்.

இன்றைய தினம் யாரையெல்லாம் துன்புறுத்தினோம் என்று யோசித்துப் பாருங்கள். பல அன்பர்கள் வெறும் காலர் ட்யூனிலேயே மற்றவர்களுக்கு மண்டைக் குடைச்சல் கொடுக்கிறார்கள். ஒருவரின் காலர் டியூன் அபிராமி அந்தாதி. அதில் என்ன தப்பு என்று

கேட்கலாம். ஆனால் போனில் அழைப்பவர் நாத்திகராக இருந்தால்? நமக்குப் பிடித்ததை நாம்தானே கேட்க வேண்டும்? அதில் நம்பிக்கை இல்லாதவரைக் கேட்கச் செய்வது அத்துமீறல்தானே? என் தந்தை தினமும் குடித்துவிட்டு வந்து என்னையும் என் அம்மாவையும் அடி உதை பின்னுகிறார். அப்பாதான் என் வில்லன். ஆனால் என் உயிர் நண்பனுக்கு போன் போட்டால், சிங்கம் என்றால் என் தந்தைதான் என்ற பாடல் வருகிறது. சரி, நீங்கள் ஒரு பக்திமான். நண்பருக்கு போன் போடுகிறீர்கள். அதில் கடவுளை நம்புபவன் முட்டாள் என்ற தந்தை பெரியாரின் பேச்சு வந்தால்? இப்படி காலர் டியூன் டார்ச்சர் பற்றிப் பக்கம் பக்கமாக எழுதலாம்.

மற்றவரைத் துன்புறுத்துவதில் இது கடுகத்தனை. இன்னும் மலை, இமயமலை சமாச்சாரமெல்லாம் இருக்கிறது. நான் இப்போது சொல்வதெல்லாம் எதிராளிக்குக் குடைச்சல் கொடுக்க வேண்டும் என்ற நோக்கத்தில் செய்யும் செயல்கள் அல்ல. நல்ல மனிதர்களாகத் தங்களை நினைத்துக்கொள்பவர்கள் மற்றவர்கள் மீது மிக அன்புடன் செய்யும் துன்புறுத்தல்களைத்தான் சொல்லிக்கொண்டிருக்கிறேன். எனக்கு சர்க்கரை நோய் இல்லை. இருந்தாலும் அது பற்றிய அச்சம் உண்டு என்பதால் சர்க்கரை சாப்பிடுவதில்லை. ஆனால் யார் வீட்டுக்குப் போனாலும் இனிப்பு சாப்பிடு என்று டார்ச்சர். இல்லாவிட்டால் பானகத்துக்குப் போடுவது போல் சர்க்கரையைக் கொட்டி ஒரு காப்பி. வெளியே வந்து விரலைவிட்டு வாந்தியெல்லாம் எடுத்திருக்கிறேன். இதற்குப் பெயர் அன்பு டார்ச்சர்.

எங்கேயாவது தேடிப் பிடித்து தஸ்தயேவ்ஸ்கியின் அழையா விருந்தாளி என்ற குறுநாவலைப் படித்துவிடுங்கள். ஆங்கிலத்தில் An Unpleasant Predicament என்று இருக்கும். ஒரு உயர் அதிகாரி பார்ட்டிக்குப் போய்விட்டு வெளியே வந்து பார்த்தால் கோச்சு வண்டியைக் காணோம். வண்டிக்காரனும் போதை போல. ஓட்டிக்கொண்டு போய்விட்டான். பீட்டர்ஸ்பர்க் நகரின் கடும் குளிரில் நடந்து வருகிறார் அதிகாரி. ஒரு இடத்தில் ஏதோ விசேஷம் போல் தெரிகிறது. ஆடல் பாடல் சத்தம். என்னவென்று பார்க்கலாம் என்று போனால் அங்கே அவருக்குக் கீழே பணிபுரியும் ஊழியன் ஒருவனின் திருமணம். அங்கே நாம் இப்போது அழையா விருந்தாளியாகப் போனால் அந்த ஊழியனுக்கு அது எவ்வளவு பெரிய கௌரவமாக இருக்கும் என்று நினைக்கிறார் அதிகாரி. இதை

நாம் எப்படிக் கற்பனை செய்துகொள்ள வேண்டுமென்றால், ஒரு போலீஸ் கமிஷனர் தன் அலுவலகத்தில் கான்ஸ்டபிளாக இருக்கும் ஒருவரின் திருமணத்தில் கலந்துகொள்வதைப் போல. அந்த அளவு அந்தஸ்து வித்தியாசத்தை கதை முழுவதும் காட்டிச் செல்கிறார் தஸ்தயேவ்ஸ்கி. அவ்வளவு பெரிய அதிகாரியைப் பார்த்ததும் அந்தத் திருமண வைபவத்தின் போக்கே மாறிவிடுகிறது. எந்த மனத்தடையும் இல்லாமல் ஆடிக்கொண்டிருந்தவர்களின் உற்சாகம் குன்றிவிடுகிறது. அதிகாரிக்காக விலை உயர்ந்த ஒயின் தருவிக்கப்படுகிறது. பரம ஏழையான மணமகன், அந்தத் திருமணத்துக்காகத் தங்களிடமிருந்த அத்தனை பொருட்களையும் விற்றிருந்தான். ஏற்கனவே பெண் வீட்டுக்கும் மாப்பிள்ளை வீட்டுக்கும் தகராறு வேறு. அந்த நிலையில் அவன் மீது கொலைவெறியில் இருந்த மாமியாரிடமே காலில் விழுந்து கடன் வாங்கி அந்த ஒயினை வாங்குகிறான். மகத்தான மனிதாபிமான செயலைச் செய்திருக்கிறோம் என்று பெரும் உற்சாகத்தில் இருந்த (ஏற்கனவே குடித்திருந்த) அதிகாரி மேலும் மேலும் குடிக்கிறார். ஆண்டு பூராவும் சேமித்தாலும் திருப்பிக் கொடுக்க முடியாத அளவுக்கு ஒயின் பாட்டில்கள் அதிகாரியின் வயிற்றுக்குள் போகிறது. கடைசியில் போதை அதிமாகி அவர் தரையில் விழுந்தபோது அதிகாலை மூன்று மணி.

இப்போது அவரை எங்கே படுக்க வைப்பது? அந்த வீட்டில் இருந்த ஒரே கட்டில் மணமக்களின் முதலிரவுக்காக இருந்ததுதான். வேறு வழியில்லாமல் அந்தக் கட்டிலில் கிடத்தப்படுகிறார் அதிகாரி. கட்டில் இல்லாமல் முதலிரவே ரத்தாகிவிடுகிறது. மொத்தத்தில் அனைவருக்கும் அந்தத் திருமண நிகழ்ச்சி மிகவும் கசப்பான அனுபவமாகி விடுகிறது.

எட்டு நாட்கள் அதிகாரி தன் வீட்டைவிட்டு வெளியிலேயே தலை காட்டவில்லை. எல்லோரும் தன்னையே பார்ப்பது போல் ஒரு பிரமை. வேலைக்காரன் தன்னை ஒரு மாதிரியாகப் பார்ப்பதுகூட அதனால்தானோ? தான் ஒரு கீழ்த்தரமான இடத்துக்குப் போய் வாந்தி எடுத்த விஷயம் தெரிந்துதான் நகைக்கிறானோ? பேசாமல் சாமியாராகி விடலாமா என்றுகூட அவருக்குத் தோன்றுகிறது. கடைசியில் மனதைத் தேற்றிக்கொண்டு அலுவலகமே வந்துவிடுகிறார். அங்கே அவர் செய்யும் காரியம்... மை காட்!

55

11

பல பெரிய மனிதர்கள் மற்றவர்களுக்கு நல்லது செய்கிறோம் என்ற நல்ல எண்ணத்தில் செய்வது நடைமுறையில் கெடுதியாகப் போய்விடுகிறது. அந்தக் கதையில் பார்த்த அதிகாரி தனக்குக் கீழ் வேலை செய்பவனின் திருமணத்துக்குச் சென்றது அவன் மீது கொண்ட கருணையினால்தான். ஆனால் அதுவே அவனுடைய திருமண வாழ்வைக் குலைத்துப் போட்டு அவனைப் பெரும் கடனாளியாகவும் ஆக்கிவிடுகிறது.

எட்டு தினங்கள் கழித்து அலுவலகம் செல்கிறார் அதிகாரி. அவர் எதிர்பார்த்தது போல் அங்கே யாரும் அவரைப் பார்த்து ஏளனம் செய்யவில்லை. எதுவுமே நடக்காதது போல்தான் நடந்துகொள்கின்றனர். அப்போது அதிகாரியைச் சந்திக்கும் மற்றொரு கீழ்நிலை அதிகாரி, "பிசெல்தனீமவ் இங்கிருந்து வேறு அலுவலகத்துக்கு மாற்றிக்கொண்டு செல்ல விரும்புகிறான்" என்கிறார். பிசெல்தனீமவ்தான் கதையில் வரும் குமாஸ்தா. அதிகாரிக்கு அப்போதுதான் நிம்மதியாகிறது. அவனைப் பார்ப்பதை இனி நிரந்தரமாகத் தவிர்த்துவிடலாம். மாற்றலுக்கு உதவுவதாகக் கூறுகிறார். மேலும் அவர் சொல்லும் ஒரு விஷயம்தான் அதிமுக்கிய மானது. "அவன் மீது எனக்கு எந்தக் கோபமும் இல்லை என்று சொல்லுங்கள். அவனை நான் மன்னித்து விட்டேன்."

இப்படித்தான் நாம் அனைவருமே பிறர்பால் நடந்துகொள்கிறோம்;

குறிப்பாக, பெண்களிடமும், குழந்தைகளிடமும். நாம் அவர்கள் மீது கொள்ளும் கருணையே சமயங்களில் அவர்களுக்குப் பெரும் பிரச்சினையாகிவிடுகிறது.

***

தமிழ்நாட்டில் தவறாகப் புரிந்துகொள்ளப்பட்டவர்கள் என்று ஒரு பட்டியல் போட்டால் அதில் மிஷ்கினின் பெயரும் இருக்கும். என் வாழ்வில் மிஷ்கின் அளவுக்கு நான் யாருடனும் நெருங்கிப் பழகியதில்லை. எனக்கும் அவருக்கும் வயதில் 20 வருட வித்தியாசம் இருந்தாலும் வாடா போடா சொல்லும் அளவுக்கு நட்பு இருந்தது. ஹெடோனிசத்துக்கு நாம் சரியான அர்த்தத்தை விளங்கிக்கொண்டால், அவரைப் போன்ற ஒரு ஹெடோனிஸ்டைப் பார்ப்பது கடினம். அவர் அளவுக்கு அன்பை வெளிப்படுத்தத் தெரிந்த யாரையும் நான் பார்த்ததில்லை. ஐந்து ஆண்டு பிரிவுக்குப் பிறகு அவரை புத்தக விழாவில் சந்தித்தேன். அப்படியே அனைவர் முன்னிலையிலும் என்னைத் தன் இரண்டு கைகளாலும் தூக்கிவிட்டார். முன்பு அவரை நான் விமர்சித்ததைக்கூட பொருட்படுத்தவில்லை. அந்த நிமிடத்தில், “எப்பேர்ப்பட்ட உன்னத ஆத்மா இவன்!” என்றே மனதில் நினைத்துக்கொண்டேன்.

பப்பு, ஸோரோவை உதாரணம் காட்டாமல் எழுதுவது எனக்கு சிரமம். பப்பு ஒரு ஞானி. முகமூடிக் கொள்ளையரே வீட்டுக்கு வந்தாலும் குரைக்காது. எதைப் பற்றியும் கவலையில்லாத ஜென்மம். ஆனால் நான் திட்டிவிட்டால் ஒருநாள் முழுதும் சாப்பிடாது. அதை சமாதானப்படுத்துவதற்குள் ஏன்டா திட்டினோம் என்று ஆகிவிடும். அதேபோல் மிஷ்கின் ஒருமுறை என் புத்தகத்தைப் பற்றி மனதில் உள்ளதைச் சொல்லிவிட்டதால் (மிஷ்கின் என்றாலே அப்படித்தானே?) நான் பப்பு மாதிரி ஆகிவிட்டேன். பப்புவுக்கு ஒருநாள். எனக்கு ஐந்து வருடம். “என்னை என்ன வேண்டுமானாலும் விமர்சிக்கலாம்; அதை வரவேற்கிறேன்” என்றுதான் சொல்வேன். ஆனால் என் உயிருக்குயிரான எழுத்தை யாரும் விமர்சித்தால் அது எனக்கு உயிர்வாதையாக மாறிவிடும். இணையதளத்தில் என் நாவலுக்கு ஆதரவாக எழுதுகிறேன் என்ற பெயரில் 90 பக்கங்கள் மிஷ்கினுக்கு அர்ச்சனை. அப்படி எழுதியதை என்னுடைய தோல்வி என்றே நினைக்கிறேன். ஒருவர் மீது கோபம் வந்தால் அதற்கான நியாயம் இருந்தாலும்கூட – அதை நாம் வெளிப்படுத்திவிடக்

கூடாது என்ற முதிர்ச்சி எனக்கு இப்போதுதான் வந்திருக்கிறது. நான் மௌனமாக இருந்திருக்க வேண்டிய தருணத்தில் அதிகம் பேசிவிட்டேன்.

ஆனால் அப்படி எழுதிய பிறகும் அவரிடமிருந்து மனரீதியாக என்னால் விலக முடியவில்லை. அவரைப் பற்றி நினைக்காத ஒரு நாள்கூட இந்த ஐந்து ஆண்டுகளில் இருந்ததில்லை. ஏனென்றால், வேறு யாராலும் இட்டு நிரப்ப முடியாத நட்பின் தருணங்களை நாங்கள் பகிர்ந்துகொண்டிருக்கிறோம்.

மாலையில் ஆறு மணிக்குச் சந்தித்தால் காலை ஆறு மணி வரை பேசுவோம். உலக சினிமா, இலக்கியம், இசை, தத்துவம்.

"என்ன சாரு, பால்காரம்மா வரும்போது வருகிறாய், அப்படி என்னதான் பேசுவீர்கள்?" என்பாள் அவந்திகா.

"மிஷ்கின் ஒரு நடமாடும் நூலகம். நூலகத்தில் நுழைந்தால் மீண்டு வர முடியுமா?"

கற்றறிந்த பலரை சந்தித்திருக்கிறேன். அவர்களிடம் ஒரு பிரச்சினை என்னவென்றால், குறைந்த பட்சம் ஐந்து மணி நேரம் பேசுவார்கள். இடையில் நாம் ஒரு வார்த்தை பேச முடியாது. 12 மணி நேரம் தொடர்ந்து பேசிய ஒரு சக எழுத்தாளரை எனக்குத் தெரியும். அவர் முன்னால் வேறு யாரும் பேசவே முடியாது. ஆனால் மிஷ்கின் அப்படி அல்ல. அவர் ஒரு நல்ல listener-உம்கூட.

இடையில் முகமூடி. நொந்து போனேன். இனிமேல் மிஷ்கின் படம் பார்க்கக் கூடாது என்று முடிவெடுத்தேன். இடையில் தமிழ் ஸ்டுடியோஸ் அருண் குறுக்கிட்டார். ஓநாயும் ஆட்டுக்குட்டியும் படத்தில் மிஷ்கின் ஒரு புதிய சினிமா மொழியை முயற்சி செய்திருக்கிறார் என்றார். அப்படியா, அந்தப் படம் சரியில்லையே என்றேன். அதெல்லாம் அவர் மீது வருத்தத்தில் இருந்த போது பார்த்திருப்பீர்கள். இப்போது இன்னொரு முறை பாருங்கள் என்று சொல்லி வற்புறுத்தினார். அருண் உலக சினிமா ரசிகர். அவர் சொன்னால் தவறாகவே இருக்க முடியாது என்பதால் பார்த்தேன். அருண் சொன்னது சரிதான். உலகத் தரமான சினிமா மட்டுமல்ல; ஸ்ரீதர், மணி ரத்னத்துக்கு அடுத்தபடியாக ஒரு புதிய திரைமொழியைக் கண்டு பிடித்திருக்கிறார் மிஷ்கின். இப்படி நான்

சொன்னால் சிலர் பிரச்சினையைக் கிளப்புவார்கள். "பிடித்தால் தலையில் தூக்கி வைத்துக் கொண்டாடுவது; இல்லாவிட்டால் காலில் போட்டு மிதிப்பது; இதுவே சாருவுக்கு வேலை!" ஆமாம், அதில் என்ன தப்பு இருக்கிறது? கலைஞர்கள் என்ன புத்திஜீவிகளா? புத்தியால் வாழ்பவன் அல்லவா அளந்து அளந்து பேச வேண்டும்? இதயத்தால் வாழ்பவன் ஆகாயத்துக்கும் பூமிக்குமிடையே பாய்ந்து கொண்டுதானே இருப்பான்?

உண்மை என்னவென்றால், நமக்கு யாரையும் மனதாரப் பாராட்டவே தெரியவில்லை. பெண்களுக்குத்தான் நான் சொல்வது புரியும். ஒருத்தி தன் உயிரைவிட்டு சமைத்துப் போட, சாப்பிடும் ஆண்கள் அனைவரும் எதுவுமே சொல்லாமல் மாடு அசை போடுகிறாற்போல் சாப்பிட்டுவிட்டு மாடு மாதிரியே மூஞ்சியை வைத்துக் கொண்டு போவார்கள். அந்த மூஞ்சியைப் பார்த்து சாப்பாடு நன்றாக இருந்ததா, இல்லையா என்றே நம்மால் கண்டு பிடிக்க முடியாது. நாமே வாயைவிட்டுக் கேட்டாலும் (*நல்லா இருந்திச்சா?*), ம் என்று ஒற்றை ஒலியில் பதில் வரும். சாப்பாடு மட்டும் அல்லாமல் எல்லா விஷயங்களிலுமே நாம் இப்படிப்பட்ட அமுக்குணிமங்கன்களாகத்தான் இருக்கிறோம். அதனால்தான் மனதாரப் பாராட்டுகின்ற ஒருவர் நமக்கு லூசு மாதிரி தெரிகிறார்.

இப்போது மிஷ்கினைப் பாராட்டுவதே அவர் ஒரு புதிய திரைமொழியை உருவாக்கியிருக்கிறார் என்பதற்காகத்தானே தவிர அவர் எனக்கு முத்தம் கொடுத்தார் என்பதனால் அல்ல. இன்னொரு விஷயம், இளையராஜா. எல்லா தமிழர்களும் சொல்வது போல் என்னால் சொல்ல முடியவில்லை. அதாவது, நான் இளையராஜா கேட்டு வளர்ந்தவன் அல்ல; திரை இசை மும்மூர்த்திகளான ஜி. ராமநாதன் (*சிவகவி, ஹரிதாஸ்*), எஸ்.வி. வெங்கட்ராமன் (*மருதநாட்டு வீரன், இரும்புத் திரை – நெஞ்சில் குடியிருக்கும்*), சி.ஆர். சுப்பராமன் (*ராஜமுக்தி, தேவதாஸ்*) கேட்டு வளர்ந்தவன். இளையராஜா வந்த போது தில்லி போய்விட்டேன். தில்லியிலிருந்து திரும்பிய போது ரஹ்மான் காலம் தொடங்கிவிட்டது. எனக்கு அவ்வளவாக ஜனரஞ்சக சினிமா இசை பிடிக்காது என்பதால் அதை அதிகம் கேட்பதில்லை. மற்றபடி பீத்தோவன், பாக்ஹ், மொஸார்ட் போன்ற மேற்கத்திய கலைஞர்களைக் கடவுளாகத் தொழுபவன் நான். இப்போது ஓநாயும் ஆட்டுக்குட்டியும் படத்தில்

கனவு, கேப்பச்சினோ, கொஞ்சம் சாட்டிங்...

இளையராஜாவின் சிம்ஃபனி கேட்டு அவர் ஒரு இசை மேதை என்பதை சந்தேகமின்றித் தெரிந்துகொண்டேன். அவருக்கு மட்டும் இன்செப்‌ஷன், குந்துன் போன்ற படங்கள் கிடைத்திருந்தால் ஹான்ஸ் ஸிம்மர், ஃபிலிப் க்ளாஸ் அளவுக்கு உலகப் புகழ் பெற்றிருப்பார். முன்பு ஒருமுறை ராஜாவை விமர்சித்துவிட்டதற்காக ஓநாய்-இன் சிம்ஃபனி மழையில் நனைந்துகொண்டிருந்த போது ராஜாவிடம் ஆயிரம் முறை மன்னிப்புக் கேட்டுக்கொண்டேன். இப்போதும் கேட்கிறேன்.

சினிமாவுக்குத் திரைக்கதைதான் முதுகெலும்பு. திரைக்கதை சொதப்பியதால் ஓடாத படங்களுக்கு உதாரணமாக, தமிழில் ஓடாத படங்கள் எல்லாவற்றையும் சொல்லலாம். திரைக்கதை வலுவாக இருந்ததால் ஓடிய படம், நடுவுல கொஞ்சம் பக்கத்தைக் காணோம். ஆங்கிலத்தில் திரைக்கதைக்கு விசேஷமாக பல படங்களைச் சொல்லலாம். கிறிஸ்டோஃபர் நோலனின் இன்செப்‌ஷன். இப்போது மிஷ்கின், ஓநாயும் ஆட்டுக்குட்டியும் படத்தின் திரைக்கதையை புத்தகமாக எழுதியிருக்கிறார். சினிமாவைக் கற்றுக்கொள்ள விரும்புபவர்களுக்கு அந்தப் புத்தகம் ஒரு கையேடாக அமையும்.

பின்குறிப்பு:

நானும் மிஷ்கினும் சேர்ந்துவிட்டதைப் பார்த்து நண்பர் சொன்னார்: "சினிமா பிசாசும் இலக்கியப் பிசாசும் இணைந்துவிட்டன; என்ன ஆகப் போகிறதோ!"

12

தமிழின் மூத்த கவிஞர் அவர். 78 வயது. சென்னையிலிருந்து கிளம்பி கோலாலம்பூரில் உள்ள தன் மகன் வீட்டுக்கு வந்திருக்கிறார். வந்து மூன்று மாதங்கள் இருக்கும். தினமும் காலை ஆறு மணி அளவில் வீட்டுக்கு அருகில் உள்ள பூங்காவுக்கு வருவது வழக்கம். அப்படி ஒருநாள் வந்த போது ஒரு குயில் வரேண்யம் வரேண்யம் என்று கூவியது. ஆகா, குயிலுக்கு எப்படி காயத்ரி மந்திரம் தெரிந்தது என்று கவிஞருக்கு ஆச்சரியம். நமக்குத்தான் ஊர் ஞாபகம் வந்துவிட்டது, அதனால்தான் குயிலின் பாட்டெல்லாம் காயத்ரியாகக் கேட்கிறது என்று நினைத்துக் கொள்கிறார். மறுநாளும் குயிலின் வரேண்யம் வரேண்யம். திரும்பவும் உன்னிப்பாகக் கேட்கிறார். சந்தேகமே இல்லை. வரேண்யம் வரேண்யம். மலேஷியத் தலைநகரின் குயில் எப்படி காயத்ரி மந்திரத்தை ஜெபிக்க முடியும் என்று யோசித்தபடி வீட்டுக்கு வந்து விடுகிறார். மூன்றாம் நாளும் வரேண்யம் வரேண்யம். அப்போதுதான் அவருக்கு மண்டனமிசிரர் வீட்டுக் கிளி ஞாபகம் வருகிறது. ஆதி சங்கரர் தேச யாத்திரை செய்து கொண்டிருந்த போது மகிஷ்மதி என்ற ஊருக்கு வருகிறார். அந்த ஊரில் வசிக்கும் மண்டனமிசிரர் வீட்டுக்குப் போக வேண்டும். வழியில் இரண்டு கிளிகள் ரிக் வேத மந்திரம் ஒன்றை சொல்லிக் கொண்டிருப்பதைக் கேட்கிறார். ஓம் பூர் புவஸ்ஸுவ தத் சவிதுர் வரேண்யம் பர்கோ தேவஸ்ய தீமஹி தியோ யோ ந: ப்ரசோதயாத். ரிக் வேதத்தில் வரும் காயத்ரி மந்திரம்.

ரிக் வேதம் யார் எழுதியது? யாருக்கும் தெரியாது. ஆதி மனிதன்

சூரியனைத் தொழுதான். அதுதான் காயத்ரி மந்திரம். ஆதி மனிதனுக்கு இயற்கையிலிருந்தே சப்தம் கிடைத்தது. அதுதான் மொழியின் துவக்கப் புள்ளி. மனிதனிடமிருந்து பறவைக்குச் சென்றதா? பறவையிடமிருந்து மனிதன் பெற்றதா? மண்டனமிசிரர் வீட்டுக் கிளி காயத்ரி சொன்னதைப் போலவேதான் கோலாலம்பூர் குயிலும் காயத்ரி சொல்கிறது என்பதை உணர்ந்தார் கவிஞர்.

எனக்கும் தமிழ்தான் மூச்சு
ஆனால்
பிறர்மேல் அதைவிட மாட்டேன்

என்ற பிரபலமான கவிதையை 43 ஆண்டுகளுக்கு முன்னே எழுதிய தமிழின் மூத்த கவியான ஞானக்கூத்தனே கோலாலம்பூர் குயில் காயத்ரி சொல்லக் கேட்டவர். ஞானக்கூத்தனின் சிறப்பு என்னவென்றால், இலக்கியப் பரிச்சயமே இல்லாத சராசரி மனிதருக்கும் அவர் கவிதை புரியும். அதே சமயம் சங்கக் கவிதைகளின் இன்றைய தொடர்ச்சியாகவும் வாரிசாகவும் அவரை நாம் பார்க்க முடியும். அவர் கவிதையில் சந்தம் இருக்கும். தாலாட்டு போல, அல்லது மலையடிவாரத்தில் தவழும் தென்றல் போல நம் உணர்வுகளை வருடும் அவர் கவிதைகள் அதே சமயம் பாலைவனப் புயலாய் நம் சிந்தையையும் உலுக்கக் கூடிய ஆற்றல் படைத்தவை.

யாரோ முனிவன் தவமிருந்தான்
வரங்கள் பெற்றான் அதன் முடிவில்
நீர்மேல் நடக்க தீ பட்டால்
எரியாதிருக்க என்றிரண்டு
ஆற்றின் மேலே அவன் நடந்தான்
கொடுக்குத் தீயைச் சந்தனம் போல்
உடம்பில் பூசிச் சோதித்தான்
மக்கள் அறிந்தார் கும்பிட்டார்
மறுநாள் காலை நீராட
முனிவன் போனான் ஆற்றுக்கு
நீருக்குள்ளே கால்வைக்க
முடியாதவனாய்த் திடுக்கிட்டான்
கண்ணால் கண்டால் பேராறு
காலைப் போட்டால் நடைபாதை
சிரித்துக் கொண்டு கண்ணெதிரே

ஆறு போச்சு தந்திரமாய்
காலைக் குளியல் போயிற்றா
கிரியை எல்லாம் போயிற்று
வேர்த்துப் போனான் அத்துளிகள்
உடம்பைப் பொத்து வரக்கண்டான்
யாரோ பிணத்தைக் கண்டெடுத்தார்
செத்துப் போக ஒரு நாளில்
தீயிலிட்டார். அது சற்றும்
வேகாதிருக்கக் கைவிட்டார்
நீரின் மேலே நடப்பதற்கும்
தீயாலழியா திருப்பதற்கும்
வரங்கள் பெற்ற மாமுனிவன்
மக்கிப் போக நாளாச்சு

ஸ்ரீலஸ்ரீ என்ற இந்தக் கவிதையை ஞானக்கூத்தன் எழுதிய ஆண்டு 1971. எந்த விஷயமும் வெறுமனே வித்தையாகவும் சடங்காகவும் மாறினால் என்ன ஆகும் என்பதை உணர்த்தும் கவிதை. வாய் விட்டுப் படித்துப் பாருங்கள். லயம் தெரியும்.

"ஐரோப்பாவின் ஆதி மொழிகளான லத்தீன், கிரேக்கம் ஆகிய மொழிகளை விட பழமையும், இலக்கணச் சிறப்பும் கொண்டது சமஸ்கிருதம்; மேலும், அந்த இரண்டு மொழிகளோடும் ஆச்சரிய கரமாக ஒத்தும் இருக்கிறது" என்று குறிப்பிடுகிறார் சர் வில்லியம் ஜோன்ஸ். இவர்தான் 1784ஆம் ஆண்டு மேலை நாட்டவருக்கு சமஸ்கிருதத்தை அறிமுகப்படுத்தியவர்.

முதல் தமிழ்ச் சங்கத்தில் இருந்தவரான அகத்தியர்தான் தொல்காப்பியத்துக்கும் முந்தைய தமிழ் இலக்கணத்தை வகுத்தவர். தமிழைப் போலவே சமஸ்கிருதத்திலும் புலமை பெற்றவர். அவரது *அகஸ்திய சம்ஹிதா* என்ற சமஸ்கிருத நூல் இப்போதும் கிடைக்கிறது. பாணினி, காளிதாஸன், பாஸன், பாணபட்டர், பர்த்ருஹரி, ஜயதேவர், சங்கரர், வியாசர், வால்மீகி போன்ற மாபெரும் மேதைகளையும் கவிஞர்களையும் கொண்ட மொழி சமஸ்கிருதம். அதை வேண்டாம் என்று சொல்வது பெரும் பொக்கிஷத்தை நிராகரிப்பதற்குச் சமம்.

தமிழ், ஆங்கிலம் தவிர இன்னொரு மொழியையும் நம் குழந்தைகள் கற்றுக் கொண்டால் நமக்கு லாபமா, நஷ்டமா? இந்தியை நிராகரித்தோம். அதனால் வட இந்தியாவுக்குச் செல்லும் தமிழர்கள்

அத்தனை பேரும் பட்ட சிரமம் கொஞ்ச நஞ்சமல்ல. ஐரோப்பிய மாணவர்கள் பள்ளிப் படிப்பை முடிக்கும் போதே இரண்டு வெளிநாட்டு மொழிகளைக் கற்றுக் கொண்டு விடுகிறார்கள். ஜெர்மனியில் நான் சில மருத்துவ மாணவர்களை சந்தித்த போது அவர்கள் லத்தீன் அல்லது கிரேக்க மொழி படிப்பதை அறிந்தேன். ஏனென்றால், பல மருத்துவ வார்த்தைகளின் மூலம் அந்த மொழிகள்தான். உதாரணமாக, கைனகாலஜி. கைனா என்றால் பெண்; ஆலஜி என்றால் படிப்பு. பெண் பற்றிய படிப்பு. கேஸ்ட்ரோஎண்டராலஜி – வயிறு தொடர்பான மருத்துவம். கேஸ்ட்ரோ என்ற கிரேக்க வார்த்தையின் பொருள் வயிறு. டயாபிடிஸ் இந்த வார்த்தை புழக்கத்துக்கு வந்தது கி.மு. முதல் நூற்றாண்டு. கிரேக்க வார்த்தை. பொருள்: வடிகுழாய். (அதிக அளவில் சிறுநீர் வெளியேறுவதால் வைக்கப்பட்ட பெயர்.) டயாபிடிஸின் முழுப்பெயர், டயாபிடிஸ் மெலிடெஸ். மெலிடெஸ் என்ற கிரேக்க வார்த்தையின் பொருள் தேன். அந்த வியாதி உள்ளவரின் சிறுநீர் இனிக்கும் என்பதால் ஏற்பட்ட பெயர். சமஸ்கிருதத்திலிருந்து பல வார்த்தைகள் மருத்துவ அகராதியில் உண்டு. துவாதீனம் (Duodenum) என்பது சிறுகுடலின் ஆரம்பப் பகுதி. சராசரியாக மனிதர்களுக்கு 12 இன்ச் அளவு இருக்கும். சமஸ்கிருதத்தில் 'துவா' என்றால் 12. (துவாதசி – அமாவாசையிலிருந்து பனிரெண்டாவது நாள்; பௌர்ணமியில் இருந்து பனிரெண்டாவது நாள்.)

அந்நிய வார்த்தைகளை ஏற்காத எந்த மொழியும் வளர்ச்சி அடைந்ததாக சரித்திரம் இல்லை. கஞ்சி, கயறு, கட்டுமரம், கூலி, இஞ்சி, பந்தல், மிளகுத் தண்ணி என்று பல நூறு தமிழ் வார்த்தைகளை ஆங்கிலம் ஏற்றுக் கொண்டுள்ளது. ஆனால் அப்படிப்பட்ட பரந்த மனப்பான்மை நம்மிடம் உண்டா? மந்திரி என்பது சமஸ்கிருத வார்த்தை என்பதால் அமைச்சர் என்கிறோம். ஆனால் அமைச்சரும் சமஸ்கிருதம்தான். அமாத்யர். அது எப்படி அமைச்சராகும்? இலக்கணத்தில் த்து, த்ய இரண்டும் ச்ச என்று ஆகும். வைத்து, புளித்து. வச்சு, புளிச்சு. மைத்துனன் மச்சினன். முன்பு மனிதாபிமானமாக இருந்தது இப்போது மனித நேயமாக மாறி விட்டது. இதில் மனித என்பது சமஸ்கிருதம். நேயம் என்பதும் சமஸ்கிருதம்தான். பண்டிதர் பேசும் சமஸ்கிருதம் பேச்சு வழக்கில் பாமரரிடம் வரும் போது பிராகிருதம் என்று

சொல்லப்படும். அந்தப் பிராகிருதத்தில் அபிமானத்தை நேயம் என்பார்கள். நீதிபதி இப்போது நீதியரசர் ஆகியிருக்கிறது. இதில் அரசர் என்பது சமஸ்கிருத வார்த்தை. அரைய, ராய என்பதெல்லாம் ராஜா என்பதன் திரிபு. மன்னன், கோ என்ற வார்த்தைகளே ராஜா என்பதன் தூய தமிழ் வார்த்தைகள். இப்படியெல்லாம் விளக்கிவிட்டு "ஒருத்தருக்கும் ஒரு பிரயோஜனமுமில்லாமல் இப்படி யெல்லாம் வெறும் துவேஷத்தில் செய்கிற காரியங்கள் கடைசியில் பித்துக்குளித்தனமாகத்தான் முடிகின்றன!" என்று முடித்திருப்பவர் யார் தெரியுமா? மகா பெரியவர் என்று அழைக்கப்படும் ஸ்ரீ சந்திரசேகரேந்திர சரஸ்வதி. என் தமிழ், சமஸ்கிருத அறிவை விருத்தி செய்ததில் அவருடைய தெய்வத்தின் குரல் என்ற ஏழு தொகுதிகளுக்கும் பெரிய பங்கு உண்டு.

தமிழ்நாட்டு இளைஞர்களுக்கு மொழி அறிவே இல்லை. யாருக்கும் எந்த மொழியிலும் ஞானம் இல்லை. இவ்வளவு குறைந்த மொழி அறிவு உள்ள தேசம் இந்த உலகில் வேறு இருக்குமா என்று தெரியவில்லை. எல்லாவற்றையும் விட மருத்துவர்களுக்குத் தமிழ் தெரியாததுதான் பெரும் ஆச்சரியம். உயிராபத்தை ஏற்படுத்தக் கூடிய விஷயம் இது. உதாரணமாக, அரசு மருத்துவமனைகளில் ஒரு மருத்துவர் தமிழில் மாதங்கள் பெயரைத் தெரிந்து வைத்துக்கொள்ள வேண்டியது அவசியம். உதாரணமாக, "என்னிக்குக் கடைசியா தலைக்குக் குளிச்சீங்க?" (When did you last have periods?) என்று கேட்டால், ஐப்பசி 17 என்று பதில் வரும். ஐப்பசி என்றால் எந்த மாதம் என்று தெரியாவிட்டால் அம்பேல்.

***

ஒருநாள் ஒரு அடுக்குமாடிக் குடியிருப்பில் ஒரு பெண்மணி கையில் ஒரு பொட்டலத்தை வைத்தபடி அந்த வாட்ச்மேனிடம் ஏதோ ஆங்கிலத்தில் சொல்லிக் கொண்டிருந்தார். வாட்ச்மேனுக்குப் புரியவில்லை. பெண் ஆங்கிலத்தில் பேச இவர் தமிழில் பேச ஒரே கக்கறா புக்கறா. தெருவில் நடந்து போய்க் கொண்டிருந்த நான் என்ன விஷயம் என்று அந்தப் பெண்ணிடம் கேட்டேன். "இதில் சூடாக இட்லி தோசை இருக்கிறது. இப்போதுதான் வாங்கியது. இவரை சாப்பிடச் சொல்ல வேண்டும்." அடப்பாவிகளா! இதற்கு ஏன் ஆங்கிலம்? சைகையால் சொன்னால் புரியாதா?

13

அனுராக் காஷ்யப்பின் *ராமன் ராகவ் 2.0* என்ற படம் ஒரு சீரியல் கில்லர் பற்றியது. அந்தப் படம் வெளிவருவதற்கு முந்தின நாள்தான் சென்னையில் படு பயங்கரமான இரண்டு சம்பவங்கள். 24 வயதான ஸ்வாதி பட்டப்பகலில் நுங்கம்பாக்கம் ரயில்நிலையத்தில் ஒரு இளைஞனால் வெட்டிக் கொல்லப்பட்டார். இன்னொன்றில், 35 வயதான மனிதர் தன்னோடு வாழ்ந்து வந்த 38 வயதான பெண்ணையும் அவருடைய முன்னாள் கணவருக்குப் பிறந்த மூன்று மகள்களையும் (வயது முறையே 19, 18, 16) வெட்டிக் கொன்றார். வெட்டியவர் அந்தப் பிணங்களோடேயே இரண்டு நாட்கள் வாழ்ந்திருக்கிறார். பிறகு நாற்றம் தாங்க முடியாமல் போலீஸில் சரணடைந்தார். இது போல் சென்னையில் மட்டும் அல்ல; இந்தியாவின் எல்லா நகரங்களிலும் கிராமங்களிலும் தினந்தோறும் நடந்து கொண்டிருக்கிறது. தில்லி ரயில் நிலையம் இருக்கும் பகுதிக்குப் பெயர் பஹாட்கஞ்ஜ். தில்லியில் வாழும் அனாதைச் சிறுவர்களில் பாதிப்பேர் இங்கேதான் திரிந்து கொண்டிருக்கிறார்கள். இவர்களுக்குப் பெற்றோர் இல்லை; வீடு இல்லை; இவர்கள் என்ன செய்தாலும் கேட்க நாதி இல்லை. இந்தப் பகுதியில்தான் இரண்டு ஆண்டுகளுக்கு முன்னால் 51 வயதான ஒரு டேனிஷ் மூதாட்டி கத்திமுனையில் வன்கலவி செய்யப்பட்டார். மேலே குறிப்பிட்ட சிறுவர்கள்தான் அதைச் செய்தார்கள்.

இப்படிப்பட்ட சிறுவன் ஒருவன் வளர்ந்த பிறகு என்னென்ன செய்கிறான் என்பதுதான் அனுராக் காஷ்யப் சமீபத்தில் எடுத்திருக்கும் படம் *ராமன் ராகவ் 2.0.* இந்தப் படத்தைப் பார்த்த போது இதன் ஆர்ட் டைரக்ஷன் என் கவனத்தைக் கவர்ந்தது. காரணம், படம் எடுக்கப்பட்ட இடங்களே (லொகேஷன்) படத்தின் செய்தியைச் சொல்வதில் பெரும் பங்கை வகித்தன. மனிதர்கள் வாழவே லாயக்கில்லாத இது போன்ற இடங்களில் பிறந்து வளர்ந்தால் நீயும் இப்படித்தான் செய்வாய் என்று நம்மிடம் சொல்கிறது படம்.

படத்தில் சீரியல் கில்லராக நடித்திருப்பவர் நவாசுதீன் சித்திக். இந்திய சினிமாவில் இதுவரை இப்படிப்பட்ட நடிப்பை நான் பார்த்ததில்லை. அமிதாப், ரஜினி, கமல், நானா படேகர், நஸ்ருத்தீன் ஷா என்ற ஆகப் பிரமாதமான நடிகர்களையெல்லாம் விஞ்சியிருக்கிறார் என்றே சொல்ல வேண்டும். அனாயாசம் என்று சொல்கிறோமே, அதுதான் நவாசுதீனின் நடிப்பு. ஒவ்வொரு கொலையையும் செய்து விட்டு போலீஸ் ஸ்டேஷன் வாசலில் வந்து உட்கார்ந்து கொள்வார் சித்திக். படத்தில் அவர் பெயர் ராமன். உடனே கொந்தளிக்க வேண்டாம். அறுபதுகளில் மும்பையில் ராமன் ராகவ் என்று ஒரு சீரியல் கில்லர் இருந்தான். மும்பை அப்போது இப்போதைய சென்னை மாதிரி இருந்தது. வாரம் ஒரு கொலை. பத்து இருபது கொலைகள் நடந்தும் போலீசால் கண்டு பிடிக்க முடியவில்லை. ஒருநாள் சந்தேகக் கேஸில் மாட்டினான் ராமன். பார்த்தால் ஏற்கனவே ஒரு திருட்டுக் கேசில் ஐந்து ஆண்டுகள் சிறையில் இருந்தவன். பிறகு வெளியே வந்துதான் இந்தக் கொலையெல்லாம். சந்தேகக் கேஸை வைத்துக் கொண்டு எத்தனை நாள் போலீஸ் அவனுக்கு ஓசி சோறு போடும்? விட்டு விட்டார்கள். வெளியே வந்து தன் சகோதரி வீட்டுக்குப் போனான். அவளை வன்கலவி செய்து கத்தியால் குத்திக் கொன்றான். மீண்டும் கைது. சரியான சாட்சி இல்லை என்று நீதிமன்றம் விடுதலை செய்து விட்டது. இப்படியாக நாற்பது, ஐம்பது கொலை பண்ணினான். அந்தக் கதைதான் அனுராக் காஷ்யப்பின் ராமன் ராகவ். படத்தில் ஒரு காட்சி.

கொலையினால் ஊரே அமளிதுமளிப்பட்டுக் கொண்டிருக்கும். போலீஸ் ஸ்டேஷன் வாசலில் ராமன் ராகவ். "டேய் யார்ரா நீ?

ஏன்டா இங்கே உட்காந்திருக்கே? போடா அந்தாண்ட..." என்பார் ஒரு போலீஸ்காரர். "இந்தப் பேப்பர்ல வந்திருக்கிற கொலையை நான்தான் சார் செஞ்சேன். என்னைக் கைது பண்ணி ஜெயில்ல போடுங்க சார்."

"போடா பைத்தியக்காரா... அந்தாண்ட போடா..."

கிளம்பிப் போய் அடுத்த கொலையைச் செய்வான் ராமன். சினிமா வாழ்க்கை மாதிரி இருக்கிறதா அல்லது வாழ்க்கை சினிமா மாதிரி இருக்கிறதா?

படத்தின் லொகேஷன் பற்றிக் குறிப்பிட்டேன் அல்லவா? படத்துக்கு ஒரு ஆங்கிலப் பத்திரிகையில் விமர்சனம் எழுதி முடித்து விட்டுப் பார்த்தால் லொகேஷனுக்காகப் பணியாற்றியவர் அதாவது ஆர்ட் டைரக்டர் டியா என்ற பெண் என்று அறிந்தேன். டியாவை நான் ஏற்கனவே சந்தித்திருக்கிறேன். பேசியிருக்கிறேன். என் நண்பரின் மகள். ராமன் ராகவ் கான் திரைப்பட விழாவில் திரையிடப்பட்ட போது டியாவும் அழைக்கப்பட்டிருக்கிறார். போனில் அழைத்து வாழ்த்து சொன்னபோது, "அப்பா எழுதிய நாவல்தான் இந்தப் படத்தின் கருவைப் புரிந்து கொள்ளப் பெரிதும் உதவியது" என்றார். "ஆமாம், படத்தைப் பார்த்தபோது நானும் அப்படியே உணர்ந்தேன்" என்றேன். தருண் தேஜ்பால் எழுதிய *தி ஸ்டோரி ஆஃப் மை அஸாஸின்ஸ்* என்ற நாவல்தான் டியா குறிப்பிட்டது. ஆம், டியா தருணின் புதல்வி.

வாஜ்பாய் பிரதமராக இருந்த போது தருண் பிஜேபியைக் கடுமையாகத் தாக்கி எழுதிக் கொண்டிருந்தார். தருண் செய்த ஸ்டிங் ஆபரேஷனில் பிஜேபியின் தலைவரே ராஜினாமா செய்ய வேண்டி வந்தது. பாகிஸ்தானுக்கு தில்லியில் பிஜேபி ஆள்வது பிடிக்கவில்லை. அதனால் தருணைக் கொலை செய்து விட்டுப் பழியை பிஜேபி மேல் போட்டு விடலாம் என்று திட்டமிட்டு நாலு காண்ட்ராக்ட் கில்லர்களை அனுப்பியது. அவர்கள் நேபாள எல்லையில் போலீசிடம் சிக்கி உண்மையைக் கக்கி விட்டதால் அரசாங்கமும் தருணும் தப்பினர். ஆனால் அப்போதிருந்து தருணுக்கு Z பிரிவு பாதுகாப்பு கொடுத்தது பிஜேபி அரசு. தன்னைக் கொல்ல வந்த காண்ட்ராக்ட் கில்லர்களை சிறையில் பேட்டி எடுத்து அவர்களின் வாழ்க்கையை நாவலாக எழுதினார்

தருண். அதுதான் தி ஸ்டோரி ஆஃப் மை அஸாஸின்ஸ்.

என்ன சாரு இது, ரொமாண்டிக் கதை கேட்டால் கொலை, கற்பழிப்பு என்று கதைக்கிறீர்கள் என்றார் ஏடாகூடம் ஏழுமலை. இடம் அமேதிஸ்ட். கேப்பச்சினோவை உறிஞ்சியபடி அவரையே உற்றுப் பார்த்தேன். ரொமான்ஸ் பேசுவது போலவா இருக்கிறது நாடு? ரோம் பற்றி எரியும் போது ஃபிடில் வாசிக்கச் சொல்கிறீரே என்றேன். இருந்தாலும் என்னிடம் ஒரு கெட்ட பழக்கம். கேட்டால் கொடுத்து விடுவேன். இந்தா பிடியுங்கள் ஒரு காதல் கதை.

சென்னையில் ஒரு மத்திய அரசு அலுவலகம். ஐந்து மாடிக் கட்டிடம். மேலே ஐந்தாவது மாடி லிஃப்டை நோக்கி ஓடுகிறார் ஒருவர். லிஃப்ட் கதவு மூடிக் கொண்டது. கீழே போக வேண்டிய லிஃப்ட் கதவில் ஏதோ பிரச்சினையாகி மீண்டும் திறக்க, உள்ளே ஒரு ஜோடி லிப் லாக்கில் இருந்திருக்கிறது. அவர்கள் எதிர்பாராமல் கதவு திறக்கவும் மிரண்டு போய் லிப் லாக் விலகி விட்டது. ஓடி வந்த நண்பருக்கும் அதிர்ச்சி. லிஃப்டுக்குள்ளேயே போகாமல் படி இறங்கி வந்து விடுகிறார். ஏனென்றால், லிப் லாக்கில் இருந்த ஜோடி அந்த அலுவலகத்தில் வேலை செய்கிறது. அந்தப் பெண்ணும் ஆணும் திருமணமானவர்கள். (அஃப்கோர்ஸ், வேறு ஜோடியோடு.)

எழுத்தாளர் பாலசுப்ரமணியன் பொன்ராஜ் ஒரு இலக்கிய விழாவில் பேசும்போது குறிப்பிட்டார், தமிழர்களின் இரண்டு தலையாய பிரச்சினைகள்: டாஸ்மாக், அடல்ட்ரி. இந்த இரண்டாவது விஷயம்தான் மேலே பார்த்த லிஃப்டில் நிகழ்ந்த லிப் லாக். 140 ஆண்டுகளுக்கு முன்பு டால்ஸ்டாய் அன்னா கரினினாவில் எழுதியது முக்கோணக் காதல். லிஃப்ட் கதை நாற்கோணக் காதல். இதற்குக் காரணம் பெரும்பாலும் ஆணாதிக்க மனோபாவம்தான்.

"வேறு காதல் கதையே இல்லையா?" என்று வருத்தமாகக் கேட்டார் ஏடாகூடம்.

"ஏன் இல்லை? உலகம் பூராவும் ஒரே காதல் கதைதான்."

"அப்படியா?"

"அப்படியேதான். அன்பே வா படத்தின் கதைதான் எல்லா காதல் கதைகளின் அடிப்படை. டைட்டானிக் இன்னொரு உதாரணம்.

ஒன்று, காதலி மேட்டுக்குடியைச் சேர்ந்தவளாக இருப்பாள். அல்லது, காதலன் மேட்டுக்குடி. ஜூலியா ராபர்ட்ஸ் நடித்த *நாட்டிங் ஹில்* என்ற படத்தில் அவர் ஹாலிவுட்டின் சூப்பர் ஸ்டார். வில்லியம் என்பவன் ஒரு புத்தகக் கடை வைத்திருக்கிறான். விவாகரத்து ஆனவன். ஒருநாள் ஜூலியா வில்லியமின் கடைக்கு வருகிறார். அவனுக்கு அவர் சூப்பர் ஸ்டார் என்று முதலில் தெரியவில்லை. ஜூலியாவின் கோட்டில் வில்லியம் எடுத்து வரும் பானம் கொட்டி விட, என் வீடு பக்கத்தில்தான் இருக்கிறது; அங்கே போய் சுத்தப்படுத்திக் கொள்ளலாம் என்கிறான். காதல் தொடங்குகிறது. இந்தப் படத்தை சுவாரசியப்படுத்துவது, ஒரு சூப்பர் ஸ்டாருக்கும் புத்தகக் கடை வியாபாரிக்குமான காதல் எப்படியெல்லாம் போகிறது என்பதுதான்.

***

ஒரு குறும்படப் போட்டிக்குச் சென்றிருந்தேன். ஒரு இளைஞர் என் போன் நம்பர் கேட்டார். கொடுத்தேன். மறுநாள், உங்களைச் சந்திக்க வேண்டும் என்று குறுஞ்செய்தி வந்தது. சந்திக்கலாம் என்றேன். ஆனால் எனக்கு நேரமில்லாததால் ஒத்திப் போய்க் கொண்டே இருந்தது. ஒருநாள் காலையில் எழுந்து அவருக்கு என் நிலையை (சுத்தமாக நேரம் இல்லை; பல வேலைகள் காத்துக் கிடக்கின்றன) தெரிவித்து நீண்ட மெஸேஜை அனுப்பினேன். அப்போது காலை நான்கு மணி. எப்போதும் நான் எழுந்து கொள்ளும் நேரம். வீணாக ஒருவருக்கு ஏமாற்றத்தை அளிக்கக் கூடாது என்று பத்து நிமிடம் செலவு செய்தேன். அவரிடமிருந்து பத்து மணிக்கு பதில் வந்தது, நாலே எழுத்துக்களில் – Fine.

14

ஸ்வாதி கொலை பற்றி எல்லோரும் பேசியும் எழுதியும் ஆயிற்று. ஆனாலும் சில விஷயங்கள் மீதி இருக்கின்றன. முதலில் சட்டம் பற்றி. சிறு வயதிலிருந்தே சட்டத்தை மதிக்காமல் இருக்கவே நாம் கற்பிக்கப்படுகிறோம். தமிழ்நாட்டைத் தவிர உலகில் வேறு எந்த நாட்டிலும் ஹெல்மட் அணியாமல் இரு சக்கர வாகனம் செலுத்துவது வழக்கத்தில் இல்லை. இங்கேயும் அதற்கான சட்டம் இருக்கிறது. ஆனால் அதைப் பற்றி யாருக்கும் கவலை இல்லை. ஸ்வாதி கொலை பற்றிய நினைவு மறைவதற்குள்ளாகவே பட்டினப்பாக்கத்தில் இரவு பத்தரை மணிக்கு ஏடிஎம்மில் பணம் எடுக்கப் போன நந்தினி என்ற பெண் இறந்தார். தன்னிடமிருந்த பணத்தை வழிப்பறி செய்த கொள்ளையனை ஸ்கூட்டரில் துரத்திச் சென்ற போது கொள்ளையன் ஸ்கூட்டரை உதைக்க, கீழே விழுந்த நந்தினியின் தலை கல்லில் பட்டு அங்கேயே இறந்து போனார். ஸ்கூட்டரின் பின்னால் இருந்த பெண் கவலைக்கிடம். அந்த இரவு நேரத்தில் வாக்கிங் சென்ற ஒரு பெரியவரின் மீது கொள்ளையனின் பைக் மோதி அவரும் காலி. நந்தினி ஹெல்மட் அணிந்திருந்தால் பிழைத்திருக்கலாம். சென்ற ஆண்டு ஒரு மணப்பெண் இப்படி இறந்தார். மறுநாள் திருமணம். அண்ணனோடு பியூட்டி பார்லருக்கு ஸ்கூட்டரின் பின்னே அமர்ந்து சென்றார். ஸ்கூட்டர் சற்று

71

ஆடியதால் பெண் கீழே விழுந்தார். தலையில் அடி. ஸ்தலத்திலேயே மரணம். அண்ணனுக்குக் கீறல் கூட விழவில்லை. எல்லா நாடுகளிலும் மோட்டார் சைக்கிள் ஓட்டுபவர்களும் பின்னால் அமர்ந்திருப்பவர்களும் ஹெல்மட் அணிந்தே ஆக வேண்டும்.

அடுத்த பிரச்சினை, குடித்து விட்டு வண்டி ஓட்டுவது. இரவு நேரத்தில் டாஸ்மாக் பார்களில் குறைந்தது 50 பைக்குகளாவது நிற்பதைப் பார்க்கலாம். இவர்கள் அனைவரும் குடித்து விட்டுத்தானே ஓட்டுகிறார்கள்? ஐஸ்வர்யா என்ற பணக்கார வீட்டுப் பெண் தன் நண்பர்களோடு வார இறுதியில் குடித்து விட்டு 'ஆடி' காரை ஓட்டி, சாலையைக் கடந்த கூலித் தொழிலாளியின் மீது ஏற்றி விட்டார். சம்பவம் நடந்தது அதிகாலை நாலரை. இரவில் பத்து மணிக்கு மேல் காரில் செல்பவர்களை விசாரித்தால் முக்கால்வாசிப் பேர் குடித்து விட்டு ஓட்டுபவர்களாகவே இருப்பார்கள். ஆனால் போலீசால் எதுவுமே செய்ய முடியாது. ஏனென்றால், எல்லாருமே பெரிய இடம். இப்படி வாகனம் ஓட்டுவதில் கூட சட்டத்தை மதிக்காத நாம்தான் எல்லோரையும் பற்றி சகட்டுமேனிக்குக் கருத்து கூறுபவர்களாக இருக்கிறோம். 'ஆடி' கார் ஓட்டி வந்த பெண்ணிடமிருந்து 75 லட்சம் ரூபாயை (அதுதான் 'ஆடி' காரின் விலை) வசூலித்து கூலித் தொழிலாளி முனுசாமியின் குடும்பத்திடம் கொடுக்க வேண்டும். பெண்ணிடம் அவ்வளவு பணம் கைவசம் இல்லாவிட்டால் அந்தக் காரையே விற்றுக் கொடுக்கலாம். எப்படியும் 60 லட்சம் போகும். இப்படியெல்லாம் சட்டத் திருத்தம் செய்ய வேண்டும். ஒரு உதாரணம். மேற்கு நாடுகளில் பனி அதிகம். ஒரே ராத்திரியில் உங்கள் வீட்டு வாசலில் பனி விழுந்து அரை ஆள் உயரத்துக்கு ஆகியிருக்கும். அதை நீங்கள்தான் தளவாடங்களை வைத்து அகற்றியாக வேண்டும். அமெரிக்காவில் 80 வயதான முதியவர் கூட இந்த வேலையைச் செய்வதை சர்வசாதாரணமாகப் பார்க்கலாம். இல்லாமல் அந்தப் பனிக்கட்டியில் யாராவது வழுக்கி விழுந்தால் அவருக்கு ஆகும் மருத்துவச் செலவு முழுவதையும் அந்த வீட்டில் வசிப்பவரே ஏற்றுக் கொள்வதோடு சிறைத் தண்டனையும் அனுபவிக்க வேண்டி வரும்.

ஒருமுறை என் நண்பரின் தாய் அமெரிக்கா சென்றார். வேர்க் கடலையைச் சாப்பிட்டு விட்டு அதன் தோலையும் காகிதத்தையும் காரிலிருந்து வெளியே விட்டெறிந்தார். காரும் போய் விட்டது. ஒரு கிலோமீட்டர் தாண்டி காரை நிறுத்தியது போலீஸ். ஊருக்குப் புதுசு

என்பதையெல்லாம் போலீஸ் ஏற்கவில்லை. "இந்த சதுக்கத்தைச் சுற்றிக் கொண்டு போய் அந்த ஏரியாவை நீங்கள் சுத்தம் செய்ய வேண்டும். 'ஆட்கள் வேலை செய்கிறார்கள்' என்று போர்டு வைத்து விடுகிறோம். முடியாவிட்டால் முனிசிபாலிட்டி ஆட்களை வைத்துச் செய்து கொள்கிறோம். அதற்கான கட்டணத்தை நீங்கள் கொடுத்து விட வேண்டும்." இனிமேல் அந்த அம்மாள் தன் ஜென்மத்துக்கும் குப்பையை சாலையில் போடுவாரா? சட்டம் என்றால் இப்படி இருக்க வேண்டும்.

ஆனால் இந்தியர்களாகிய நாம் சிறுவயதிலிருந்தே சட்டத்தை மதிக்காமல் வளருவதால் கொலை கூட சாதாரணமாகி விட்டது. இதோ, ராம்குமாருக்குத் தற்கொலை கேஸில் மூன்று ஆண்டுகள் தண்டனை வாங்கிக் கொடுக்க போலீஸ் முயற்சி! அடக் கடவுளே! அப்படியானால் ஸ்வாதி கொல்லப்பட்டது? போலீஸ் ராப்பகலாகக் கஷ்டப்பட்டுப் பிடித்தாலும் தகுந்த தண்டனை கிடைப்பதில்லை. அதிகபட்சம் மூன்று நான்கு வருடம். அதிலும் கொலை நிரூபிக்கப்பட்டால். அப்புறம், தலைவர்களின் பிறந்தநாள், நன்னடத்தை என்று ஏராளமான சலுகைகள். வெளியே வந்து இன்னொரு பெண்ணின் கழுத்தை அறுக்கலாம். மரண தண்டனை காட்டுமிராண்டித்தனம் என்கிறார்கள் அறிவுஜீவிகள். ஆனால் எவன் வேண்டுமானாலும் யார் கழுத்தை வேண்டுமானாலும் அறுக்கலாம்! கேட்டால் காதல் தோல்வி! ஏன் என்னிடம் பேசாமல் இன்னொருத்தனிடம் பேசினாள்?

இதில் இன்னொரு ஆட்சேபகரமான விஷயம், ஸ்வாதியின் தமக்கை வெளியிட்ட அறிக்கை. "ஸ்வாதி கடவுளுக்கு பயந்து நடந்தவள். சுந்தர காண்டம், பஞ்சாங்கம் படிக்காமல், அர்ச்சதை தூவிக் கொள்ளாமல் ஒருநாள் கூட வீட்டை விட்டு வெளியே செல்ல மாட்டாள். வேலைக்குச் செல்லும் போது விஷ்ணு சகஸ்ரநாமம் உச்சரித்தபடியேதான் செல்வாள். அந்த அளவுக்கு தெய்வபக்தி நிறைந்தவள். தேவையில்லாமல் எந்தப் பொழுதுபோக்கிலும் தன்னை ஈடுபடுத்திக் கொள்ள மாட்டாள்."

இரண்டு கேள்விகள் எழுகின்றன. கடவுள் பெயரைத் தவிர வேறு எதுவும் தெரியாது என்றால், பிலால் மாலிக் போன்ற ஆண் நண்பர்கள் ஸ்வாதிக்கு இருந்தது எப்படி? மேலும், கடவுள் பக்தி இல்லை என்றால் ஒருவர் கெட்டவரா? ராம்குமாரைப்

பாருங்கள், என்ன ஒரு பால் வடியும் முகம்; நெற்றியில் திருநீறு அணியாத புகைப்படத்தையே பார்க்க முடியவில்லை. பிரச்சினை என்னவென்றால், குற்றம் செய்தவர் – குற்றத்தால் பாதிக்கப்பட்டவர் ஆகிய இரண்டு தரப்பினரின் மனோபாவமும் ஒரே மாதிரிதான் இருக்கிறது. கோவிலுக்குப் போனால் நல்லவர்; பொழுதுபோக்கில் ஈடுபட்டால் கெட்டவர். இதைத்தான் ஆணாதிக்க மனோபாவம் என்கிறேன். தில்லியில் பஸ்ஸில் நிர்பயாவை வன்கலவி செய்து கொன்றவர்களும் இதையேதான் சொன்னார்கள். அந்தப் பெண் ஏன் பத்து மணிக்குத் தன் ஆண் நண்பரோடு ரோட்டில் அலைந்தாள்? அவள் அப்படிச் செய்தால் நாங்கள் செய்ததிலும் தப்பில்லை. கொலையாளிகள் சொன்னது. அது மட்டுமல்ல; கொலையாளிகளுக்கு வாதாட வந்த வழக்கறிஞரும் அதையேதான் சொன்னார். என் மகள் இப்படிச் செய்திருந்தால் பெட்ரோல் ஊற்றி அவளைக் கொல்லுவேன் என்று பகிரங்கமாகச் சொன்னார். அப்படிச் சொன்னதற்காகவே அவரை 'உள்ளே' போடுவதற்கு நம் சட்டத்தில் இடமில்லை. கருத்துச் சுதந்திரம் என்று வேறு சொல்வார்கள். ஒரு பெண் பாய் ஃப்ரெண்ட் வைத்துக் கொண்டால் கெட்டவள்; நள்ளிரவில் சினிமாவுக்குப் போனால் கெட்டவள்; முகநூலில் புகைப்படம் போட்டால் கெட்டவள். கெட்ட பெண்களை நடுத்தெருவில் கொல்லலாம். என்ன தேசம் ஐயா இது?

எனக்கு ஸ்வாதி கொலையை விடக் கொடூரமாகத் தோன்றுவது வினுப்ரியாவை தற்கொலைக்குத் தூண்டிய இளைஞனின் செயல்தான். தன்னைக் காதலிக்காமல் இன்னொருவனோடு நட்பாக இருந்தார் என்பதால் அந்தப் பெண்ணின் புகைப்படத்தை மார்ஃபிங் செய்து நிர்வாணமாக வெளியிட்டு விட்டார். அவரும் ஓரிரு ஆண்டுகளில் வெளியே வந்து விடலாம். தற்கொலைக்குத் தூண்டிய குற்றம்தானே? இதற்கெல்லாம் ஆயுள் தண்டனை கொடுக்கும் அளவு இங்கே மனித உயிருக்கு மதிப்பு ஏற்பட வேண்டும். சும்மா சினிமாவின் இடையிடையே புகை பிடித்தால் புற்றுநோய் வரும் என்று ஆயிரம் முறை காண்பித்து எங்களுக்குப் பைத்தியம் பிடிக்கச் செய்து கொண்டிருக்கும் அரசாங்கம், இங்கே சகமனிதர்களே கொலைகாரர்களாக மாறிக் கொண்டிருக்கும் போது ஏன் சட்டத்தை இன்னும் கடுமையாக்கக் கூடாது? அமெரிக்கா போன்ற நாடுகளில் ஆயுள் தண்டனை என்றால் ஆயுள் முழுவதும்

அல்லது, நாற்பது ஐம்பது ஆண்டுகள் சிறையில் இருக்க வேண்டும். இங்கே இருப்பது போல் ஏதோ சிங்கப்பூர் ட்ரிப் போய் வருவது மாதிரி மூன்று நான்கு ஆண்டுகள் அல்ல.

தண்டனையை அதிகரித்தால் மட்டும் போதாது. ஆணாதிக்க மனோபாவம் ஒழிய வேண்டும். ஆண்களிடமிருந்து மட்டும் அல்ல; தாய்மார்களிடமிருந்தும்தான். எப்படி என்று பார்ப்போம்.

15

மிருகங்கள் முதல் மனித இனம் வரை குழந்தை வளர்ப்பில் முக்கியமான பங்கு வகிப்பது தாய். ஒரு மிருகம் தன் குட்டிக்கு சுயமாக வாழக் கற்றுக் கொடுக்கிறது. ஆனால் மனித இனம் அப்படிச் செய்கிறதா? ஒவ்வொரு நாளும் ஒவ்வொரு படுபாதகச் செயல் நடந்தேறிக் கொண்டிருக்கிறது. ஒரு இளைஞன் நாலாவது மாடியிலிருந்து ஒரு நாய்க்குட்டியைத் தூக்கிப் போடுகிறான். இன்னொருத்தன் அதை விடியோ எடுத்து முகநூலில் வெளியிடு கிறான். இருவரும் மருத்துவ மாணவர்கள். எப்படிப்பட்ட இளைஞர்களை நாம் உருவாக்கிக் கொண்டிருக்கிறோம் என்பதற்கு இது ஒரு சான்று. ஒருநாள் கூட அவர்கள் சிறைத் தண்டனை பெறவில்லை. பெற்றோர் வந்து ஜாமீன் கொடுத்து அழைத்துச் சென்று விட்டார்கள். அபராதம் 50ரூ. வாடிய பயிரைக் கண்ட போதெல்லாம் வாடினேன் என்று பாடிய தேசத்தில் இப்படி நடக்கிறது. இவர்களிடம்தாம் நாம் மருத்துவம் பார்க்கப் போகிறோம்.

நாலாவது மாடியிலிருந்து அந்த நாய்க்குட்டி கதறிக் கொண்டே கீழே விழும் காட்சியை என்னால் கண் கொண்டு காண முடியவில்லை. நெஞ்சம் பதறியது. அவர்களையும் அப்படி மாடியிலிருந்து கீழே போட வேண்டும்; அவர்களை வெறிநாய் கடிக்கும் என்பது போன்ற கருத்துக்களை பலரும் முகநூலில் தெரிவித்திருந்தார்கள். பழிக்குப்

புகைப்படம்: பிரபு காளிதாஸ். (அமர்ந்திருப்பது ஸோரோ)

பழி வாங்கினால் பிறகு இந்த பூமியில் ஒரு மனிதரைக் கூட காண முடியாது. இப்போதைய உடனடித் தேவை, தண்டனை முறை மாற வேண்டும். அந்த இளைஞர்களிடம் ஒரு வருட காலத்துக்கு அவர்கள் வசிக்கும் தெருவில் உள்ள நாய்களுக்கு பிஸ்கட் வாங்கித் தந்து, குடிக்கத் தண்ணீர் கொடுத்துப் பராமரிக்கும் பொறுப்பைக் கொடுக்கலாம். அதை விட உத்தமமான தண்டனை, மகாத்மா எழுதிய சத்திய சோதனை நூல் முழுவதையும் வாரம் ஒரு அத்தியாயமாகப் படித்து முடிக்க வேண்டும். ஒவ்வொரு வாரமும் அவர்களுடைய ஏரியா இன்ஸ்பெக்டரிடம் சென்று தாங்கள் படித்ததைப் பற்றி விவாதிக்க வேண்டும். அது போலீஸ்காரர்களுக்கும் தகுந்த பயிற்சியாக இருக்கும்.

1919ஆம் ஆண்டு ஜாலியன்வாலாபாக் என்ற இடத்தில் பைசாகி பண்டிகையைக் கொண்டாடுவதற்காக சீக்கிய மக்கள் குழுமியிருந்த போது ஜெனரல் டயர் தன் சிப்பாய்களோடு அங்கே போனான். தான் போட்ட தடை உத்தரவை மீறியதற்காக அந்த அப்பாவிப் பொதுமக்களை சுடச் சொல்லி உத்தரவிட்டான். பத்து நிமிடங்கள் சுட்டனர் சிப்பாய்கள். சுமார் 1000 பேர் இறந்தனர். ஜெனரல் டயரின் வெறித்தனத்தை என்னால் புரிந்து கொள்ள முடிகிறது. ஆனால் திருவண்ணாமலையில் நடுரோட்டில் ஒரு தம்பதியையும் அவர்களின் மகனையும் தங்கள் லத்தியால் ஆவேசமாக அடித்த போலீஸ்காரர்களின் வெறியையும் மூர்க்கத்தையும் என்னால் புரிந்து கொள்ள முடியவில்லை. அந்தக் காணொளியைப் பார்த்தேன். மூன்று போலீஸ்காரர்களும் அந்தக் குடும்பத்தினரை லத்தியால் ஓங்கி ஓங்கி அடிக்கிறார்கள். துரத்தித் துரத்தி அடிக்கிறார்கள். லத்தி உடைந்து போகிறது. உடனே கையாலும் காலாலும் தாக்குகிறார்கள். அப்படி என்ன நடந்தது? கணவனுக்கும் மனைவிக்கும் நகை வாங்கப் போன இடத்தில் சண்டை. வெளியே வந்தும் சண்டை தொடர்கிறது. பொது இடம் என்றும் பார்க்காமல் கணவர் மனைவியை அடிக்கிறார். என்ன விஷயம் என்று கேட்ட போலீசிடம் ஏதோ எக்குத்தப்பாகப் பேசியிருப்பார் போலிருக்கிறது அந்த ஆள். (புருஷன் பொஞ்சாதிக்குள்ள சண்டைன்னா ஒனக்கு என்னய்யா?) போலீசையே எதிர்த்துப் பேசுகிறாயா என்று லத்தி உடையும் அளவுக்குத் துரத்தித் துரத்தி அடித்திருக்கிறார்கள் போலீஸ்காரர்கள். சம்பவம் நடந்த இடம் செங்கம் பஸ் நிலையம். அந்தக் காவலர்களுக்குக் கிடைத்த தண்டனை, செங்கத்திலிருந்து வேலூருக்குப் பணி மாற்றம். காரணம், அடி வாங்கியது தலித் குடும்பம்.

ஜனநாயகம் என்பதெல்லாம் இங்கே வெறும் பெயரில்தான் இருக்கிறது. ஏழைக்கு ஒரு சட்டம்; பணக்காரனுக்கு ஒரு சட்டம். அது ஒரு பக்கம் இருக்க, இந்தச் சம்பவம் பற்றிக் கருத்து சொல்பவர்கள் அனைவரும் போலீஸைப் போட்டு வறுத்து எடுக்கிறார்கள். அங்கேதான் நான் முரண்படுகிறேன். இந்தப் போலீசோ, நாய்க்குட்டியை நாலாவது மாடியிலிருந்து தூக்கி எறிந்த மருத்துவ மாணவர்களோ யார்? அவர்களும் நம் வீட்டிலிருந்து செல்பவர்கள்தானே? அந்த வகையில் நாம்தானே அவர்கள்? அதனால்தான் புற்றுநோய்க்கு ஷாம்பு மருந்து

ஆகாது என்கிறேன். மனிதர்களிடம் ஆணவமும், அதிகாரமும், சுயநலமும், பேராசையும் பெருகி விட்டது. அதனால்தான் குற்றங்கள் பெருகுகின்றன. குற்றங்கள் பெருகப்பெருக வழிபாட்டுத் தலங்களிலும் கூட்டம் அலைமோதுகிறது. அந்தக் கூட்டத்துக்குக் காரணம் பக்தி அல்ல; சுயநலம். கருணை, அன்பு, சேவை என்பதெல்லாம் இன்று பைத்தியக்காரத்தனம் ஆகி விட்டது. கேலிக்காகச் சொல்லவில்லை. குற்றம் செய்தவர்கள் அனைவரும் மகாத்மாவின் *சத்திய சோதனையைப்* படித்தே தீர வேண்டும். கவிஞர் ஆசையின் கட்டுரையிலிருந்து ஒரு மேற்கோள்:

காந்தியின் நண்பர் ஒருவரின் மகன் ஸ்ரீமன் நாராயண். பணக்காரக் குடும்பத்தில் பிறந்த பிராமணர். லண்டனில் படித்து விட்டு, இந்தியா திரும்புகிறார். தேசத்தின் முன்னேற்றத்துக்கு ஏதாவது செய்ய வேண்டும் என்பது அவர் கனவு. முதலில் காந்தியிடம் வந்து ஆசி பெற்றுக் கொஞ்ச காலம் அவருடன் தங்குகிறார். அந்த ஆசிரமத்தில் வந்துசேரும் யாருக்கும் முதலில் கொடுக்கப்படும் பணி, கழிப்பறைகளைச் சுத்தம் செய்வது. ஸ்ரீமன் தனது வீட்டில் கூட அதைச் செய்ததில்லை. அதையெல்லாம் செய்வதற்கு ஏராளமான பணியாளர்கள் இருந்தார்கள். எனினும் காந்தி சொல்லிவிட்டாரே என்று செய்ய ஆரம்பித்தார். ஒரு வாரம் சென்று காந்தியிடம் வந்தார். “பாபுஜி, நீங்கள் சொன்னபடி செய்துவிட்டேன். எனக்கு மற்ற முக்கியமான பணிகளை ஒதுக்குங்கள்” என்று கேட்கிறார். காந்தி திரும்பவும் கழிப்பறைகளைச் சுத்தம்செய்யும் பணிக்கே அவரை அனுப்பினார். ஒரு மாதத்துக்குப் பிறகு ஸ்ரீமன் காந்தியிடம் வந்து “பாபுஜி, நான் லண்டன் பொருளியல் கல்லூரியில் பட்டம் பெற்றவன். என்னால் மகத்தான விஷயங்களை சாதிக்க இயலும். எனது திறமையை இப்படிக் கழிவறை சுத்தப்படுத்துவதிலேயே விரயம் செய்வது ஏனோ?” என்று வாதிட்டார்.

அதற்கு காந்தியின் பதில்: “உன்னைப் பற்றி எனக்குத் தெரியும். ஆனால், மிகக் கீழான வேலைகளைச் செய்வதற்கான மனப்பக்குவம் இல்லாமல் போனால் உனது தாய்நாட்டைச் சூழ்ந்திருக்கும் உண்மையான பிரச்சினைகளை நீ உணரமால் போய்விடலாம். உண்மையில் ஏதேனும் மாற்றங்களை உண்டாக்க விரும்பினால் முதலில் நீ உனது அகந்தையை விட வேண்டும்; அப்போதுதான் முக்கியத்துவமற்ற கீழான பணிகளைச் செய்வதற்குத் தேவையான

பணிவை உணர்ந்துகொள்ள முடியும். அதை கவுரவத்துடனும் மரியாதையுடனும் செய்யத் தொடங்கும்போது பெரிய காரியங்கள் எல்லாம் தானாக எளிதில் கைகூடும்."

***

"இப்போதைய மாம்பலம் (சென்னை) பஸ் ஸ்டாண்ட் எதிரே உள்ள பார்க்கிட் ரோடு தொடங்கி, வெங்கட் நாராயணா சாலையில் திரும்பி மவுண்ட் ரோட்டைத் தாண்டி தெற்கு உஸ்மான் சாலையில் முடியும் செவ்வகம் எவ்வளவு விஸ்தீரமானது என்று கணக்குப் பார்த்துக் கொள்ளுங்கள். அவ்வளவு இடமும் மாம்பலம் ஸ்டேஷன் மாஸ்டராக இருந்த சுப்ரமண்ய ஐயர் என்பவருக்குச் சொந்தமாக இருந்தது. அவர் நிலத்தைக் குத்தகைக்கு விட்டிருந்தார். வரவு குறைவு. வசூலிப்பதும் பெரும்பாடு. அத்துடன் நிலவரி கட்ட வேண்டிய சங்கடமும் இருந்தது. குத்தகை வரவும் நிலவரியும் ஏறத்தாழ சமம் என்பதால் சுப்ரமணிய ஐயர் அந்த மிகப் பெரிய நிலப்பரப்பை விற்று விட்டார். இன்று அதன் மதிப்பு பல நூறு கோடிகள்."

இப்படி சென்னையின் பழைய வரலாற்றை எழுதியிருப்பவர் என் நீண்ட கால நண்பர். சென்னை பற்றி எழுதுங்களேன் என்று சொன்ன என்னிடம் தான் எழுதிய நூறு புத்தகங்களைக் கொடுத்த அவர் ஒரு எழுத்தாளர் அல்ல. பிறகு?

16

நீங்கள் ஒரு பூனைக்கோ நாய்க்கோ காகங்களுக்கோ உணவிட்டிருக் கிறீர்களா? முன்பெல்லாம் நம் வீடுகளில் காகங்களுக்கு உணவு கொடுத்து விட்டுத்தான் சாப்பிட்டார்கள். கா கா கா என்று காகங்களுக்காக கையில் சோறை வைத்துக் கொண்டு அம்மா குரல் கொடுப்பதை சிறுவயதில் தினமும் கேட்டிருக்கிறேன். அப்படி காகங்களுக்கு உணவிட்ட நம் மூதாதையர் விமானத்தில் சென்றதில்லை; ஏன், பலபேர் ரயிலில் கூட பயணம் செய்திருப்பார் களா என்பது சந்தேகம். அவர்கள் கணினியைப் பார்த்தில்லை. கைபேசி பயன்படுத்தியதில்லை. மின்சாரம் கூட கிடையாது. பனை விசிறியே ஆடம்பரத்தின் அடையாளமாக இருந்த கால கட்டம் அது. ஆனால் கல்வி அறிவும் தொழில்நுட்ப வளர்ச்சியும் அடைந்து விட்ட நம்மால் சக உயிரினங்கள் மீது அன்பு செலுத்த முடிகிறதா? பசித்த உயிருக்கு உணவிடுவதை விட அற்புதமான காரியம் இந்த உலகிலேயே கிடையாது. தினந்தோறும் ஒரு குறிப்பிட்ட நேரத்தில் என் வீடு தேடி வரும் காகங்களின் கூட்டத்துக்கு உணவிடும் போது நான் நினைத்துக் கொள்ளும் ஒருவர் நல்லி குப்புசாமி செட்டியார். காரணம், ஈகை பற்றி நான் அறிந்தது அவர் மூலம்தான். அதிலும் என் ஆசானாக மதிக்கக் கூடிய அசோகமித்திரன் பல ஆண்டுகளுக்கு முன்பு குமுதம் இதழில் எழுதிய கட்டுரை ஒன்றின் மூலமாகத்தான். பிறருக்கு

உதவி செய்ய ஒருவர் தனவந்தராகத்தான் இருக்க வேண்டும் என்ற அவசியமில்லை. மனமிருந்தால் மார்க்கமுண்டு. ஒரு பிடி சோறு போதும், ஒரு கூட்டம் காகம் நம் வீட்டு வாசலில் அமர்ந்திருக்கும்.

அறுபது எழுபது ஆண்டுகளுக்கு முன்பு சென்னை தியாகராய நகரில் கட்டடத்துடன் கூடிய மூன்று கிரவுண்ட் மனையை ஆறாயிரம் ரூபாய்க்கு வாங்கினார் ஒரு வணிகர். இப்போது அதன் மதிப்பு பத்துப் பதினைந்து கோடி இருக்கும். இனி அசோகமித்திரன் கட்டுரையிலிருந்து: "இது நடந்து இன்று ஐம்பது வருஷங்களுக்கு மேலாகி விட்டது. அந்தப் புடவைக்காரர், என் அப்பா, அம்மா, சகோதரி எல்லோரும் போய் விட்டார்கள். நம்பிக்கை என்று நினைக்கும்பொழுது அவர் நினைவு தவறாது வரும். வெள்ளை வெளேரென்ற முழுக்கைச் சட்டை. சற்றுக் கறுப்பு நிறம்தான். ஆனால் எப்போதும் நட்பு தோன்றும் புன்னகை." அப்படிப்பட்டவர் யார்? நல்லி குப்புசாமியின் தந்தை நல்லி நாராயணசாமி செட்டியார். அந்தச் சம்பவம் என்ன தெரியுமா? அசோகமித்திரன் குடும்பத்தில் ஒரு திருமண வைபவத்தின் போது எதிர்பாராத சூழ்நிலையால் பண நெருக்கடி ஏற்பட்ட சமயத்தில் நல்லி நாராயணசாமி ஆறாயிரம் ரூபாய் கொடுத்து உதவியிருக்கிறார். இவ்வளவுக்கும் அந்தக் குடும்பத்தினரை நாராயணசாமிக்கு அறவே தெரியாது. "அதைத் திருப்பிக் கொடுக்காமலேயே நாங்கள் வெளியூர் போய் விட்டால் என்ன செய்வது என்று அவர் சந்தேகப்படவும் இல்லை" என்கிறார் அசோகமித்திரன். இப்படி முன்பின் தெரியாதவர்களுக்கு அவ்வளவு பெரிய தொகையைக் கொடுத்தவரின் மனநிலை என்னவென்றால், கல்யாணத்துக்குக் கடன் வாங்குபவர்கள் ஏமாற்ற மாட்டார்கள் என்ற நம்பிக்கைதான்.

சென்னை பற்றி எழுதியவர்களில் முக்கியமானவர்கள் எஸ். முத்தையா, நல்லி குப்புசாமி செட்டியார் (தியாகராய நகர்: அன்றும் இன்றும்), அசோகமித்திரன் (சென்னை நகரம்: ஒரு பார்வையில்). இந்தப் புத்தகங்களில் நூறு ஆண்டுகளுக்கு முந்தைய வாழ்க்கை பற்றித் தெரிந்து கொள்ள முடிகிறது. சுருக்கமாகச் சொன்னால், இன்று நாம் நம்முடைய innocence-ஐ இழந்து விட்டோம். என்னுடைய ஆறாவது வயதில் நடந்த சம்பவம் இது. ஒருநாள் ஒரு தும்பியைப் பிடித்து அதன் சிறகுகளைப் பிய்த்துக் கொண்டிருந்தேன். உடனே என் அம்மா அப்படிச் செய்தால் அடுத்த ஜென்மத்தில் நீ தும்பியாகப் பிறந்து அந்தத்

தும்பி உன் றெக்கையைப் பிய்க்கும் என்றார்கள். உடனே நான் "போன ஜென்மத்தில் இந்தத் தும்பி மனிதனாக இருந்து என் றெக்கையைப் பிய்த்திருக்கும்" என்றேன் என்று பெருமையுடன் பலமுறை அம்மா சொல்லிக் கொண்டிருந்தார்கள். அப்படிச் சொன்னாலும் அந்தச் சம்பவத்திலிருந்து நான் பிற உயிர்களைத் துன்புறுத்துவதை விட்டு விட்டேன்.

***

காமத்தின் நிறம் என்ன? சிவப்பு என்கிறார்கள் இரண்டு பேர். ரத்தத்தின் நிறமும் சிவப்பு அல்லவா? ரத்தம், காமம் இரண்டையும் இணைத்து எழுதியவர் ஜார்ஜ் பத்தாய் (George Bataille) என்ற ஃப்ரெஞ்ச் எழுத்தாளர். இன்னொருவரும் வேறொரு விதமாக இணைக்கிறார். அவர் ஒரு மகா ஞானி.

17

காமத்தையும் ரத்தத்தையும் ஒப்பிட்ட ஃப்ரெஞ்ச் தத்துவ அறிஞர் ஜார்ஜ் பத்தாய் (Georges Bataille) போலவே மற்றொரு ஞானியும் சொல்லியிருக்கிறார் என்றேன். அவர் மகா பெரியவர் என்று அழைக்கப்படும் சந்திரசேகரேந்திரர். தெய்வத்தின் குரல் நூலில்தான் அப்படிச் சொல்கிறார். காமாட்சி குருதியின் நிறத்தில் இருப்பதைச் சொல்லி, ரத்தம் என்பது கருணை என்கிறார். குழந்தை வரம் வேண்டுபவர்கள் செல்லுமிடம் காஞ்சி அல்லவா? காமக் கடவுளாகிய மன்மதனிடம் உள்ள கரும்பு வில்லும் புஷ்ப பாணமும் காமாட்சியிடம் உள்ளன. இதன் பொருள், மன்மதன் ஒரேயடியாய் ஆடியதால் காமேஸ்வரன் அவனை எரித்து விட்டார்; அதிலிருந்துதான் காமாட்சியின் கையில் கரும்பும் புஷ்ப பாணமும் வந்து விட்டது.

சரி, ரத்தத்துக்கும் காமத்துக்கும் என்ன சம்பந்தம்? ஒருவர் மீது கத்தி பாயும் போது மரணம் நேர்கிறது; அதே கத்தியைக் கொண்டு தான் தொப்புள் கொடியையும் அறுக்கிறோம். அந்த இடத்தில் அது ஜனனம். ஆக, ஒரே பொருள் ஜனனத்துக்கும் மரணத்துக்கும் காரணம் ஆகிறது. இன்னும் கொஞ்சம் விளக்கமாகச் சொல்ல வேண்டுமானால், சம்போகத்தை ரொலான் பார்த் (Roland Barthes) லா பெத்தி மோர்த் (La petite mort) என்கிறார். பெத்தி என்றால் சிறிய; மோர்த் மரணம். ஆக, காமத் துய்ப்பின் போது நீங்கள்

உங்களை மறக்கிறீர்கள். அதுதான் சிறிய மரணம். உறக்கமும் அப்படியே.

அந்தக் காலத்தில் நம் நாட்டில் கடும் குற்றவாளிகளை கழு மரத்தில் ஏற்றினார்கள். மரணம் கொடூரமாகவும் நீண்ட நேர வதையாகவும் இருக்க வேண்டும் என்பதற்காக இந்த ஏற்பாடு. அதே போன்ற ஒரு மரண தண்டனைதான் சிலுவையில் அறைவது. ஒரு மனிதனை சிலுவையில் நிறுத்தி ஆணிகளால் அந்த உடம்பை மரத்தோடு வைத்து அடிப்பது எத்தகைய கொடுமையான சித்ரவதை. அப்படிப்பட்ட ஒரு கொலை ஆயுதம் ஒரு மகத்தான மனிதரால் தியாகத்தின் சின்னமாக ஆகவில்லையா? அப்படித்தான் கத்தியும் உயிரை உருவாக்கும் கருவியாகும். இன்னொரு விஷயமும் இருக்கிறது. ஒரு மனிதன் கழுத்து நெரிபட்டு இறக்க நேர்ந்தால் அவனுடைய ஜனன உறுப்பில் இந்திரியம் வெளிப்பட்டு இருக்கும். பிரேதப் பரிசோதனையில் மருத்துவர்கள் இதைத்தான் முதலில் சோதிப்பார்கள். ஆக, செக்ஸுக்கும் (ஜனனம்) மரணத்துக்கும் ஏதோ சம்பந்தம் இருக்கிறது.

***

சமீபத்தில் ஒரு ரஜினி ரசிகையோடு எனக்கு வாக்குவாதம் ஏற்பட்டது. அந்தப் பெண்ணை ஒரு பணி நிமித்தமாக தினமும் பார்க்க வேண்டியிருந்தது. ஒருநாள் அவர் காரில் படுக்கை தலையணை எல்லாம் இருந்தது. (அவர் வைத்திருந்த பாயில் மெத்தை வைத்துத் தைத்திருந்தது. அப்படியெல்லாமா வருகிறது இப்போது?) என்ன என்று கேட்டால், *கபாலி* ரிலீஸ் அன்று காலை பெரம்பூரில் ஏழு மணி காட்சி பார்த்தாராம். பிறகு அன்றைய தினமே குடும்பத்தோடு போக வேண்டிய கட்டாயம். பிரார்த்தனா திறந்த வெளி அரங்கம் என்பதால் பாயைப் போட்டுத் தூங்கி விட்டாராம்.

ஆனால் *கபாலி* சப்டைட்டில் விஷயத்தில் எனக்கு ஒரு புகார் இருக்கிறது. பொதுவாகவே தமிழ்ப் படங்கள் விருது வாங்காமல் போவதற்கு சப்டைட்டில்களில் சொதப்புவதும் ஒரு காரணம். *சுப்ரமணியபுரம்* வந்த புதிது. அந்தப் படம் ஏன் தேசிய விருது பெறவில்லை என்று கேட்ட போது சசிகுமார் ஒரு அதிர்ச்சி தகவல் சொன்னார். அதில் ஒரு வசனம் வருகிறது. "பழக்கத்துக்காக

நம்ம ஆளுங்க கொலையே செய்வாய்ங்க." அதாவது, நட்புக்காக கொலை செய்யவும் தயங்க மாட்டார்கள் என்று பொருள். அதை "murder is our habit" (கொலை செய்வதே நம்முடைய பழக்கம்) என்று மொழிபெயர்த்திருக்கிறார்கள். எப்படிக் கிடைக்கும் தேசிய விருது? கபாலியில் இந்த அளவு மோசம் இல்லை. ஆனால் இஷ்டத்துக்குக் கைச்சரக்கையெல்லாம் அடித்து விட்டிருக்கிறார்கள். உதாரணம்: நீங்கதான் எங்க விடிவு காலம். You are our superstar. அடப் பாவிகளா? படத்துக்குள்ளே போயா ஜால்ரா அடிப்பீர்கள்? தாங்குமா?

இன்னொரு கொடுமையும் நடந்துள்ளது. இது ரஞ்சித்தின் அனுமதியோடு நடந்ததா அனுமதி இல்லாமலா என்று தெரியவில்லை. படத்தில் சம்பந்தா சம்பந்தம் இல்லாமல் விளம்பரங்கள் வருகின்றன. நான் சொல்வது இடைவேளை விளம்பரம் இல்லை. படத்துக்குள்ளேயே விளம்பரம். ஆனால் பார்ப்பவர்களுக்கு விளம்பரம் மாதிரி தெரியாது. உதாரணமாக, கபாலி மலேஷியாவிலிருந்து சென்னை வருகிறாரா? அவர் எந்த ஓட்டலில் தங்கினார், அது எங்கே இருக்கிறது என்ற விபரம் எல்லாம் படத்தில் வருகிறது. கேமரா அந்த ஓட்டலின் பெயரில் நீண்ட நேரம் நிற்கிறது. இன்னொரு இடத்தில் சம்பந்தம் இல்லாமல் ஒரு எனர்ஜி ட்ரிங்கின் விளம்பரம் உட்கார்ந்திருக்கிறது. இதற்கெல்லாம் அந்த நிறுவனங்கள் கோடிகளில் பணம் கொடுக்கும். ஆனால் சில இயக்குனர்கள் இதை அனுமதிப்பதில்லை என்று கேள்விப்பட்டிருக்கிறேன். ரஞ்சித் இதை கவனிக்க வேண்டும். ஒரு படத்துக்குக் கேப்டன் இயக்குனர்தான்; தயாரிப்பாளர் அல்ல.

தயாரிப்பாளர் என்றதும் ஞாபகம் வருகிறது. என் நண்பர் ராம்ஜி ஒரு தயாரிப்பாளர். ஏதாவது ஒரு காதல் கதையை எடுக்கலாம் என்றார். கதை சொன்னேன். இதுதான் ஏற்கனவே *நாட்டிங் ஹில்* என்ற பெயரில் வந்து விட்டதே என்றார். நாட்டிங் ஹில் மட்டுமா? அதே மாதிரி நூறு படம் வந்து விட்டது; நாம் நூற்றி ஒன்றாவதை எடுப்போம்; வசனத்தில் கொஞ்சம் மால்கம் எக்ஸை சேர்த்து விட்டால் அரசியல் படம் என்றும் சொல்லிக் கொள்ளலாம்; கூடுதல் பெயர் கிடைக்கும் என்றேன். (மால்கம் எக்ஸ் அமெரிக்கக் கறுப்பின மக்களுக்காகப் போராடியவர்.)

நாட்டிங் ஹில் கதையும், ப்ரிட்டி வுமன் கதையும் ஒன்றுதான். இரண்டுமே ஜூலியா ராபர்ட்ஸ் நடித்தது. டைடானிக்கும் அன்பே

வா படமும் ஒன்றுதான். ராம்ஜி என்னையே பார்த்தார். நான் விளக்கினேன். காதலன், காதலி இரண்டு பேரில் ஒரு ஆள் பெரிய இடம், இன்னொன்று லோ கிளாஸ். படத்தைச் சரியாக எடுத்தால் பிய்த்துக் கொள்ளும். நாட்டிங் ஹில்லில் ஜூலியா ஒரு ஹாலிவுட் சூப்பர் ஸ்டார். அவர் ஒரு புத்தகக் கடை வைத்திருப்பவரைக் காதலிப்பார். எப்பேர்ப்பட்ட த்ரில் இருக்கும் என்று யோசித்துப் பாருங்கள். அம்பானியின் மகன் ஒரு சாதாரண புத்தகக் கடை வைத்திருக்கும் பெண்ணைக் காதலித்தால் எப்படி இருக்கும்? ப்ரிட்டி வுமனில் ஒரு கோடீஸ்வரன் தன் காதலியால் புறக்கணிக்கப்பட்டு சோகத்தில் இருக்கும் போது ஒரு சிவப்பு விளக்குப் பகுதியில் உள்ள கால் கேர்ளைக் காதலிக்க ஆரம்பித்து விடுவார். அந்த கால் கேர்ள்தான் ஜூலியா ராபர்ட்ஸ். நடிப்பில் பின்னி எடுப்பார் ஜூலியா.

அன்பே வா, டைட்டானிக் இரண்டிலும் கூட ஒரே ஃபார்முலாதான். இதில் சுவையூட்டக் கூடிய இன்னொரு விஷயம், எம்ஜியார்தான் அந்த பங்களாவின் முதலாளி என்று கன்னடத்துப் பைங்கிளிக்குத் தெரியாது. அதுதான் ஜாலி. இதேபோல் ராம்ஜியிடம் ஒரு கதை சொன்னேன். பார்க்கலாம் என்று சொல்லியிருக்கிறார்.

18

ராம்ஜி என்றதும் அபஸ்வரம் ராம்ஜியா என்று பல விசாரிப்புகள். அபஸ்வரம் இன்னும் சினிமா தயாரிப்பு என்ற அபாய விளையாட்டில் இறங்கவில்லை என்று நினைக்கிறேன். நான் சொன்னது, உப்புக் கருவாடு ராம்ஜி. பார்க்க தக்காளிப் பழம் போல் தகதகவென்றுதான் இருப்பார். உப்புக் கருவாடு படத்தைத் தயாரித்ததால் அந்தப் பெயர். கடைசியில் அவருக்கு நான் சொன்ன காதல் கதை பிடிக்கவில்லை. டால்ஸ்டாய் எழுதிய *அன்னா கரினினா* கதையைத்தான் சொன்னேன். தமிழுக்கு ஒத்து வராது என்று சொல்லி விட்டார்.

அதோடு நான் நிறுத்தியிருக்கலாம். வேறொரு கதையைச் சொன்னேனா, அன்றிலிருந்து என் தொலைபேசி அழைப்பை எடுக்க மாட்டேன் என்கிறார். அந்த அற்புதமான கதையை உங்களி டமும் சொல்லியே தீருவேன். ரொம்பவும் யூத்ஃபுல் கதை. 25 வயது இளைஞன். அரைக்கால் டிராயர் அணிந்திருக்கிறான். அவனுடைய வீட்டில் அமர்ந்திருக்கிறான். எதிரே சாப்பாட்டு மேஜை. அதில் ஒரு ஆஷ்ட்ரே. ஆஷ்ட்ரே காலியாக இருக்கிறது. சமீபத்தில்தான் அதைச் சுத்தம் செய்திருக்க வேண்டும். எல்லாமே க்ளோசப் காட்சிகள். (இது கேமராமேனுக்கு.) மேலே மின்விசிறி குறைந்த வேகத்தில் ஓடிக் கொண்டிருக்கிறது. டிர்ர் டிர்ர் என்று சப்தம். (இது சவுண்ட் எஞ்ஜினியருக்கு.) இளைஞன் எழுந்து போய் தண்ணீர் குடிக்கிறான். (தொண்டையில் களக் களக் என்று

சப்தம். கேமரா க்ளோசப்.) டம்ளரை வைத்து விட்டு பால்கனிக்கு வந்து வேடிக்கை பார்க்கிறான். மின்கம்பிகளில் சில காகங்கள். திரும்பவும் வந்து முன்பு அமர்ந்திருந்த இடத்திலேயே அமர்கிறான். இப்போது ஆஷ்ட்ரே. அதில் ஒரு ஈ. நீங்களே சொல்லி விடலாம், இப்போது க்ளோசப். யோசிக்கிறான். திரும்பவும் பால்கனிக்குப் போகிறான்.

இதுதான் கதை. ஒரு மணி நேரப் படம். இவ்வளவு உலகத் தரமான கதையைச் சொல்லியும் அவர் ஏன் என் ஃபோனையே எடுக்க மாட்டேன் என்கிறார் என்று புரியவில்லை. நீங்கள் ஒன்றும் என்னைத் தவறாக விடக் கூடாது. சமீபத்தில் நான் பார்த்த சில படங்கள் அப்படித்தான் இருந்தன. அதன் இயக்குனர்கள் இதுவரை ஒரு டஜன் நாடுகளுக்குப் போய் வந்து விட்டார்கள். அந்தப் படங்கள் எல்லாம் சர்வதேசத் திரைப்பட விழாவில் விருதுகளை வாங்கிக் குவித்திருக்கின்றன. பிறகு என்ன? நீங்கள் பாட்டுக்கு கபாலி, எந்திரன் 2 என்றெல்லாம் எடுப்பீர்கள், நாங்கள் இப்படி ஒரு யூத் சப்ஜெக்டில் எடுத்து விருதுகளைக் குவிக்கக் கூடாதா? மொத்த பட்ஜெட் ரெண்டே லட்சம். எடுக்கிறேனா இல்லையா பாருங்கள்.

***

யாரிடமும் என்னை எழுத்தாளன் என்று அறிமுகப்படுத்தாதீர்கள் என்று எவ்வளவுதான் கெஞ்சிக் கேட்டுக் கொண்டாலும் கேட்க மாட்டேன் என்கிறார்கள். அறிமுகப்படுத்தப்படும் அன்பர்களுக்கு என் தொழிலை விளக்குவதற்குள் தாவு தீர்ந்து விடுகிறது. சமீபத்தில் ஒரு அன்பரிடம் நானே எழுத்தாளன் என்று அறிமுகப்படுத்திக் கொண்டு கதறக்கதற விமான நிலையம் போய்ச் சேர்ந்தேன்.

கோவை செல்ல விமானத்தைப் பிடிக்க வேண்டும். வந்த டிரைவர் டிரைவர் போல் இல்லை. டை கட்டி, டக் இன் செய்து, காலில் ஷூவோடு ஷாஃபர் (Chauffeur) போல் இருந்தார். இடையிடையே ஆங்கிலம். இருக்கைக்குப் பக்கத்தில் மடிக்கணினி. "உங்கள் பெட் என்ன ஜாதி சார்?" என்றார். க்ரேட் டேன் என்றேன். அப்போதே எனக்கு இவர் விவகாரமான ஆள் என்று புரிந்து விட்டது. எனக்கு இதுபோல் அனாவசியமாகப் பேச்சுக் கொடுக்கும் காரோட்டிகளைப் பிடிக்காது. (சிந்தனை கெட்டு விடும்!) வண்டியைக் கிளப்பியதுமே

"என்னை அடையாளம் தெரியாத முதல் மனிதர் நீங்கள்தான் சார், ஆச்சரியம்" என்றார். ஐயோ, மெண்டலிடம் மாட்டிக் கொண்டோமோ என்று ஒரு நிமிடம் பயந்து போனேன். இல்லை. அவர் சினிமா நடிகராம்; தொலைக்காட்சியிலும் பல சீரியல்களில் நடிக்கிறார். நான் ஒரு ஆள்தான் அவரை அடையாளம் கண்டு கொள்ளவில்லை. காரணம், நான் தொலைக்காட்சியே பார்த்ததில்லை. 1977ஆம் ஆண்டு சென்னை மில்லர்ஸ் ரோட்டில் இருந்த சாந்தி மேன்ஷனில் ஒரு ஆண்டு தங்கியிருந்தபோது பக்கத்தில் இருந்த நேரு பார்க்கில் வயலும் வாழ்வும் நிகழ்ச்சி பார்த்திருக்கிறேன். அதுவும் டிவி என்றால் எப்படி இருக்கும் என்று தெரிந்து கொள்வதற்காகப் பார்த்தது. அதற்குப் பிறகு டிவி பக்கமே போனதில்லை.

"என்னை நீங்கள் சினிமாவில் பார்த்திருக்கலாமே?" துரதிர்ஷ்டவச மாக அவர் குறிப்பிட்ட படங்களை நான் பார்க்கவில்லை. இன்ஸ்பெக்டராக நடிப்பாராம். பார்க்கவும் அப்படித்தான் இருந்தார். ஆனால் அதற்குப் பிறகு அவர் சொன்ன விஷயங்கள்தான் பயங்கரம். நடிகனாக இருந்தால் சமூகத்தில் செம அந்தஸ்து கிடைக்கிறது. அதே சமயம் பிரச்சினைகளும் இருக்கின்றன. உதாரணமாக, எங்கே போய் சாப்பிட்டாலும் காசு வாங்கிக் கொள்ள மாட்டேன் என்கிறார்கள். "உங்கள்ட்ட போய் காசு வாங்கறதா? நீங்க எங்க கடைக்கு வர்றதே பெரிய கௌரவம் சார்." இதோடு இன்னொரு பெரிய சங்கடம், அவர் குடியிருக்கும் பகுதியில் வீட்டு வாடகை அதிகமாகி விட்டதாம். நடிகருங்க இருக்கிற ஏரியால்ல; அப்படித்தான் வாடகை எகிறிடும்ங்கிறாய்ங்க. என்னா சார் பண்றது?

நல்லா துட்டு வருது சார். கார் ஓட்றது நம்ம ஹாபி. மத்தபடி ஒரு நாளைக்கு எப்டியும் பத்து ரூவா வருது. மின்னால ரெண்டுதான் குடுத்தாய்ங்க. எனக்கு ரெண்டு, என்னோட நாலு பாடி கார்டுங்களுக்கு ஆளுக்கு ரெண்டு. பிறகுதான் ப்ரொட்யூசர் சொன்னாரு, இப்படி உன்னோட பாடி கார்டுங்களுக்கும் ரெண்டு ரெண்டா குடுக்கிறதுக்கு உன்னாண்டயே பத்தையும் குடுத்திர்றேன்னு வழிக்கு வந்துட்டாரு.

பத்துன்னா? (எனக்கு லட்சமா, ஆயிரமா என்று திடீரென்று சந்தேகம் வந்து விட்டது.)

பத்தாய்ரம் சார். இப்போ பாடி கார்டுங்க இல்ல. பத்தும் நம்ம கைக்கு வந்துருது. நீங்க என்னா சார் வேலை பண்றீங்க?

(போச்சுடா. அடி மடியில் கை வைத்து விட்டாரே!)

ரைட்டர்.

அப்படின்னா?

எழுத்தாளர்.

அப்படின்னா?

அதாங்க இந்த குமுதம் மாதிரி பத்திரிகைலேலாம் எழுதுவேன்.

ஓ, நக்கீரன் கோபால் மாதிரியா சார்?

இல்ல, அவ்ளோ தீவிரம் இல்ல; கொஞ்சம் கீழ தான்.

பணம் வருதா சார்?

What a brilliant guy! சற்று முன்புதான் எழுத்தாளர் என்றால் யார் என்று கேட்டவர் இப்படி ஒரு கேள்வியைக் கேட்கிறாரே!

நான் மையமாகச் சிரித்து வைத்தேன்.

சார், பணம் வரணும்னா ஒன்னு பண்ணுங்க. பேசாம அஸிஸ்டண்ட் டைரக்டரா சேர்ந்துடுங்க.

என்னுடைய மிரண்ட தோற்றத்தைப் பார்த்து விட்டு, "ஏஜ் லிமிட் லாம் ஒன்னும் கிடையாது சார். எந்த ஏஜ்லெயும் அஸிஸ்டண்ட் டைரக்டராகலாம்" என்றார்.

அடப் பாவிகளா, எப்பேர்ப்பட்ட சமூகம்டா!

பட்ட காலிலேயே படும் என்பார்கள் இல்லையா? விமான நிலையப் பாதுகாப்பு அதிகாரி என்னை உள்ளேயே விடவில்லை. டிக்கட்டில் மறுநாள் தேதி போட்டிருந்தது! உடனே அந்த நடிகரையே அழைத்து அவர் காரிலேயே வீடு திரும்பினேன். அப்போது அவர் சொன்ன கதைகளைப் பிறகு சொல்கிறேன்.

***

என் நண்பன் ஒருவனுக்குத் திருமணம் ஆன கையோடு பிரிவு நேர்ந்து விட்டது. காதல் திருமணம் என்பதால் அவர்கள் ஜாலியாகப் பேசிக் கொள்வது வழக்கமாம். அவள் அவனிடம் கேட்டாள்.

“இதற்கு முன்பு உனக்கு எந்தப் பெண்ணுடனாவது 'பழக்கம்' இருந்தது உண்டா?”

“இல்லை.”

அப்படிச் சொன்னவன் அதோடு நிறுத்தியிருக்க வேண்டாமா? நாக்கில் சனி. அவளிடம் காட்ஃபாதர் பார்த்திருக்கிறாயா என்று கேட்டிருக்கிறான். அவளும் ஆமாம் என்று சொல்ல, இந்தப் பயல் அதில் ஒரு காட்சியை விவரித்திருக்கிறான். அவள் விவாகரத்துக்கு விண்ணப்பித்து விட்டாள். அந்தக் காட்சி...

19

காட்ஃபாதர் படம் பார்த்திருக்கிறீர்களா? அதில் காட்ஃபாதரின் மகன் மைக்கேல் தன்னுடைய மைத்துனனைக் கொன்று விடுகிறான். மைத்துனனின் துரோகத்தால்தான் காட்ஃபாதர் கொல்லப்படுகிறார். அதற்கான பழிவாங்கல். மைக்கேலின் மனைவி 'கே' மிகவும் ஒழுக்கமான குடும்பத்தைச் சேர்ந்தவள். எல்லாமே அவளுக்கு சட்டப்படி நடக்க வேண்டும். ஒருநாள் அவள் மைக்கேலிடம் "நீதான் அவனைக் கொன்றாயா?" என்று கேட்கிறாள். அதற்கு மைக்கேல், "இது போன்ற விஷயங்களில் நீ தலையிடுவது, கேள்வி கேட்பது எல்லாம் எனக்குப் பிடிக்காது. இருந்தாலும் கேட்டு விட்டாய். ஆனால் இதுவே முதலும் கடைசியுமாக இருக்கட்டும். என்ன கேட்க வேண்டும். கேள்" என்கிறான். "நீதான் அவனைக் கொன்றாயா?" "இல்லை." காட்ஃபாதர் முதல் பாகம் அதோடு முடிகிறது. என் நண்பனின் மனைவி ஏன் விவாகரத்துக்கு விண்ணப்பித்தாள் என்று புரிகிறதா? "உனக்கு ஏற்கனவே எந்தப் பெண்ணுடனாவது உறவு உண்டா?" என்று கேட்ட மனைவியிடம் இல்லை என்று பதில் சொல்லி விட்டு *காட்ஃபாதர்* சம்பவத்தைச் சொல்லியிருக்கிறான் நண்பன்.

இதேபோல் தருண் தேஜ்பாலின் *ஆல்கெமி ஆஃப் டிசையர்* நாவலிலும் ஒரு இடம் வருகிறது. ஆண்களின் செக்ஸ் பழக்கங்களைப் பற்றி ஆய்வு செய்யும் மாணவிதான் நாயகி. அவள் கணவனிடமிருந்தே தன்னுடைய ஆராய்ச்சியைத் தொடங்கலாம் என்று நினைத்துத்

தன் கேள்விகளைக் கேட்கத் துவங்குகிறாள். முதலில் தயங்கும் கணவன், பிறகு, "நான் என்ன பதில் சொன்னாலும் அதை நீ நம்முடைய அன்றாட வாழ்வில் பயன்படுத்தி என்னை டார்ச்சர் செய்யமாட்டாய் அல்லவா?" என்று கேட்டு உறுதி செய்து கொண்டு கேள்விக்குத் தயார் ஆகிறான். முதல் கேள்வி: நீ கர மைதுனம் செய்வதுண்டா? ஆம் எனில் எப்போது எங்கே செய்கிறாய்?

பதில்: ஆம்; காலையில் கழிப்பறையில்.

கேள்வி: இப்போதுமா?

பதில்: ஆமாம்.

மனைவி மூர்ச்சையாகி விடுகிறாள்.

என்னுடைய நண்பர் ஒருவர் என்னிடம் கேட்டார், "நீ ஏன் என்னிடம் உண்மையே பேசுவதில்லை?" நான் சொன்ன பதில்: "நான் உண்மை பேச வேண்டுமானால், உங்கள் மனக்கதவுகள் அதற்குத் திறந்திருக்க வேண்டும்."

***

சமீபத்தில் எந்தெந்த நாவல்களிலிருந்து எந்தெந்த படங்கள் உருவாகியிருக்கின்றன என்று ஒரு ஆய்வு செய்த போது வுல்ஃப் டோட்டம் (ஓநாய் குலச்சின்னம்) என்ற சீன மொழி நாவல் சினிமாவாக வந்துள்ளதை அறிந்தேன். சில ஆண்டுகளுக்கு முன்பு அந்த நாவலை ஆங்கில மொழிபெயர்ப்பில் படித்து ஒரு விமர்சனம் எழுதினேன். அந்த நாவலின் அடியோட்டமான கருத்தில் உடன்பாடு இல்லை என்பதால் கடுமையாக விமர்சித்தேன் என்றாலும் அதை சினிமாவாக எடுத்தால் மறக்கவே முடியாத படமாக இருக்கும் என்று தோன்றியது. விமர்சித்ததன் காரணம், வேளாண்மைத் தொழில் புரிந்த சீனர்கள் உதவாக்கரைகள் என்றும் வேட்டைக்காரர்களான மங்கோலிய இனம்தான் உலகின் ஆகச் சிறந்த இனம் என்றும் இனவாதத்தை முன்வைத்து எழுதப்பட்டிருந்தது அந்த நாவல். அதை சினிமாவாகப் பார்க்க வேண்டும் என்று நினைத்ததன் காரணம், கதை நடப்பது சீனாவின் ஆதிக்கத்தில் இருந்த மங்கோலியாவின் ஒரு பகுதியில்.

இன்னும் சரியாகப் புரிந்து கொள்ள வேண்டுமானால் ஒருசில

புள்ளி விபரங்களைப் பார்த்தால் போதும். மங்கோலியாவின் மொத்த ஜனத்தொகை 30 லட்சம்தான். அதில் 15 லட்சம் பேர் அதன் தலைநகர் உலான் பத்தோரில் வசிக்கிறார்கள். நாட்டின் பரப்பளவு இந்தியாவில் பாதி. யோசித்துப் பாருங்கள், பாதி இந்தியாவின் ஜனத்தொகை வெறும் 15 லட்சம் என்றால் எப்படி இருக்கும்? தேசம் பூராவும் வெறும் பனிக்காடுதான். சீனாவின் ஆதிக்கத்தில் இருந்த மங்கோலியா முழுவதும் நாடோடி மக்கள்தான் வாழ்கின்றனர். ஆடு மாடு மேய்த்தல்தான் தொழில். எங்கெங்கே புல்வெளிகள் இருக்கிறதோ அங்கே கூடாரம் அடித்துத் தங்கி விட்டு அப்புறம் இன்னொரு புல்வெளியைத் தேடிப் போவார்கள். வேட்டையில் கிடைக்கும் விலங்குகளும், அவர்கள் வளர்க்கும் ஆடுகளும்தான் உணவு. போக்குவரத்துக்குக் குதிரை. குதிரையின் மூலம்தான் ஆடு மேய்ப்பார்கள்.

ஓநாய்கள் அவர்களுக்குக் கடவுளைப் போல. ஏனென்றால், செங்கிஸ்கான் என்ற மங்கோலிய மன்னன் தன்னுடைய சிறிய சைன்யத்தை வைத்துக் கொண்டு உலகம் பூராவையும் வெற்றி கொண்டதற்குக் காரணம், அவனுடைய போர்த் தந்திரங்களை ஓநாயிடமிருந்துதான் கற்றான். 1967 சீனாவில் நடந்த கலாச்சாரப் புரட்சியின் போது பெய்ஜிங்கிலிருந்து சென்ஷன் என்ற மாணவன் மங்கோலியப் பகுதிக்கு அனுப்பப்படுகிறான். நோக்கம், மங்கோலிய நாடோடிப் பழங்குடி மக்களைத் திருத்துவது. வந்தவுடனே சென்ஷன் அந்தப் பழங்குடியினரின் தலைவரிடம் நல்ல பெயரைப் பெறுகிறான். அவர்தான் அவனுக்கு மங்கோலிய வாழ்க்கை பற்றிக் கற்பிக்கிறார். முதல் பாடம், ஏட்டுக் கல்வி வாழ்க்கைக்கு ஆகாது. வந்த கொஞ்ச தினங்களிலேயே அவனை ஒரு பெரும் ஓநாய்க் கூட்டம் சூழ்ந்து கொள்கிறது. ஓநாயை விரட்டும் தடியையும் தன் நண்பனிடம் கொடுத்து விட்டான். எந்த ஆயுதமும் இல்லாமல் குதிரையில் அமர்ந்திருக்கிறான். அப்போது குதிரையின் முதுகில் தொங்கிக் கொண்டிருந்த உலோகத் தகடுகளை ஒன்றோடு ஒன்று தட்டி ஒலியெழுப்பி அமானுஷ்யமான குரலில் அலறுகிறான். ஓநாய்க் கூட்டத்தின் தலைமை ஓநாய் எல்லா ஓநாய்களையும் அழைத்துக் கொண்டு ஓடி விடுகிறது. சென்ஷனுக்கு ஓநாய்களின் அந்த பலவீனம் பற்றிச் சொல்லியிருந்தது இனத் தலைவர்தான். உலகில் வசிக்கும் ஜீவராசிகளிலேயே அதிகமான communication திறமை உள்ளது ஓநாய். மனிதனைக் காட்டிலும் அதன் திறமை

அதிகம். கண்ணிமைக்கும் நேரத்தில் தலைவனிடமிருந்து குரல் மூலமாகவோ உடல் மொழியிலோ சமிக்ஞை கிடைத்து விடும்.

நம்மில் சிலர், மாமிசம் உண்பதை உயிர்களை இம்சை செய்வதாக நினைக்கிறோம். (நானே அப்படித்தான் நினைக்கிறேன்!) ஆனால் சுற்றுப்புறச் சூழல் நம் கலாச்சாரத்தையே எப்படி மாற்றக் கூடியது என்பதற்கு இந்தப் படம் ஒரு உதாரணம். ஓநாய்கள் அந்தப் பிராந்தியத்தில் உள்ள மான்களை வேட்டையாடித் தின்கின்றன. மான்களோ, பாவம், வெறும் புல்லை மட்டுமே தின்கின்றன. அப்படிப்பட்ட ஓநாய்களை தெய்வம் என்கிறீர்களே என்று தலைவரைக் கேட்கிறான் சென்ஷன். "பனிப்பாலையில் வாழும் எங்களுக்குப் புல்தான் வாழ்க்கை; புல்தான் உயிர்; மற்றதெல்லாம் துச்சம். அப்படிப்பட்ட புல்லைத் தின்று விடும் மான்கள் எங்களுக்குக் கொடூரமானவை" என்கிறார் தலைவர்.

கிட்டத்தட்ட மனித இனத்தைப் போன்ற கூரிய அறிவு படைத்தது ஓநாய். மான்களை வேட்டையாடுவதற்காக அவை மாதக் கணக்கில் காத்துக் கொண்டிருக்கும். அந்த அளவு பொறுமையை வேறு எந்த உயிரினத்திலும் காண முடியாது. புற்கள் நன்றாக வளர்ந்து செழித்த நிலையில் அவைகளைத் தின்பதற்கு ஆயிரக்கணக்கான மான்கள் வரும். அப்போது ஒரு நாள் பூராவும் புதர்களில் மறைந்திருக்கும் ஓநாய்கள். மூச்சு விடும் சப்தம் கூடக் கேட்காது. மான்கள் வயிறு புடைக்கத் தின்று விட்டு இரவில் ஓய்வு எடுத்துக் கொண்டிருக்கும் போது அவைகளை விரட்டும் ஓநாய்கள். வயிறு புடைத்தால்தான் அவற்றால் வேகமாக ஓட முடியாது. (அதிலும் சில புத்திசாலி மான்கள் உயிர் பிழைத்து விடும். எப்படியென்றால், என்னதான் பசித்தாலும் வயிறு புடைக்கத் தின்னாது! அவைதான் ஓநாய்க் கூட்டம் விரட்டும் போது உயிர் பிழைப்பவை. இந்த விஷயத்தில் நாம் எடுத்துக் கொள்ள வேண்டிய ஒரு நீதியும் இருக்கிறது. "எந்த நேரத்திலும் நிதானமும் கவனமும் தேவை.")

உயிர் பயத்தால் காற்றைப் போல் கடுகி ஓடும் மான்களைத் துரத்தும் ஓநாய்கள் அவற்றை பனி உறைந்த ஏரியின் பக்கமாகவே துரத்தும்.

ஆனால் இதெல்லாம் படத்தில் இரண்டாம் பட்சமான விபரங்கள்தான். படத்தின் அடிச்சரடு, ஒரு ஓநாய்க் குட்டிக்கும் சென்ஷனுக்குமான உறவு. அதைப் பார்த்துப் பல இடங்களில் கண்ணீர் விட்டேன்.

20

மை டியர் மிஷ்கின்,

முதலில் உனக்கு என் நன்றி. சினிமா உலகில் என் பெயரைச் சொல்லவே பலரும் தயங்குகின்ற நிலையில் நீ எனக்கு இளையராஜாவுக்கும், நாசருக்கும் கொடுத்திருக்கும் இடத்தைக் கொடுத்திருப்பதாகச் சொல்கிறாய். ஆனால் அதே கையோடு "சாருவின் எழுத்து ஒன்றைக் கூட நான் படித்ததில்லை" என்று சொல்லியிருக்கிறாய். அதில் என் எழுத்தை நிராகரிக்கும் தொனி இருக்கிறது. நிராகரிப்பதில் தவறே இல்லை மிஷ்கின், படித்து விட்டு நிராகரி. தலை வணங்கி ஏற்றுக் கொள்கிறேன்.

'புத்தக விழாவில் ஆறடி தள்ளி ஓரமாய்ப் போன சாருவை பாய்ந்து கட்டியணைத்துக் கன்னத்தில் முத்தமிட்டேன்' என்கிறாய். அது ஓர் அற்புதத் தருணம். ஆனால், என் எழுத்தையே படிக்காமல் என்னைக் கட்டியணைப்பதில் என்ன பயன்? இந்த உலகில் ஒரு ஓவியன், ஒரு சிற்பி, ஒரு இயக்குனர், ஒரு இசைக் கலைஞன் என்று எல்லோருமே சந்தோஷமாக இருக்கும் போது எழுத்தாளன் மட்டுமே துயரமாக இருக்கும் காரணம் என்ன? ஏனென்றால், அவன் மட்டுமே தன் வாழ்க்கையைத் திரியாக ஏற்றி உலகுக்கு ஒளி கொடுத்து விட்டு அழிந்து போகிறான். பாரதியின் வாழ்க்கை

ஒரு உதாரணம். நாமார்க்கும் குடியல்லோம், நமனை அஞ்சோம் என்பதுதானே எழுத்தாளனின் அடையாளம்?

இறைவியை விமர்சித்தேன். பலன் என்ன? பலரும் என்னைத் திட்டினார்கள். ஆனால் இறைவி எடுத்த கார்த்திக் சுப்பராஜின் ஜிகிர்தண்டாவைப் பாராட்டினேனே? ஜிகிர்தண்டாவை இயக்கியவர் என்பதால்தானே முதல்நாளே இறைவியைப் பார்த்தேன்? அப்படியெனில் எனக்கு எந்த உள்நோக்கமும் இல்லை என்றுதானே அர்த்தம்? மேலும், ஒரு விமர்சகனின் வேலை யாருக்கும் முதுகு சொறிந்து விடுவது அல்லவே? முதலில் அவன் அந்தப் படைப்பாளியுடனேயே பேசவில்லை. கலை என்றால் என்ன என்று அப்படத்தை முன்வைத்து அவன் சமூகத்துடன் உரையாடுகிறான். அதைத்தான் என்னுடைய ஒவ்வொரு சினிமா விமர்சனத்திலும் செய்து வருகிறேன்.

இப்படிச் செய்வதால் எனக்கு ஏற்படும் கெட்ட பெயர் தவிர இன்னொரு நஷ்டமும் ஏற்பட்டது. அது, அன்றாட வாழ்க்கைக்குத் திருவோடு ஏந்துவது. நானும் என் எழுத்துலக சகாக்களைப் போல் வசனம் எழுதியிருந்தால் திருவோடு ஏந்தியிருக்க வேண்டாம். ஆனால் அதற்கு நான் *கபாலியை* நல்ல படம் என்று எழுத வேண்டும். அது மிக மோசமான சமரசம் இல்லையா மிஷ்கின்? மற்றவர்களுக்கு இதமாக எழுதுவதுதான் ஒரு எழுத்தாளனின் வேலையா? உலக இலக்கியம் தெரிந்த நீ சொல், நான் கேட்டுக் கொள்கிறேன், உலகில் சமரசம் செய்து வாழ்ந்த ஒரு எழுத்தாளன் உண்டா? துருக்கியின் ஓரான் பாமுக் சொன்னார், பத்து லட்சம் ஆர்மீனியர்களும் 30000 குர்து இன மக்களும் துருக்கியில் கொல்லப்பட்டார்கள் என்று. குர்து இனத்துக்கு ஆதரவாக ஒரு வார்த்தை பேசினாலே துருக்கியில் தேசத் துரோகம். பாமுக் அதையும் தாண்டிப் போனார். தேசத் துரோகக் குற்றம் சுமத்தப்பட்டது. ஆயுள் தண்டனைதான் கிடைக்கும். அப்போதும் அவர் அசரவில்லை. நான் சொன்னது உண்மை; என் வார்த்தைகளைத் திரும்பப் பெற மாட்டேன் என்று சொல்லி விட்டார். துருக்கியில் ஒரு ஆள் அவருக்கு ஆதரவாகப் பேசவில்லை. ஐரோப்பிய நாடுகள் துருக்கியை நிர்ப்பந்தம் செய்து அவரைக் காப்பாற்றின. எழுத்தாளன் என்றால் இதுதான் அடையாளம். உயிரே போவதாக இருந்தாலும் சமரசம் கூடாது. அதனால்தான் 'நாம் திருவோடு ஏந்தினாலும் பரவாயில்லை; சமரசம் செய்யலாகாது' என்று சினிமா விமர்சனம்

எழுதி வருகிறேன். அப்படிப்பட்ட ஒரு நண்பனுக்கு நீ தார்மீக ஆதரவு அல்லவா கொடுக்க வேண்டும்? அதை விட்டு விட்டு, எல்லோரையும் அனுசரித்து எழுது என்றால் என்ன அர்த்தம்?

என்னுடைய சினிமா மதிப்புரைகளை ஒருசேரப் படித்தால் ஒருவருக்கு சினிமா பற்றிய ஞானமும் தெளிவும் கிடைக்கும். உதாரணமாக, ப்ரஸீலைச் சேர்ந்த க்ளாபர் ரோச்சா (Glauber Rocha), பொலிவியாவைச் சேர்ந்த ஹோர்ஹே சான்ஹீனஸ் (Jorge Sanjines), அமெரிக்க இயக்குனரான ஹொடரோவ்ஸ்கி (Jodorowsky), பத்ரீசியோ குஸ்மான் (Patricio Guzmán) எடுத்த நான்கரை மணி நேர ஆவணப்படமான Battle of Chile - இன்னும் இதுபோல் பல படங்கள், பல இயக்குனர்கள் பற்றி நான் *லத்தீன் அமெரிக்க சினிமா* என்ற புத்தகத்தை எழுதி 35 ஆண்டுகள் ஆகிறது. அதன் மறுபதிப்பை நீதான் வெளியிட வேண்டும் என்பது என் ஆசை. மேலும், இந்த இயக்குனர்கள் பற்றியெல்லாம் இந்தியாவில் யாரும் குறிப்பிட்டுப் பேசி நான் கேட்டதில்லை.

என்னை நீ படிக்கவில்லை என்றும் ஆனால் நான் அன்பானவன் என்றும் சொல்கிறாய். உன்னை எனக்குப் பிடித்திருப்பதன் காரணம், உன் மீசை அழகாக இருக்கிறது என்பதனால் அல்ல; உன் சினிமா அழகாக இருக்கிறது என்பதனால்தான். அதை விட்டுவிட்டு, நான் மிஷ்கினின் ஒரு படத்தையும் பார்த்ததில்லை; ஆனால் மிஷ்கினைப் போல் அன்பான மனிதனைப் பார்ப்பது அரிது என்று சொன்னேன் என்றால், அது ஒரு கலைஞனை அவமானப்படுத்தும் செயல் இல்லையா? நீயும் நானும் கலந்து கொண்ட ஒரு இலக்கிய நிகழ்வில் ஒரு நண்பர் என்னுடைய விருந்து உபசாரத்தைப் பற்றியும் நான் சமையல் செய்வதன் லாகவத்தைப் பற்றியும் பேசினார். நல்லது. ஆனால் சச்சின் பற்றி பேசினால், சச்சின் பழகுவதற்கு இனியவர், யாரையுமே புண்படுத்த மாட்டார், அருமையாக சமைப்பார் என்ற ரீதியில் எழுதிக் கொண்டு போனால் அது அவரை அவமானப்படுத்துவதாகும். என்னுடைய அடையாளம் எழுத்து. அதைப் பற்றிப் பேசலாம்; அல்லது திட்டக்கூட செய்யலாம். அதை விட்டுவிட்டு 'சமைப்பார், இனிமையாகப் பழகுவார்' என்பதெல்லாம் ஒரு எழுத்தாளனுக்கு இழைக்கப்படும் மிகப் பெரிய அவமரியாதையும் அநீதியும் ஆகும்.

உலக இலக்கியம் படிக்கும் உனக்கு ஒன்றே ஒன்றை மட்டும் சொல்ல

கனவு, கேப்பச்சினோ, கொஞ்சம் சாட்டிங்...

ஆசைப்படுகிறேன் மிஷ்கின். என்னுடைய நாவல் ஸீரோ டிகிரி இந்தியாவில் எழுதப்பட்ட 50 முக்கியமான புத்தகங்களில் ஒன்றாகத் தேர்ந்தெடுக்கப்பட்டுள்ளது. ஸ்வீடன் நாட்டின் யான் மிக்கால்ஸ்கி (Jan Michalski) விருதுக்கும் பரிந்துரைக்கப்பட்டது. மற்றொரு நாவல் *ராஸ லீலா*. நான் ஒரு மத்திய அரசு அலுவலகத்தில் ஸ்டெனோவாக வேலை பார்த்தேன். அதிகாரிகளுக்கு சாராய பாட்டில் வாங்கிக் கொடுப்பதிலிருந்து இன்னும் பல்வேறு கீழ்த்தரமான காரியங்களையெல்லாம் செய்ய வேண்டி வந்தது. என்னை விடக் கீழ்நிலையில் இருந்த ஒரு பணியாளர், அதிகாரி வீட்டில் பெண்களின் உள்ளாடைகளைத் துவைத்துப் போடுவதாக என்னிடம் அழுதார். பட்டதாரி. எல்லா கொடுமைகளையும் *ராஸ லீலா* நாவலில் புட்டுப் புட்டு வைத்திருக்கிறேன்.

எப்போதும் சிரிக்கச் சிரிக்கப் பேசும் பார்த்திபன் ஒருமுறை உணர்ச்சிகரமான குரலில் சொன்னார். "நான் துணை இயக்குனராக இருக்கும் போது சினிமாவில் பெரிய ஆளாக வர வேண்டும் என்று ஆசைப்பட்ட என் அப்பா, நான் ஹீரோவாகப் புகழ் பெற்ற போது அதைப் பார்ப்பதற்கு உயிரோடு இல்லை." மை டியர் மிஷ்கின், நான் இறந்த பிறகு நீ என்னைப் படிக்கும்போது, ஒருவேளை என் எழுத்தை சிலாகித்தால் நீ முத்தமிடுவதற்கு நான் இருக்க மாட்டேன். அந்தத் துயரம் உனக்கு வரக் கூடாது என்று ஆசைப்படுகிறேன்.

என்றென்றும் உன்னை நேசிக்கும்,
சாரு.

100

21

சென்ற வார கடிதத்தில் இருந்த பிழையை பல நண்பர்கள் சுட்டிக் காட்டினார்கள். அலெஹாந்த்ரோ ஹொடரோவ்ஸ்கி (Alejandro Jodorowsky) அமெரிக்கர் அல்ல; தென்னமெரிக்கர். சீலே நாட்டைச் சேர்ந்தவர். இப்போது ஃப்ரான்ஸில் இருக்கிறார். ஆன்மீகத்தில் மிகுந்த நாட்டமுள்ளவர். தியான வகுப்புகள் நடத்துகிறார். சைவ உணவை மட்டுமே உண்பார். ஏன் என்று கேட்டதற்கு, பிணத்தைச் சாப்பிடுவது எனக்குப் பிடிக்காது என்றார். மது, சிகரெட் கிடையாது. இதையெல்லாம் படித்து விட்டு இவருடைய படங்களைப் பார்த்தால் தொலைந்தோம். பல கதாபாத்திரங்கள் ஆடையே அணிந்திருக்க மாட்டார்கள். சினிமா என்றால் நாம் எப்படிப் புரிந்து வைத்திருக்கிறோமோ அதற்கெல்லாம் நேர் எதிரானது ஹொடரோவ்ஸ்கியின் படங்கள். தமிழ்நாட்டில் எனக்குத் தெரிந்து ஓவியர் மருது, கவிஞர் உமா சக்தி ஆகிய இருவரும் ஹொடரோவ்ஸ்கி படங்களைப் பற்றி அதிகம் பேசக் கூடியவர்கள்.

**

எடிட்டர் லெனின் பெயரில் ஆவணப் படங்களுக்கு விருது வழங்குகிறார் தமிழ் ஸ்டுடியோஸ் அருண். விருது பெற்றவர் தீபா தனராஜ். அவருடைய சில படங்களையும் திரையிட்டார்கள்.

எல் தோப்போ என்ற படத்தில் ஒரு காட்சி.

அதில் ஒன்று Invoking Justice. நான் பிறந்து வளர்ந்த மண்ணின் மக்களைப் பற்றிய படம். முடிந்தால் அந்தப் படத்தைப் பாருங்கள். தமிழ் சினிமாவில் இப்படிப்பட்ட மக்களையோ வாழ்க்கையையோ நாம் எவ்வளவு தேடினாலும் கிடைக்க மாட்டார்கள்.

அதே விழாவில் இந்திப்பட இயக்குனர் அனுராக் காஷ்யப்பை சந்தித்தேன். தேவ்.டி பார்த்திருக்கிறீர்களா? எல்லோருக்கும் தெரிந்த காதல் தோல்வி தேவதாஸ் கதையின் நவீன வடிவம்தான் தேவ்.டி. இந்திய சினிமாவில் அதுதான் முதல் போஸ்ட் மாடர்ன் படம். (அடுத்தது, *ஆரண்ய காண்டம்*. ஆனால் ஏன் அதன் இயக்குனர் தியாகராஜன் குமாரராஜாவை அதற்குப் பிறகு பார்க்கவே முடியவில்லை?) தேவ்.டியின் மூலம் உலகப் புகழ் பெற்றவர் அனுராக் காஷ்யப். அனுராகை எனக்குப் பிடிக்கும் காரணம், நான் படம் எடுத்தால் அவர் படங்களைப் போல்தான் இருக்கும். அவருடைய உலகம்தான் என் உலகம். சமீபத்தில் வந்த *ராமன் ராகவ்* என்ற படம் 42 கொலைகளைச் செய்த ஒரு சீரியல் கில்லரைப் பற்றியது. முன்பே எழுதியிருந்தேன். அனுராக் பற்றிய ஒரு குற்றச்சாட்டு என்னவென்றால், அவர் வாழ்வின் இருண்ட பகுதிகளைக் காண்பிக்கிறார்; அவர் படங்களில் வன்முறை அதிகம்; அதனால் அவரே ஒரு வன்முறைப் பிரியராகத்தான்

சாரு நிவேதிதா

சமயங்களில் வாட்ஸப்பில் இம்மாதிரி புகைப்படங்கள் வரும் போது இது எங்கே எடுத்தது, எந்தப் படத்தின் ஷூட்டிங் என்றெல்லாம் தெரிந்து கொள்ளாவிட்டால் மண்டை வெடித்து விடுகிறது. என்ன செய்ய? பேசாமல் 20 ஆண்டுகளுக்கு முன்னால் வந்த 'பேசிக்' மாடல் கைபேசியைப் பயன்படுத்தலாமா என்று யோசித்துக் கொண்டிருக்கிறேன்.

இருக்க வேண்டும். இது போன்ற குற்றச்சாட்டுகள் எழுத்தாளர்கள் மீதும் உண்டு. ஒருவரின் எழுத்தில் செக்ஸ் இருந்தால் அவர் ஒரு செக்ஸ் எழுத்தாளர்! ஒரு வீட்டில் படுக்கை அறை இருக்கிறது என்பதற்காக அந்த வீடே படுக்கை அறை என்று சொல்லி விட முடியுமா? பொதுவாக, பல தமிழ் எழுத்தாளர்களின் புனைவுகளில் வரும் கதாபாத்திரங்களுக்கு ஜனன உறுப்புகளே இருக்காதோ

கனவு, கேப்பச்சினோ, கொஞ்சம் சாட்டிங்...

என்று சந்தேகம் ஏற்படும் அளவுக்கு சைவமாக எழுதுகிறார்கள். அனுராக் மீதான குற்றச்சாட்டையும் இப்படித்தான் எடுத்துக் கொள்ள வேண்டும். சமூகத்தில் நிலவும் வன்முறையைத்தான் அவர் படமாக எடுக்கிறார். அவர் சொன்ன இரண்டு விஷயங்கள் எனக்குப் படு சுவாரசியமாக இருந்தன. ரத்தத்தைப் பார்த்தாலே அவருக்கு மயக்கம் வந்து விடுமாம். இன்னொன்று, அவர் வீட்டில் இண்டர்நெட் கனெக்ஷன் ரொம்ப மெதுவாக இருக்கிறதாம். இந்த நாட்டில் கோடிகளில் படம் எடுக்கும் ஒருவருக்கும் ஒரு ஏழை எழுத்தாளனுக்கும் ஒரே பிரச்சினை!

கலைஞன் என்பவன் பூமியில் உள்ள எல்லோருக்கும் பொதுவானவன். நல்லதை மட்டுமே பார்ப்பேன்; கெட்டதைப் பார்க்க மாட்டேன் என்று சொல்பவன் கலைஞன் அல்ல. சென்ற வாரம் மூன்று இளைஞர்களுக்கு ஆயுள் தண்டனை வழங்கப்பட்டது. மூவருக்குமே 22 வயது. பெண் பொறியாளர் உமா மகேஸ்வரியை வன்கலவி செய்து கொலை செய்ததற்காகக் கிடைத்தது ஆயுள் தண்டனை. அதோடு தீர்ந்ததா பிரச்சினை? நம்மைப் பொறுத்தவரை தீர்ந்தது. ஏனென்றால், உமா நம் பெண் அல்ல. மேலும், அடுத்தடுத்து இது போன்ற செய்திகள் வந்து கொண்டே இருக்கின்றன. செய்தித் தாள்களைப் படிக்கவே முடியவில்லை; பிரச்சினை நம் வீட்டுக் கதவைத் தட்டாத வரை பிழைத்தோம். ஆனால் கலைஞன் அப்படி இருக்க முடியாதே? அவனுக்கு உமாவும் வேண்டும்; அந்தக் கொலைகார இளைஞர்களும் வேண்டும். அந்த இளைஞர்கள் யார்? மேற்கு வங்கத்திலிருந்து தமிழ்நாட்டுக்குக் கூலிகளாகப் பிழைக்க வந்தவர்கள். அவர்களுக்கு ஏன் நம்முடைய பிள்ளைகளுக்குக் கிடைத்த கல்வி கிடைக்கவில்லை? கிடைத்திருந்தால் இப்படி ஒரு பெண்ணைக் கெடுத்துக் கொலையும் செய்து விட்டு சிறைக்குப் போயிருப்பார்களா? அவர்களின் பத்து வருடம் இனி சிறையில் கழியும். அவர்களைப் பற்றியும்தான் ஒரு கலைஞன் கவலை கொள்கிறான். அந்த இடத்தில்தான் நான் அனுராக் காஷ்யப்போடு இணைகிறேன்.

***

சமீபத்தில் லீனா மணிமேகலையின் வசன கவிதை ஒன்றைப் படித்தேன். படித்தவுடன் கேத்தி ஆக்கரின் (Kathy Acker) நினைவு வந்தது. கேத்தி ஆக்கர்தான் இவ்வளவு துணிச்சலாக எழுதிப்

பார்த்திருக்கிறேன். மொழிபெயர்ப்பா என்று கேட்டேன். நல்ல வேளை, அடிக்காமல் விட்டார். அவர் எழுதியதுதானாம்.

“ஒரு நல்ல ‘பெண்’ணாக வாழ வேண்டும் என்று நிர்ப்பந்திக்கப்படுவதை வெறுக்கிறேன். தீயவைகள் என்று சொல்லப்படுபவை மேல் பெரும் ஈர்ப்பு நீடிக்கிறது. பொய்கள் பிடித்திருக்கிறது. பொறாமை வரும்போது ரத்தம் துள்ளி அடங்குவதில் தினவு ஏற்படுகிறது. விசுவாசமாக இருக்கவேண்டும் என்று போதிப்பவர்களை ஏளனம் செய்ய விருப்பமாக இருக்கிறது. வரலாறு என்று சொல்லப்படுவதன் முகத்தில் சீற்றத்தை உமிழ நாக்கில் எச்சில் ஊறுகிறது. முன்னாக, பின்னாக, குறுக்காக நடந்து செல்பவர்களின் கால்களை மிதித்துக் கடந்து செல்ல உந்துதலாக இருக்கிறது. பாவங்களைச் செய்து பார்க்கும்போது வாழ்வு சுவைக்கிறது. குற்றவாளி பட்டம் பிடிக்கிறது. எல்லாவற்றிற்கும் மேலாக என்னை இழக்க ஆர்வமாக இருக்கிறது. புண்களைக் காற்றுக்கும், மழைக்கும், வெயிலுக்கும் திறந்துவிட்டு பறவைகளை கொத்த விடத் தோன்றுகிறது. காலத்தை உயிரோடு பிடித்துத் தின்னும் ஆர்வம் ஆட்டுவிக்கிறது. சொற்கள் மட்டுமே எனக்கு இவற்றையெல்லாம் சாத்தியப்படுத்துகின்றன.”

இதைப் படித்து விட்டு நாம் ’இவர் ஒரு பெண் ராமன் ராகவ்’ என்று நினைத்து விட்டோமானால் இலக்கியத்துக்கும் நமக்கும் சம்பந்தமே இல்லை என்று அர்த்தம். “நீங்கள் பாராட்டினால் பயமாக இருக்கிறது. நாளைக்கே திட்டுவீர்கள்” என்றார் லீனா. இப்படியெல்லாம் கவிதை எழுதி விட்டு நாளைக்கு குக்கூ மாதிரி படம் எடுத்தால் திட்டத்தான் செய்வேன் என்றேன்.

***

சமீபத்தில் என் நண்பர் சொன்னார். பள்ளி இறுதியில் எக்கச்சக்கமான மதிப்பெண் பெற்று உயர்தரமான கல்லூரியில் சேர்ந்த அவருடைய 19 வயது மகன் தற்கொலை செய்து கொண்டான். காரணம், திடீரென்று தலைமுடி கொட்டி விட்டது. அதனால் ஏற்பட்ட மன உளைச்சலில் வாழ்வை முடித்துக் கொண்டான். அந்த நண்பர் சொன்ன போது இப்படி ஒரு இளைஞர் கூட்டத்தை வளர்த்திருக்கிறோமே என்று இந்த சமூகத்தின் மேல் கோபம் ஏற்பட்டது.

22

எப்படியெல்லாம் திருமண விளம்பரங்கள் வருகின்றன என்பதை ஒருவர் தொகுத்துக் கொடுத்திருந்தார். அவற்றில் ஒருசில:

1. என் பெயர் நீலாவதி. எனக்கு ஒரு பக்காவான இணை தேவை. உயரமாக நீண்ட முடியோடும் இருக்க வேண்டும். வீட்டில் விலங்குகள் இருக்கக் கூடாது. (மாமனார், மாமியாரை சொல்கிறாரா?) வட இந்தியர் வேண்டாம். பிடித்திருந்தால் தொடர்பு கொள்ளுங்கள். திருமணத்துக்கு முன்பு ஃபேஸ்புக்கில் சேட் பண்ணலாம்.

2. நமஸ்தே நமஸ்தே. எங்கள் மகனுக்காக ஒரு பெண் தேடுகிறோம். மகன் மழுங்க மழுங்க ஷேவ் செய்திருக்கிறான். படித்தவன். பார்க்க அட்டகாசமாக இருப்பான். உயரம் ஐந்தடி பத்து அங்குலம். வெளிநாட்டில் பயிற்சி பெற்று இங்கே சொந்தமாக பிஸினஸ் செய்கிறான். நாங்கள் ஹை ஸ்டேடஸ் குடும்பம். பல வங்கிகளில் அக்கவுண்ட் உள்ளது. (சுவிஸ் வங்கியில் இருக்கிறதா சார்?) நாங்கள் சுதந்திரமான மனப்போக்கு கொண்டவர்கள். (அப்படியானால் இஷ்டத்துக்கு ஆட்டம் போடலாமா?) பெண்ணின் வயது 21, உயரம் ஐந்தடி நாலு அங்குலம், பார்க்க ரொம்ப மாடர்னாக இருக்க வேண்டும். (அப்படியென்றால் மினி ஸ்கர்ட்டா?) புகைப்படம்

அனுப்பும் போது சைட் போஸில் அனுப்ப வேண்டாம். அந்தப் போஸில் பெண்ணின் அழகை சரியாக எடை போட முடியாது.

3. ஹலோ, நான் சேகர். பணக்காரக் குடும்பம். நிறைய கால்நடைகளும் உபகரணங்களும் இருக்கின்றன. (எல்லா விளம்பரங்களும் ஆங்கிலத்தில் உள்ளன. நான் ஒரு சொல் மாற்றாமல் அப்படி அப்படியே தமிழில் மொழிபெயர்த்திருக்கிறேன்.) ஒரு பொருத்தமான பெண் தேவை. பெண் வளமாக இருக்க வேண்டும்; ஆண்டுக்கு ஒருமுறை கன்று ஈன வேண்டும். கம்ப்யூட்டரே தெரிந்திருக்கக் கூடாது. ஒரு நாளில் மூன்று முறை சமைக்க வேண்டும். சமைக்கும் போது புன்னகையோடு செய்ய வேண்டும். உன்னை அவ்வப்போது சினிமா பார்ப்பதற்கு அழைத்துப் போவேன். (I promise to take you for film for watching purposes. இதில் கடைசி இரண்டு வார்த்தைகளை என்னால் ஓரிஜினலில் உள்ள அழகோடு மொழிபெயர்க்க முடியவில்லை.)

4. நான் ஷ்ரேயா. நல்ல பெண். நல்ல ஃபேமிலி. என் நண்பர்கள் நான் ரொம்ப அழகாக இருப்பதாகச் சொல்கிறார்கள். என் குருஜியும் அப்படித்தான் சொல்கிறார். (!!!) என் உடம்பின் சில இடங்களில் மச்சம் இருக்கிறது. என் இதயத்தைத் திருடப் போகும் ஆளிடம் அது எல்லாவற்றையும் காட்டத் தயாராக இருக்கிறேன். ஆள் சும்மா தெறி மாதிரி இருக்க வேண்டும். இங்கிலீஷில் பிளந்து கட்ட வேண்டும். தினமும் சுத்தமாக ஷேவ் செய்ய வேண்டும். (!?)

4. எனக்கு ஆன்மீகம் பிடிக்கும். நிலவியல், மானுடவியல், தத்துவம், மெட்டாஃபிஸிக்ஸ், கட்டிடக் கலை, கடல் ஆராய்ச்சி, இனவரைவியல், உலக சரித்திரம், பொது அறிவு, மேற்கத்திய சாஸ்திரீய சங்கீதம், சைக்காலஜி, ஜோதிடம், எட்டிமாலஜி, எடிட்டிங், யோகா, தியானம் இன்னும் பல விஷயங்கள் தெரியும். தொல்காப்பியரையும், திருவள்ளு வரையும் கரைத்துக் குடித்திருக்கிறேன். மனைவி தேவை. (எதுக்கு மெண்டல் அசைலத்துக்கு அனுப்பவா?)

5. வரப் போகும் மாப்பிள்ளையின் மாத சம்பளம் 50 லட்சம் இருக்க வேண்டும். அமெரிக்காவில் இருக்க வேண்டும். தனியாக இருக்க வேண்டும். அம்மா, அப்பா கூட இருக்கக்கூடாது. (நல்ல பெண்; அம்மா அப்பாவே இருக்கக் கூடாது என்று சொல்லவில்லை!) வீடு, கார், பைக் இருக்க வேண்டும். சிகரெட், மது, நான்வெஜிடேரியன்

கூடாது. இவ்வளவு கேட்கும் பெண்ணின் பெயர் வனஜா. நடுத்தர வர்க்கம். ஐ.டி. கம்பெனியில் வேலை. மாதச் சம்பளம் 20000. வீடு, கார், ஸ்கூட்டர் இல்லை. மது, சிகரெட் பழக்கம் உண்டு. வெஜிடேரியன். (சத்தியமாக நான் புருடா விடவில்லை; மேட்ரிமனி விளம்பரத்தில் இப்படியேதான் உள்ளது!)

இன்னொரு விளம்பரம் கடித பாணி. மேடம், நான் என்னோடு தனியாக வாழ்ந்து கொண்டிருக்கும் ஜெண்டில்மேன். கல்யாண விஷயமாக தங்கள் விளம்பரம் பார்த்தேன். எனவே உங்கள் மேல் என் ஆசையைப் போட நினைக்கிறேன். I become big in Patna only. (நான் பிறந்து பெரியவன் ஆனது பாட்னாவில்.) என் அப்பா அம்மாவின் மகன் நான். விவசாயக் குடும்பம். அண்ணன் தம்பி, அக்கா தங்கை இல்லை.

நான் செம. ஆறு அடி உயரம். ஆறு இஞ்ச் நீளம். (அதாவது ஆறு அடி ஆறு இஞ்ச் உயரம்!) இனிமேல் மொழிபெயர்க்க முடியவில்லை. அப்படியே ஆங்கிலத்தில் தருகிறேன். My body is filled with hardness why because I am working hardly. I am playing also hardly. Especially I am liking cricket. I am a good batter and also fast baller. Whenever I am coming running for the balling, all batters are running everywhere why because they are afraiding my balls (!!!) My balls are bouncing too much high. That is very danger for them. I am very nice gentleman. I am happy always and gay also. Ladies are saying I am nice. I am always liking if ladies are on top. (தப்பாக நினைக்காதீர்கள்; அவர் சொல்ல வந்தது இதுதான்: எப்போதும் பெண்கள் மேம்பட்ட நிலையில் இருக்க வேண்டும் என்பதே என் எண்ணம்.)

எந்தக் கெட்ட பழக்கமும் இல்லை. பால் மட்டுமே குடிப்பேன். சிகரெட் சாப்பிடுவதில்லை why because it is not good for all the peoples. I am keep fitting every day. Morning I am going to jim and I am pumping like anything. If you want you can came and see how I pumping the dumb bells in the jim. And now good muscles are coming outing everywhere.

என்னிடம் நிறைய பணம் உள்ளது. அதனால்தான் என் பேண்ட் எப்போதும் புடைத்து இருக்கிறது. My pant is everyday open for you why because I am nice gentleman, but still I am living with myself only. What to do? So I am taking my things into my own hands every day. That is why I want to press myself on you, so that you will come and take my things into your hands. *(அதாவது, என்னிடமிருந்து பொறுப்பை நீங்கள் எடுத்துக் கொள்ளுங்கள் என்று பொருள் கொள்ள வேண்டும்.)*

அட சாமிகளா, உங்களுக்கெல்லாம் வாழ்க்கைத் துணை அமைந்ததா? why because, இவ்ளோ குவாலிஃபிகேஷனோட இருக்கும் உங்களுக்கு வாழ்க்கைத் துணை அமையாட்டி ஒலகத்துல யாருக்குமே அமையாது, why because...

23

சுதந்திரம் வாங்கிக் கொடுத்தது யார் என்று கேட்டால் திருவள்ளுவர் என்று சொல்லக் கூடிய அளவுக்கு ஒரு தலைமுறையை வளர்த்திருக்கிறோம். நல்லது. ஆனால் விஷயம் தெரிந்த மாணவர்களுக்குக் கூட காந்திக்கு முன்பு இருந்த காலகட்டம் பற்றித் தெரிந்திருக்குமா என்று தெரியவில்லை. 1880 முதல் 1920 வரையிலான நாற்பது ஆண்டுகளை திலகர் யுகம் என்று சொல்லலாம். திலகருக்கும் காந்திக்கும் உள்ள வேறுபாடு என்னவென்றால், திலகர் ஆயுதப் போராட்டத்தை ஆதரித்தவர். 1908, ஏப்ரல் 30 அன்று பிரஃபுல்லா சாக்கி, குதிராம் போஸ் என்ற இரண்டு வங்காள இளைஞர்கள் ஒரு ஆங்கிலேய அதிகாரி மீது குண்டு வீசினார்கள். குண்டு குறி தவறியதில் அதிகாரி பிழைத்துக் கொண்டார்; வண்டியில் பயணம் செய்த இரண்டு அப்பாவிப் பெண்கள் உயிர் இழந்தனர். பிரஃபுல்லா தற்கொலை செய்து கொண்டார். போஸுக்குத் தூக்குத் தண்டனை கிடைத்தது. அப்போது திலகர் இந்த குண்டு வீச்சை ஆதரித்து எழுதியதற்காக தேசத் துரோகக் குற்றம் சாட்டப்பட்டார். ஆறு ஆண்டு சிறைத் தண்டனை; அதுவும் நாடு கடத்தப்பட்டு பர்மாவில் உள்ள மாண்டலே சிறையில் அடைக்கப்பட்டார்.

இது நடந்து 12 ஆண்டுகள் சென்று 1920ஆம் ஆண்டு ஆகஸ்டு

முதல் தேதி ஒத்துழையாமை இயக்கத்தைத் தொடங்கப் போவதாக அறிவித்தார் காந்தி. கடவுளின் சித்தமோ என்னவோ அதே தினம் திலகர் மரணம் அடைய காந்தி சகாப்தம் துவங்கியது. 1922இல் காந்தியின் மீதும் தேசத் துரோகக் குற்றம் சுமத்தப்பட்டது. நீதிபதி தன் தீர்ப்பின் போது "திலகர் மீதும் இதே பிரிவில்தான் ஆறு ஆண்டு தண்டனை அளிக்கப்பட்டது; அதேபோல் உங்களுக்கும் ஆறு ஆண்டு தண்டனை" என்றார். உடனே காந்தி, "லோகமான்ய பால கங்காதர திலகர் பெயரோடு என் பெயரையும் சேர்த்து அவருக்கு அளித்த அதே தண்டனையை எனக்கும் தந்தது வாழ்நாளில் எனக்குக் கிடைத்த பெரும் பாக்கியம். இதை விட சிறந்த கௌரவம் வேறு எதுவும் இருக்க முடியாது" என்று கூறி நீதிபதியைப் பார்த்துக் கைகூப்பி வணங்கினார். இந்தச் சம்பவத்தைப் பற்றிப் பேசும் போதும், எழுதும் போதும் என் கண்கள் பனிக்கின்றன; நா தழுதழுக்கிறது. ஆனால் அந்த மாமனிதர் இன்று நமக்கெல்லாம் வெறும் பெயராகவும், காகங்கள் அமர்ந்து இளைப்பாறி கக்கா போகும் சிலையாகவும் மட்டுமே எஞ்சி விட்டார். எப்பேர்ப்பட்ட அவலம் இது!

இந்த விஷயங்களையெல்லாம் நான் பள்ளிக்கூடத்தில் படிக்கவில்லை. வேறு எங்கே படித்தேன்? நிறைய பேர் என்னிடம் ஏன் இலக்கியம் படிக்க வேண்டும் என்று கேட்கிறார்கள். ஏன் படிக்க வேண்டும்? நம்முடைய வரலாற்றைத் தெரிந்து கொள்ளவும் அதன் மூலம் நம்மை இன்னும் செழுமைப்படுத்திக் கொள்ளவும்தான் படிக்க வேண்டும். 1940களின் தொடக்கம். ஒரு கல்லூரி மாணவன். அப்பா காந்தீயவாதி. மகனுக்கும் காந்தி மேல் பற்று. போராட்டத்தில் கலந்து கொண்டு சிறைக்குச் சென்று, திரும்பி வந்து தான் கண்டதையும் கேட்டதையும் எழுதி வைத்துக் கொள்கிறான். செய்தித்தாள்களிலிருந்து முக்கியமான செய்திகளைக் கத்தரித்து வைத்துக் கொள்கிறான். குறிப்புகளெல்லாம் மூட்டைகளாகச் சேர்கின்றன. தன் உயிரைப் பாதுகாப்பது போல் அந்த மூட்டைகளைப் பாதுகாக்கிறான் இளைஞன். வயதாகிறது. மூட்டைகளிலிருந்த குறிப்புகளையும், எழுதி வைத்திருந்த பிரதிகளையும் திருப்பித் திருப்பி எழுதுகிறான். கையெழுத்துப் பிரதியில் பத்தாயிரம் பக்கங்கள் வருகிறது. (அச்சில் வந்த போது 1800 பக்கம்) நாவலுக்கு *சுதந்திர தாகம்* என்ற பெயர் வைக்கிறான். சுதந்திரத்தைப் பற்றி இவ்வளவு பெரிதாக எழுதிய நாவலை யார் பிரசுரிப்பார்கள்?

சுமார் 25 ஆண்டுகள் அந்தப் பத்தாயிரம் பக்கங்களும் அவருடைய வீட்டிலேயே பாதுகாக்கப்பட்டன. எழுத்தாளரும் முதுமை எய்தி விட்டார். புத்தகத்தைக் கொண்டு வந்து விட வேண்டும் என்று யார் யாரிடமோ கெஞ்சினார். அப்போதே அவர் வயது எண்பதுக்கு மேல். நாவலின் முதல் பாகத்தை வெளியிட லலிதா ஜுவல்லரி சுகுமாரன் உதவுகிறார். அடுத்து இரண்டு பாகங்கள். அமெரிக்காவில் வசிக்கும் தமிழர்கள் வழங்கிய *விளக்கு* என்ற இலக்கியப் பரிசில் கிடைத்த அத்தனை பணத்தையும் போட்டு மீதி இரண்டு பாகங்களையும் வெளியிட்டார். அந்த மனிதரின் பெயர் சி.சு. செல்லப்பா. அவரது *சுதந்திர தாகம்* நாவலில்தான் மகாத்மா வெள்ளைக்கார நீதிபதியிடம் சொன்ன வார்த்தைகளைப் படித்தேன். அப்படிப்பட்ட நாவலை மறு பிரசுரம் செய்ய இங்கே பதிப்பகம் இல்லை. ஏனென்றால், புத்தகங்களைக் காசு கொடுத்து வாங்க ஆள் இல்லை. நாமெல்லாம் *கபாலியை* 2000 ரூ. கொடுத்து பார்ப்போம். சுதந்திரம் கிதந்திரம் எல்லாம் யாருக்கு வேண்டும்?

எவ்வளவுதான் நம் ஊடகங்கள் அரசியல்வாதிகளின் ஊழல்களை வெளியே கொண்டு வந்தாலும் ரத்தத்தோடு கலந்து விட்ட விஷத்தைப் போல நிர்வாகத்தின் பல்வேறு மட்டங்களில் ஊழல் வெவ்வேறு உருவங்களில் புகுந்து விளையாடுகிறது. நான் வேலை பார்த்த மத்திய அரசு அலுவலகத்தில் பத்திரிகைகளுக்கு விளம்பரம் கொடுப்பார்கள். தொகை பல லட்சங்களில் வரும். ஆனால் அந்தப் பத்திரிகைகளின் பெயரையே நாம் கேள்விப்பட்டிருக்க மாட்டோம். எந்தக் கட்சி மத்தியில் ஆட்சியில் இருக்கிறதோ அவர்களும் அவர்களின் ஆதரவுக் கட்சிகளும் நடத்தும் கட்சிப் பத்திரிகைகள் அவை. எல்லாம் நாம் செலுத்தும் வரிப்பணம். ஆனால் அதே அலுவலகத்தில் (ஆர்.எம்.எஸ்.) கடிதங்களை ஊர்வாரியாகப் பிரித்துப் போடும் ஊழியர்கள் உட்கார்வதற்கு ஒரு ஸ்டூல் இருக்காது. நின்று கொண்டேதான் செய்ய வேண்டும். சந்தேகம் இருந்தால் எந்த ஆர்.எம்.எஸ். ஊழியரிடம் வேண்டுமானாலும் கேட்டுப் பாருங்கள்.

***

ஆத்மார்த்தி என்றால் உங்களுக்குள் என்னென்ன கற்பனைகள் தோன்றுகின்றன? அதிலும் அவர் ஒரு கவிஞர் என்றால்? உங்களுக்கு இந்தக் கணத்தில் என்னென்ன தோன்றுகிறதோ அதேதான் எனக்கும்

தோன்றியது. அந்தக் கவிஞரின் கவிதைகள் மயிலிறகால் வருடுவது போல் இருந்தன. வாழ்க்கையை இவ்வளவு ரம்மியமாகவும் பார்க்க முடியுமா? அதே சமயம் இது சித்தரோ என்று வியக்கத்தக்க வகையில் தத்துவமும் புகுந்து விளையாடியது. ஆனால் வரலாறு முழுதும் ஒடுக்கப்பட்டவர்களாகவே இருந்ததால் பெண் கவிகளிடம் இயல்பாகவே காணக் கூடிய சீற்றம் ஆத்மார்த்தி என்ற அந்த அழகான பெண் கவிஞரிடம் காணோம். மென்மை. இனிமை. மென்மை. இனிமை. இதோ ஒரு உதாரணம்:

அலையை ஒரு காடு
தொலைய ஒரு தூரம்
புதையச் சிறு குழி
உறங்க ஒரு மேடு
கலையச் சில கனா
புணர ஒரு மேனி
போக்கச் சில பொழுது
போற்ற ஒரு தெய்வம்.
போக ஒரு நாள்
கரைய ஒரு நதி
சாலச்சுகம்

ஆனால் எதார்த்தம் என்பது அவ்வளவு மென்மையாகவும் இனிமையாகவும் இருப்பதில்லையே? *ஆரண்ய காண்டம்* படம் பார்த்திருக்கிறீர்களா? அதில் ஒரு வாழ்ந்து கெட்ட ஜமீந்தார் வருவார். அந்த நடிகர் குரு சோமசுந்தரம். இப்போது ஜோக்கர் படத்தின் மூலம் பிரபலமாகி விட்டாலும் *ஆரண்ய காண்டத்தில்* செம ரகளை செய்திருப்பார். *ஜிகிர்தண்டா* படத்தில் ரவுடிகளுக்கு நடிப்பும் ஜிப்ரிஷ் மொழியும் கற்றுக் கொடுப்பார் அல்லவா, அவர்தான். அந்தக் காலத்து பாலையா போன்ற அபூர்வமான நடிகர்களிடம் இருந்த திறமை சோமசுந்தரத்திடம் இருக்கிறது. நிற்க. *ஆரண்ய காண்டத்தின்* வாழ்ந்து கெட்ட ஜமீந்தாருக்கு ஒரு சமயம் பெரிய லாட்டரி மாதிரி அதிர்ஷ்டம் அடிக்கும். ஒரு நம்பருக்கு போன் செய்தால் அவருக்கு எக்கச்சக்கமான பணம் கிடைக்கும். ஆனால் போன் நம்பர் தொலைந்து விடும். அப்போது சோமசுந்தரத்தின் நடிப்பு இருக்கிறதே, பத்தரை மாற்றுத் தங்கம். மகனிடம் சொல்வார். "நமக்கெல்லாம் நல்லதே நடக்காதுடா,

நினைச்சேன், நமக்கா இப்படி நல்லது நடக்குதுன்னு. ம்ஹூம். நடக்கவே நடக்காது” என்று புலம்பித் தள்ளி விடுவார்.

ஆத்மார்த்தியை நேரில் சந்தித்த போது அப்படித்தான் ஆனது. காரணம், அவர் ஒரு ஆண் கவிஞர். அவரும் நானும் முதலில் சந்தித்துக் கொண்டது பற்றி முகநூலில் இப்படி எழுதியிருந்தார்:

“மதுரை புத்தகத் திருவிழா முடிவடைந்தது. இதே புத்தகத் திருவிழாவின் மூன்றாவது ஆண்டு என ஞாபகம். சாருவிடம் சென்று அறிமுகம் செய்து கொண்ட போது அவரிடம் லேசான ஒரு முகமாற்றம். சிறிது நேரம் பேசிக் கொண்டிருந்து விட்டு நகர்ந்தேன். அந்தக் காட்சி ஒரு உறைந்த சித்திரம் போல தமுக்கம் மைதானத்தின் மண்ணை மிதிக்கும் போதெல்லாம் எனக்குள் ஒரு அலை மாதிரி எழும்.”

ஆத்மார்த்தி என்னிடம் கண்ட லேசான முகமாற்றத்துக்கான காரணத்தைப் பல ஆண்டுகள் கழித்து இப்போது சொல்லி விட்டேன். கனவு சிதைந்ததுதான் காரணம். இறுதியாக ஆண் கவிஞர்களுக்கு ஒரு வேண்டுகோள். இனிமேலும் இப்படி பெண் பெயர்களில் எழுதி பலரின் வயிற்றெரிச்சலைக் கொட்டிக் கொள்ளாதீர்கள்.

***

மார்ஸெல் ப்ரூஸ்ட் (Marcel Proust) என்று ஒரு ஃப்ரெஞ்ச் எழுத்தாளர். அவருடைய கேள்வி பதில் உலகப் பிரசித்தம். அதன் விசேஷம் என்னவென்றால், பதில் மிகச் சுருக்கமாகவும் நேர்மையாகவும் இருக்க வேண்டும். கேள்விகள் அதிரடியாக இருக்கும். உதாரணமாக, உங்கள் மனைவியைத் தவிர வேறு பெண்களுடன் தொடர்பு உண்டா? ஜெய்ப்பூர் இலக்கிய விழாவில் ஷத்ருகன் சின்ஹாவிடம் இந்தக் கேள்வி கேட்கப்பட்ட போது உண்டு என்று சொன்னார். நேர்மைதான் இந்தக் கேள்வி பதில்களின் பிரபலத்துக்கே காரணம். ஒரு பத்திரிகையில் இந்தக் கேள்வி பதில் பகுதியை என்னை வைத்து ஆரம்பித்தார்கள். பத்து கேள்வி பத்து பதில். ஆனால் நான் சொன்ன ஒரு பதிலை அவர்களாலேயே பிரசுரிக்க முடியவில்லை. நீங்கள் அடிக்கடி உபயோகிக்கும் வார்த்தை? மு என்று ஆரம்பிக்கும் ஆறு எழுத்து வார்த்தை. அதையே சற்று மாற்றி ஏழு எழுத்திலும்

சொல்லலாம். இந்த பதிலுக்குத்தான் அந்தப் பத்திரிகையில் கத்தரி போட்டு விட்டார்கள். (அந்தக் கேள்வி பதில் பகுதியை தமிழில் வெற்றிகரமாகக் கொண்டு வர முடியவில்லை. காரணம், யாரும் வெளிப்படையாகப் பேச முன்வரவில்லை!)

இதில் மற்றொரு விசேஷமான கேள்வி: எப்படி இறக்க வேண்டும் என்று விரும்புகிறீர்கள். என் பதில்: ஒரு வெள்ளரி பழுத்த பிறகு தானாகவே அதன் கொடியிலிருந்து இற்று விழுவதுபோல் என் மரணம் நிகழ வேண்டும் என்று விரும்புகிறேன். அப்படி இறந்த ஒரு எழுத்தாளர்: குஷ்வந்த் சிங். இறக்கும் போது அவர் வயது நூற்றுக்கு மூன்று மாதம் குறைவு. இந்த பதிலை முதல்முதலில் சொன்னவர், பெயர் தெரியாத ஒரு ஞானி. ரிக் வேதத்தில் வருகிறது அந்த மந்திரம்.

    த்ரயம்பகம் யஜாமஹே
    சுகந்திம் புஸ்டிவர்த்தனம்
    உர்வாருகமிவ பந்தனான்
    ம்ருத்யோர் முக்ஷீய மாம்ருதாத்.

மிருத்யு என்றால் மரணம். மிருத்யுவை வெற்றி கொள்வதே மேலே உள்ள மிருத்யுஞ்சய மந்திரம். அதாவது, அற்பாயுசில் போய் விடாமல் வெள்ளரிப் பழம் போல் ஆனதும் கிளம்புவது. இந்த மந்திரத்தை தினமும் சொல்லிப் பார்த்தால் பலன் கிடைக்கும் என்கிறது இந்திய தர்மம்.

அதையும் மீறி நமக்கு நெருக்கமானவர்கள் சடுதியில் கிளம்பி விடுகிறார்கள். அப்படி ஒரு துக்கத்தில் ஆழ்ந்தான் என் நண்பன் ஜெகா. தொடர்ந்து ஒரே வாரத்தில் அடுத்தடுத்து இழப்புகள். என்ன செய்வது? மரணத்தினால் ஏற்படும் துக்கத்தை யாராலும் சரி செய்ய முடியாது. அவனுக்கு நான் சில பாடல்களின் இணைப்புகளை அனுப்பினேன். இசைக்கு நம் துக்கத்தை மாற்றும் வலிமை உண்டு. நிச்சயமாக மதுவுக்கு அல்ல. நீ துயரத்தில் இருக்கும் போது மது அருந்தாதே என்று அறிவுறுத்தினேன். இன்னொன்றும் சொன்னேன். முடிந்தால் கடற்கரையில் அமர்ந்து நட்சத்திரங்களைப் பார்.

அங்கேதான் நம்மை விட்டுப் பிரிந்தவர்கள் நட்சத்திரங்களாக

மாறி நம்மோடு உரையாடுவதை அமைதியாகக் கேட்க முடியும். இங்கே நகரத்தின் வாகன இரைச்சலில் அவர்களின் உரையாடலை நம்மால் கேட்க முடிவதில்லை.

அப்படியும் துக்கம் அடங்கவில்லையா? இரண்டு புத்தகங்கள். மகா பெரியவரின் தெய்வத்தின் குரல். ஏதோ ஆன்மீகம் அது இது என்று பயமுறுத்துவதாக நினைக்காதீர்கள். நம்முடைய கல்லூரி நண்பர்கள் நம்மிடம் ஏகவசனத்தில் பேசிக் கொண்டு அரட்டை அடிப்பார்கள் இல்லையா, அந்த பாவனையில் நம்மோடு நெருங்கி உரையாடுகிறார் மகா பெரியவர். நம்முடைய அன்றாட வாழ்வில் என்னவெல்லாம் உண்டோ அத்தனையையும் விவாதிக்கிறார். ஒரு துறவிக்கு இதெல்லாம் எப்படித் தெரியும்? காரணம், அவர் இரண்டு முறை இந்தியாவை கால்நடையாகச் சுற்றியிருக்கிறார். ஃப்ரெஞ்ச் உட்பட 17 மொழிகளில் புலமை பெற்றிருந்தார். ஒரு எழுத்தாளன் என்ற முறையில் மொழி பற்றிய பல நூறு விஷயங்களை நான் தெய்வத்தின் குரலிலிருந்துதான் பெற்றுக் கொள்கிறேன். மகா பெரியவர் நூறு ஆண்டுகள் வாழ்ந்தவர்.

இன்னொரு நூல், பரமஹம்ச யோகானந்தரின் ஒரு யோகியின் சுயசரிதை. சில ஆண்டுகளுக்கு முன் எனக்கு ஹார்ட் அட்டாக் வந்தது. கடும் வலியுடன் மருத்துவமனைக்குச் சென்று கொண்டிருக்கும் போதுகூட உலகின் மிக சந்தோஷமான மனிதன் நானாகத்தான் இருந்தேன். காரணம், இந்த இரண்டு நூல்களும்தான்.

24

செல்வந்தர்கள் தர்மகர்த்தா போல் செயல்பட வேண்டும் என்றார் மகாத்மா. அப்படிப்பட்ட பல நண்பர்களை எனக்குத் தெரியும். ஆனால் சமூகம் பற்றிய எந்தப் புரிதலும் இல்லாத பல பணக்காரர்கள் இருக்கிறார்கள். அவர்களிடம் வெளிநாட்டு வாழ்க்கை பற்றிப் பேசினால், நம் ஊர் மாதிரி வராது என்று முடிப்பார்கள். ஆம், நம் ஊர் மாதிரி வராதுதான். பணம் இருந்தால் குடித்து விட்டு வாகனம் ஓட்டி சாலையில் படுத்திருப்போரை எமலோகம் அனுப்பலாம். சட்டம் பற்றிக் கவலையே வேண்டாம். அன்றைய தினமே ஜாமீன் கிடைத்து விடும். கிடைக்கவில்லையானால் அதிகபட்சம் 15 நாளில் வெளியே வந்துவிடலாம். இதுபோல் இந்தியாவில் பணம் இருந்தால் ஏகப்பட்ட சௌகரியங்கள் உண்டு.

வெளிநாடுகளில் சட்டம் என்றால் எல்லோருக்கும் பொது. உதாரணமாக, ஒரு நீதிபதியின் கார் சாலைவிதியை மீறி விட்டது என்றால், அந்த இடத்திலேயே ட்ராஃபிக் போலீஸ் அவருக்கு அபராதம் விதித்து விட முடியும். ஆனால் நம் ஊரில் ஒரு கவுன்சிலரின் காருக்கு அபராதம் போட முடியாது. போட்டால் அந்தப் போலீஸ்காரரின் வாழ்க்கை அன்றோடு தீர்ந்தது.

தீர்ந்து இருக்கிறது. மான் வேட்டையாடி மாட்டிக் கொண்ட சல்மான் கான் குடிபோதையில் காரை ஓட்டி சிலரைக் கொன்றார். சிலர் படுகாயம் அடைந்து வாழ்நாள் பூராவும் உடல் ஊனம். காரில்

டிரைவரும் பாதுகாப்புப் போலீஸ்காரரும் இருந்திருக்கிறார்கள். போலீஸ்காரர் சல்மானிடம் காரை டிரைவரை ஓட்டச் சொல்லுங்கள் என்று சொல்லியிருக்கிறார். சல்மான் இந்தி சினிமாவின் சூப்பர் ஸ்டார். இங்கே ரஜினி மாதிரி. அவரா ஒரு போலீஸ் கான்ஸ்டபிள் சொல்வதைக் கேட்பார்? விபத்து நடந்த இடத்திலிருந்தே ஓடி விட்டார். நேரம் அதிகாலை. இரவு பூராவும் நடந்த போதை பார்ட்டியில் ஆள் நிதானத்திலேயே இல்லை.

போலீஸ்காரர் நேராக ஸ்டேஷனுக்குப் போய் எழுத்து மூலம் புகார் கொடுத்து விட்டார். அதனால்தான் சல்மானுக்கு அவ்வளவு பிரச்சினை. போலீஸ்காரர் கடைசி வரை தன் சாட்சியத்தை மாற்றிக்கொள்ள மறுத்து விட்டார். எத்தனை உயர் அதிகாரிகள் மிரட்டியிருப்பார்கள்? டிபார்ட்மெண்ட்டிலிருந்தே கல்தா கொடுத்து, கடைசியில் அந்தப் போலீஸ்காரர் புத்தி பேதலித்து நடுரோட்டில் தெருநாயைப் போல் செத்துப் போனார். இதுதான் இந்தியாவுக்கும் வெளிநாடுகளுக்கும் வித்தியாசம். இந்தியாவில் மட்டுமே இப்படி நடக்கும்.

சமீபத்தில் ஐஸ்வர்யா என்ற பெண் குடிபோதையில் ‘ஆடி’ காரை ஓட்டி, வேலைக்குப் போய்க் கொண்டிருந்த ஒரு தொழிலாளி மீது ஏற்றி ஸ்தலத்திலேயே ஆளைக் காலி பண்ணியது பற்றி எழுதியிருந்தேன். நேரம், சல்மான் கான் நேரம். அதிகாலை நாலு மணி. இரவு பூராவும் ’தண்ணி’ பார்ட்டி. பதினைந்து நாள் சிறைவாசத்துக்குப் பிறகு ஜாமீன் கிடைத்து விட்டது. இனிமேல் வழக்கு பாட்டுக்கு நடந்து கொண்டிருக்கும். இறந்து போன தொழிலாளியின் மனைவியும் குழந்தைகளும் நடுத்தெருவில்.

இதுபோல் எத்தனை சாவுகள் நடந்தாலும் இங்கே யாருக்குமே பதற்றம் ஏற்படுவதாகத் தெரியவில்லை. காரணம், பாதிக்கப்படுவது சமூகத்தின் கீழ் மட்டத்தில் இருப்பவர்கள். அவர்களைப் பற்றி யாருக்கு என்ன கவலை? சில தினங்களுக்கு முன்னால் என் வீட்டுக்கு அருகே உள்ள கதீட்ரல் சாலையில் ஒரு சொகுசு கார் சாலை ஓரத்தில் இருந்த ஆட்டோக்கள் மீது புகுந்து விட்டது. நேரம், சல்மான் கான், ஐஸ்வர்யா நேரம். அதிகாலை. இரவு முழுவதும் நடந்த ‘தண்ணி’ பார்ட்டியில் காரை ஓட்டி வந்த பிள்ளைக்கு நிதானமே இல்லை. ஆட்டோவில் உறங்கிக் கொண்டிருந்த ஆட்டோக்காரர்கள் பலருக்கு பலத்த காயம். எத்தனை பேரால்

மீண்டும் ஆட்டோ ஓட்ட முடியும் என்று தெரியவில்லை. ஒரு ஆட்டோக்காரர் மரணம். 12 ஆட்டோக்கள் நசுங்கிக் கிடந்தன. காரை ஓட்டி வந்த விகாஷின் வயது – 20. சட்டக் கல்லூரி மாணவன். சுப்ரீம் கோர்ட் வழக்கறிஞரின் மகன். விகாஷ் ஓட்டிய 'போர்ஷே' காரின் விலை இரண்டே கால் கோடி.

இந்திய சமூகம் பற்றி அக்கறை கொண்டவர்கள் இப்போதாவது இரண்டு காரியங்களைச் செய்ய வேண்டும். போக்குவரத்து விதிகளை யார் மீறினாலும் தயவு தாட்சணயம் இன்றி தண்டிக்க வேண்டும். இரவு பத்து மணிக்கு மேல் ஓடும் வாகனங்கள் 90 சத விகிதம் போதையில்தான் ஓடுகின்றன. இதுபோல் குடித்து விட்டு ஓட்டுபவர்கள் மீண்டும் கார் ஓட்டாதபடி லைசென்ஸை ரத்து செய்ய வேண்டும். பொதுவாக, ஓட்டுநர் உரிமம் கொடுப்பதில் பிரிட்டன் போன்ற நாடுகளை நாம் பின்பற்ற வேண்டும். இன்னொன்று, கோடீஸ்வரர்கள் இப்படி ஏழைகளைக் கார் ஏற்றிக் கொல்லும் போது, அந்த குடும்பங்கள் ஒவ்வொன்றுக்கும் ஒரு கோடி ரூபாய் நஷ்ட ஈடு தர வேண்டும். இரண்டேகால் கோடிக்குக் கார் ஓட்ட முடிந்தவர்களுக்கு அது ஒரு பிரச்சினையா என்ன? இது போன்ற சட்டத் திருத்தங்கள் செய்யாவிட்டால் இப்படிப்பட்ட சாவுகள் நடந்து கொண்டேதான் இருக்கும்.

மேலும், குழந்தை வளர்ப்பு குறித்து பெற்றோரின் மனோபாவம் கட்டாயமாக மாற வேண்டும். பள்ளிப் பருவத்திலேயே தலைக்கவசம் அணியாமல், ஓட்டுநர் உரிமமும் இல்லாமல் எத்தனையோ பிள்ளைகள் ஸ்கூட்டரும் பைக்கும் ஓட்டிக் கொண்டிருக்கிறார்கள்.

நான் ஜெர்மனி போயிருந்த போது ஊர் சுற்றிக் காண்பிப்பதற்காக என்னோடு வந்த நண்பரின் காரை ஓட்டியது அவர் மனைவி. கார் ஓட்டத் தெரியாதா என்று கேட்டேன். குடித்து விட்டு ஓட்டியதால் உரிமத்தை மூன்று ஆண்டுகள் ரத்து செய்து விட்டார்களாம். அதனால் கணவரை அலுவலகம் கொண்டு விடுவதிலிருந்து கறிகாய் வாங்குவது வரை எல்லாமே அவரது மனைவிதான் செய்து கொண்டிருக்கிறார். குடித்து விட்டு ஓட்டினால் மூன்று ஆண்டுகள் ஓட்ட முடியாதா? அப்படி இல்லை. ஒவ்வொரு ட்ராஃபிக் விதி மீறலுக்கும் மதிப்பெண் குறைப்பார்கள். சிவப்பு விளக்கைத் தாண்டுதல், வேகமாக ஓட்டுதல், மது அருந்தி விட்டு ஓட்டுதல் இப்படி ஒவ்வொன்றுக்கும் ஒவ்வொரு மாதிரி மதிப்பெண்

குறைந்து முப்பதுக்கும் கீழே ஆகி விட்டால் ஓட்டுநர் உரிமம் ரத்து. அதற்கு மேல் உரிமம் பெற பிரம்மப் பிரயத்தனம் பண்ண வேண்டும். கடுமையான எழுத்துத் தேர்வு எல்லாம் உண்டு. ஏழெட்டு ஆண்டுகளாக உரிமம் பெற முடியாதவர்கள் எல்லாம் இருக்கிறார்கள்.

***

தமிழ் எழுத்துச் சூழலில் நடக்கும் ஊழல்கள் அரசியலையும் விஞ்சி விடும் போல் இருக்கிறது. திலீப்குமார் தொகுத்த *The Tamil Story* என்ற புத்தகம் ஒரு உதாரணம். அதில் அண்ணாதுரையிலிருந்து இப்போது எழுதும் 30 வயது இளைஞர் வரை எல்லா எழுத்தாளர்களின் கதைகளும் ஆங்கிலத்தில் மொழிபெயர்க்கப்பட்டுள்ளன. அண்ணன் திலீப்குமாரின் கதையும் உள்ளது. ஆனால் அடியேனின் கதை மட்டும் இல்லை. என்ன காரணம் என்று யோசித்தேன். 25 ஆண்டுகளுக்கு முன்னால் அவர் என் பக்கத்து வீட்டுக்காரர். அப்போது அவரிடம் ஒருநாள் காப்பிப் பொடி கடன் வாங்கினேன். திருப்பிக் கொடுக்கவில்லை. அந்தக் கடுப்பைத்தான் இப்படித் தீர்த்துக் கொண்டார் போல!

***

மாதா, பிதா, குரு, தெய்வம்... பெற்றவர்களுக்கு அடுத்த இடத்தில் குருவை வைக்கிறது இந்திய மரபு. குரு என்றால் ஆசான்; ஞானத்தை வழங்குபவர். இன்றைய காலகட்டத்தில் குரு என்றால் எழுத்தாளர் என அர்த்தமாகும். வட இந்தியாவில் பலமுறை நான் கண்ட ஒன்று இது. நாம் எழுத்தாளன் என்று தெரிந்தால் உணவுக்குக் காசு வாங்க மாட்டார்கள். கதை சொல்பவரிடம் காசு வாங்குவதா? கதை என்பது அவர்களுக்கு வியாசனிலிருந்தும் வால்மீகியிலிருந்தும் துவங்குகிறது. எழுத்தாளனை அவர்கள் அந்தப் பாரம்பரியத்தின் தொடர்ச்சியாகவே பார்க்கிறார்கள். சரி, அத்தகைய பாரம்பரியம் இல்லாத ஐரோப்பா? அங்கே எல்லோரும் சமம். உயர்வு தாழ்வு கிடையாது. சில நாடுகளில் சினிமா கியூவிலேயே அந்த நாட்டின் பிரதம மந்திரி உங்களோடு கூட நின்று கொண்டிருப்பார். அப்படிப்பட்ட நாடுகளிலும் கூட எழுத்தாளன் என்றால் ஆசான்தான். பாரிஸில் ஒரு ஓட்டல் உரிமையாளர் நான் பாரிஸில் இருக்குமட்டும் அவர் ஓட்டலில் காசு கொடுக்காமல் உணவருந்திக் கொள்ளலாம் என்றார்.

பலமுறை எழுதியதுதான்; இருந்தாலும் உங்களுக்காக மீண்டும் சொல்லலாம். ஃப்ரான்ஸின் காலனியாக இருந்த அல்ஜீரியாவில் சுதந்திரப் போர் நடந்து கொண்டிருந்தது. இந்தியா பிரிட்டன் இரண்டையும் மனதில் கொள்ளுங்கள். ஆனால் இந்தியாவைப் போல் அல்ஜீரியாவில் மகாத்மா யாரும் இல்லை. போராட்டத்தில் ரத்த ஆறு ஓடியது. உதாரணமாக, போராட்ட வீரர்கள் ஃப்ரெஞ்சுக் குழந்தைகள் பள்ளிக்குச் செல்லும் பஸ்ஸை நிறுத்திக் குழந்தைகளைக் கொன்றார்கள். ஃப்ரான்ஸே கொந்தளித்தது. தேசம், மொழி போன்றவற்றைக் கடந்த உலகளாவிய தொழிலாளர் நலம் பேணும் ஃப்ரெஞ்சுக் கம்யூனிஸ்டுகள் கூட அல்ஜீரியாவின் சுதந்திரப் போராட்டத்தை ஆதரிக்கவில்லை. அந்த நிலையில் ஃப்ரான்ஸில் ஒரே ஒரு ஆள் அல்ஜீரியாவின் சார்பாகப் பேசினார். அவர் பெயர் ஜான் பால் சார்த்தர். உடனே எல்லோரும் அவரை தேசத் துரோகி என்று தூற்றினர். அவரைக் கைது செய்ய வேண்டும் என்று கோரினர். அதைக் கேட்டு அப்போதைய ஃப்ரெஞ்ச் அதிபர் ஷார்ல் தெ கால் சொன்னார்: வால்டேரை யாரும் கைது செய்ய முடியுமா? (வால்டேர் என்பதைத் தமிழ்ச் சூழலில் பாரதி என்று வைத்துப் படித்துப் பார்க்கலாம்.)

எழுத்தாளர்களை சமூகம் எப்படி மதிக்கிறது என்பதற்கு இது உதாரணம். ஆனால் தமிழ்நாட்டில் என்ன நடக்கிறது? புவியரசு ஒரு முதிய கவிஞர். பல நூல்களைத் தமிழில் மொழிபெயர்த்தவர். *வானம்பாடி* கவிதை இயக்கத்தைத் தோற்றுவித்தவர்களில் ஒருவர். பிரசித்தி பெற்ற கவிஞர். எல்லாவற்றிற்கும் சிகரம் வைத்தாற் போல், இப்போது அவர் வயது 86. ஏழு ஆண்டுகளுக்கு முன்பு அவருக்கு சாகித்ய அகாதமி விருது கிடைத்த போது அதற்காக ஒரு விழா எடுத்தார்கள். விழாவில் கமல்ஹாசனும் இருந்தார். அந்த விழாவில் புவியரசு பேசுகிறார்: "இந்த விருதை நான் சாகித்ய அகாதமி மூலமாக வாங்க மறுத்து விட்டேன். ஏனென்றால், இப்போது இங்கே கமல்ஹாசன் மூலம் பெறுவதுதான் அந்த விருதுக்கு மரியாதை." இதுபோல் இன்னும் பலவாறாக எடுத்து விட்டார். ஒரு பானைக்கு ஒரு சோறு பதம். உண்மையில் நடந்தது என்னவென்றால், சாகித்ய அகாதமிக்கு புவியரசு எழுதிய கடிதத்தில், "என் வயது, உடல்நிலை காரணமாக என்னால் பயணம் செய்ய இயலவில்லை. எனவே, பணத்தையும் விருதையும் தபாலில் அனுப்பி விடுங்கள். நேரில் வர முடியாததற்கு என் உடல்நிலையே காரணம். மன்னிக்கவும்; தவறாக

எடுத்துக் கொள்ள வேண்டாம்" என்றே குறிப்பிட்டிருந்தார். ஆனால் கமல்ஹாசனை சந்தோஷப்படுத்துவதற்காக மிகை உணர்ச்சிப் புகழ்ச்சி வார்த்தைகள், அலங்காரங்கள். இதெல்லாம் எதற்காக? கமல்ஹாசன் உலக இலக்கியமும், உலக சினிமாவும் அறிந்தவர். அவர் போன்றவர்கள்தானே இதையெல்லாம் தவிர்ப்பதற்கான வேலைகளைச் செய்ய வேண்டும்? ஆனால் பிரச்சினை என்ன வென்றால் கமலே இதையெல்லாம் ஊக்குவிக்கிறார். ஒரு உதாரணம் தருகிறேன். காலஞ்சென்ற கவிஞர் ஞானக்கூத்தன் பற்றிய ஆவணப் படத்தில் கமல் வருகிறார். இயக்குனரும் அது ஞானக்கூத்தன் பற்றிய படமா, கமல் பற்றிய படமா என்று சந்தேகம் ஏற்படும் அளவுக்குக் கமலை பிரதானப்படுத்தியிருந்தார். அது போக, கமலும் ஞானக்கூத்தன் பற்றிய படத்தில் தன்னைப் பற்றியேதான் அதிகம் பேசினார். இப்படித்தான் நாம் நம்மைச் சுற்றியிருப்பவர்களுக்கு சமிக்ஞை கொடுக்கிறோம். அதை அவர்கள் பிடித்துக் கொள்கிறார்கள்.

நான் யாரையும் விமர்சிக்கவில்லை. எது எங்கே இருக்க வேண்டும் என்று மட்டுமே சொல்கிறேன். சிஷ்யனின் காலில் குரு விழக் கூடாது. ஆனால் தமிழ்நாட்டில் அதுதான் நடந்து கொண்டிருக்கிறது. சினிமா, அரசியல், ஆன்மீகம் ஆகிய மூன்றையும் சேர்ந்தவர்கள் காலில்தான் எல்லோரும் விழுகிறார்கள். எழுத்தாளர்களும் சேர்ந்து விழுகிறார்கள். ஆனால் அந்தக் கூட்டத்தில் எண்பது வயதுக்கு மேற்பட்டவர்களும் சேர்ந்து கொள்ளும் போது பார்க்க சகிக்கவில்லை.

***

நடைப் பயிற்சி செல்வதற்கு நாகேஸ்வர ராவ் பூங்காவுக்கு பதிலாக வேறு இடம் தேடலாமா என்று பார்க்கிறேன். ஒரு நண்பர் வந்து, இப்போதெல்லாம் உங்கள் எழுத்தில் கிளுகிளுப்பே இல்லையே என்று புகார் சொல்கிறார். ஒரு தடவை என்றால் விட்டு விடலாம். பார்க்கும் போதெல்லாம் சொல்கிறார். இளையராஜா கேட்டது போல் கேட்கலாம் என்று தோன்றுகிறது. மனம் வர மாட்டேன் என்கிறது. சரி, கிளுகிளுப்பு ஊட்டுவதற்கு நான் என்ன சன்னி லியோனியா? கிளுகிளுப்பு வேண்டுமென்றால் போய் அவருடைய நூற்றுக்கணக்கான porn படங்களைப் பார்க்க வேண்டியதுதானே?

இன்னொருவர். கனவான். பெயர் ஆதி என்று வைத்துக் கொள்வோம். நம் மூஞ்சியைப் பார்த்தவுடன் ஓடி வந்து தன் உறவினர் கதையைச் சொல்ல ஆரம்பித்து விடுவார். அதில் துளிக்கூட சுவாரசியம் இருக்காது. உதாரணமாக, நேற்று அவர் சொன்ன கதை. உங்களுக்கு எழுத்து எப்படியோ அப்படியே என் மருமகனுக்கு அவர் கம்பெனி என்று ஆரம்பித்து, மருமகன் அஞ்சாங்கிளாஸ் படித்ததிலிருந்து இப்போது கம்பெனி எத்தனை கோடிகளை அள்ளிக் கொண்டிருக்கிறது என்பது வரை ஒரு மணி நேரம் விடாமல் மழை போல் பொழிந்து தள்ளினார். எனக்குக் கோபம் என்னவென்றால், எழுத்தையும் கம்பெனியையும் ஒப்பிட்டதுதான். ஒருத்தர் பணம் சேர்ப்பதும் ஒருவர் ஞானத்தை சேகரித்து ஊருக்கு வழங்குவதும் ஒன்றா?

கலி முற்றி விட்டது என்று நினைத்துக் கொண்டேன். எப்போது பார்த்தாலும் கண்ணில் அகப்பட்டவரைப் பிடித்துத் தன் உறவினர் கதையைச் சொல்லி ரத்தக் களரி ஆக்கும் ஆதியை எப்படித் தவிர்ப்பது என்றே தெரியவில்லை. இன்னொரு கொடுமை என்னவென்றால், கோடீஸ்வரரான இவர் எப்போதும் ரயிலில் இரண்டாம் வகுப்பில்தான் பயணிக்கிறாராம். எளிமை என்றால் பாராட்டலாம். கஞ்சத்தனம்தான் காரணம். ஆதியின் வயது 70. ஆனால் இன்னமும் பணத்தாசை விடவில்லை. எப்படிக் கண்டு பிடித்தேன் என்றால், நானும் என் நண்பர் சந்தானமும் வாக்கிங் முடிந்து, காப்பி குடிக்கச் செல்வோம். எனக்கும் சந்தானத்துக்கும் ஒரு ஒற்றுமை, ரெண்டு பேருமே பிச்சைக்காரர்கள். ஆனால் ஒரு நாளும் கதைசொல்லி கோடீஸ்வரர் ஆதி காப்பிக்குக் காசு கொடுத்ததில்லை. இதுவாவது பரவாயில்லை. ஒருநாள் ஆதிக்கு எங்கள் பொதுநண்பரான ஒரு சித்த வைத்தியர் பலவிதமான வைத்திய ஆலோசனைகள் கூறினார். காப்பிக்குப் போகலாமா என்றார் ஆதி. போனோம். மொத்தம் நான்கு பேர். சித்த வைத்தியருக்கு வயது 90 இருக்கும். எங்கள் நால்வருக்கும் வைத்தியரே பணம் கொடுக்க முயன்றார். அதெல்லாம் தப்பு, மருந்து பலிக்காது என்று சொல்லி அவரை அமர்த்தி விட்டு நான்தான் கொடுத்தேன். எதற்குமே அசையாமல் இடித்த புளி போல் உட்கார்ந்திருந்தது ஆதி.

இப்படிப் பணம் சேர்த்து என்னதான் செய்வார்களோ தெரியவில்லை.

25

ஹாருகி முராகாமி ஜப்பானிய எழுத்தாளராக இருந்தாலும் உலகம் பூராவும் அவர் பெயரைச் சொல்கிறார்கள். இவ்வளவுக்கும் இன்னும் நோபல் பரிசு கிடைக்கவில்லை. இந்த ஆண்டோ அடுத்த ஆண்டோ கிடைத்து விடும். எனக்கு ஒரு பழக்கம். எல்லா வற்றிலும் உசத்தியையே நாடுவது. மேட்டுக்குடி மனோபாவம் என்றே வைத்துக் கொள்ளுங்கள். சேரியிலிருந்து வந்தவர்கள் பெரும்பாலானவர்களிடம் இந்தத் தன்மையைக் காணலாம். அடியேனும் அப்படியே. அந்தக் காலத்திலேயே தலைக்கு Pantene என்ற ஒரு திரவத்தைத்தான் தடவுவேன்.

இலக்கியத்திலும் மேட்டுக்குடி மனோபாவம்தான். எல்லோரும் படிப்பது நமக்கு ஆகாது. ஹாருகி முராகாமியையும் அந்த வகையிலேயே நினைத்து விட்டேன். சமீபத்தில்தான் அவருடைய நார்வேஜியன் வுட் என்ற நாவலைப் படித்து மிரண்டு போனேன். இப்போது பொதுஜனத்தைப் போலவே நானும் முராகாமி ரசிகனாகி விட்டேன். ஆனால் கூடவே அந்த ஆள் மீது கடும் பொறாமையும் ஏற்பட்டு விட்டது. காரணம், ஆசாமி என்னை மாதிரியே எழுதுகிறார். அதில் பொறாமைப்பட என்ன இருக்கிறது? இருக்கிறது. முராகாமி 50 மொழிகளில் மொழிபெயர்க்கப்பட்டிருக்கிறார். அவர் நூல்கள் கோடிகளில் விற்பனையாகின்றன. அவருக்கும் எனக்கும் உள்ள இன்னொரு ஒற்றுமை, அவருடைய நூல்களை ஜப்பானில் சக

எழுத்தாளர்கள் யாரும் விரும்புவதில்லை. அவரிடம் 'ஜப்பானியத் தன்மை இல்லை; மேற்கத்திய பாதிப்பு அதிகம்' என்கிறார்கள். ஆனால் இளைஞர்களுக்குப் பிடித்திருக்கிறது.

ஜப்பானை எல்லோரும் பூலோக சொர்க்கம் என்கிறார்கள். ஒரு உதாரணம் சொல்கிறேன். என் நண்பர் ஒருவர் டோக்யோ மெட்ரோவில் பயணம் செய்யும் போது தன் பர்ஸைத் தவற விட்டு விட்டார். அதில் அவருடைய வங்கி அட்டைகள், பயணத்துக்கான பணம், அறையின் சாவி எல்லாம் இருந்துள்ளன. நம் ஊரைப் போல் பிக் பாக்கெட் அடித்து விட்டார்கள் போல என்று நினைத்துக் கொண்டு போலீஸ் ஸ்டேஷனுக்குப் போயிருக்கிறார். பர்ஸ் பற்றிப் பேச ஆரம்பித்ததுமே போலீஸ் அதிகாரி அவருடைய பெயரைச் சொல்லி பர்ஸ் ஸ்டேஷன் மாஸ்டரிடம் உள்ளது; இருங்கள், வரவழைக்கிறேன் என்று சொன்னதும் என் நண்பரால் நம்ப முடியவில்லையாம். பர்ஸைக் கண்டெடுத்த நபர் அதை ஸ்டேஷன் மாஸ்டரிடம் ஒப்படைக்க அதை அவர் உடனே அந்த ஏரியா போலீஸ் ஸ்டேஷனிடம் தெரிவிக்கிறார். ஸ்டேஷனுக்குப் போன பத்தே நிமிடத்தில் பர்ஸ் கிடைத்து விட்டது. நண்பரிடம் போலீஸ் அதிகாரி பணிவுடன் ஒரு அறிவுரையும் சொல்கிறார். இனிமேல் ஏதாவது பொருள் காணாமல் போனால் எங்கே காணாமல் போனதோ அங்கேயே உள்ள அதிகாரிகளிடம் அல்லது கண்காணிப்பாளரிடம் கேட்டு விடுங்கள்; நீங்கள் ஸ்டேஷன் மாஸ்டரிடமே கேட்டிருந்தால் இவ்வளவு நேரம் காத்திருக்க நேர்ந்திருக்காது என்று சொல்லி, நண்பர் போக வேண்டிய இடத்துக்கு போலீஸ் வாகனத்திலேயே கொண்டு போய் விட ஏற்பாடு செய்திருக்கிறார்.

இப்பேர்ப்பட்ட சொர்க்க பூமியான ஜப்பானில் இளைஞர்கள் மகிழ்ச்சியாக இல்லை. முராகாமியின் எழுத்தும், சில முக்கியமான ஜப்பானியத் திரைப்படங்களும் அதையே உறுதிப்படுத்துகின்றன. குறிப்பாக, பாலியல் ரீதியான பிரச்சினைகள். அலெஹாந்த்ரோ இனாரித்துவின் பேபல் என்ற படத்தில் வரும் ஜப்பானியப் பெண்ணுக்கு வாய் பேசாது; காது கேளாது. பணக்கார வீட்டுப் பெண்; பெரும் அழகி. இருந்தும் அவளை எந்த இளைஞனும் திரும்பிப் பார்ப்பதில்லை. அதன் காரணமாக அவள் செய்யும் காரியங்களை என்னால் இங்கே எழுத முடியாது. படு பயங்கரம்.

அவளுக்கு அம்மா இல்லை. அம்மா தற்கொலை செய்து கொண்டிருக்கிறாள். கடைசியில் ஒரு காட்சி: தற்கொலை விஷயமாக விசாரணைக்காக வரும் போலீஸ் அதிகாரியின் முன்னே முழு நிர்வாணமாக வருகிறாள் அந்தக் கல்லூரி மாணவி. ஆனால் ஜப்பானின் அறம் எங்கே நிற்கிறது என்றால், அந்தப் போலீஸ் அதிகாரி அவளுடைய பலகீனத்தைப் பயன்படுத்திக் கொள்வதில்லை; மாறாக அவளிடம் மிகக் கடுமையாகப் பேசுகிறார். உடனே அவள் ஒரு காகிதத்தில் மன்னிப்புக் கடிதம் எழுதி விட்டுக் கதறி அழுகிறாள்.

இது போன்ற பல சம்பவங்கள் நார்வேஜியன் வுட் நாவலிலும் உள்ளன. சுயசரிதைத் தன்மை கொண்ட அந்நாவல் முராகாமியின் இளம் வயது அனுபவங்களை விவரிக்கிறது. கதாநாயகனின் நண்பன் 18 வயதில் தற்கொலை செய்து கொள்கிறான். அதன் காரணமாக நண்பனின் காதலிக்குப் பைத்தியம் பிடித்து விடுகிறது. மனநோய் விடுதியில் தங்கும் அவளும் கடைசியில் தற்கொலை செய்து கொள்கிறாள். விடுதிக்குச் செல்லும் நாயகன் அவளுடைய அறைத் தோழியின் கதையைக் கேட்கிறான். அதாவது, அவளுடைய மூத்த சகோதரி தூக்கில் தொங்கியதை இளம் வயதில் பார்க்க நேர்ந்த அவளுக்கு மனச் சிதைவு ஏற்பட்டு விடுகிறது. பிறகு நாளடைவில் கொஞ்சம் தேறி ஒருவனைத் திருமணம் செய்து கொள்கிறாள். ஆனால் முப்பதைத் தாண்டிய மத்திம வயதில் பதின்மூன்று வயதுச் சிறுமி ஒருத்தியால் வன்கலவி செய்யப்பட்டு மீண்டும் மனச் சிதைவுக்கு ஆளாகி மனநோய் விடுதிக்கு வருகிறாள்.

இவ்வளவு துயரக் கதைகள் இருந்தாலும் புத்தகத்தை எடுத்தால் கீழேயே வைக்க முடியவில்லை. ஆனால் தயவுசெய்து மொழி பெயர்ப்பைப் படித்துவிடாதீர்கள். அது மொழிபெயர்ப்பு அல்ல; முழி பெயர்ப்பு. பொதுவாகவே தமிழில் வெளிவரும் மொழிபெயர்ப்புகள் மொழிக் கொலையாகத்தான் இருக்கின்றன. எனக்குத் தெரிந்து ஜி. குப்புசாமி, திலகவதி ஆகியோரின் மொழிபெயர்ப்பு பிரமாதமாக இருக்கிறது.

***

ஒருநாள் ஆட்டோவில் வீடு திரும்பிக் கொண்டிருந்தேன். டிரைவர் ஒரு வயதான ஆள். எண்பது இருக்கும் போல் தெரிந்தது. நான் எப்போதும் ஆட்டோ ஓட்டுநர்களோடு பேச்சுக் கொடுப்பதில்லை.

நானாகப் பேசாமலேயே அவர்கள் தம் வாழ்க்கை வரலாற்றைச் சொல்ல ஆரம்பித்து விடுவார்கள். ஆனால் இவரோடு பேச வேண்டும் போல் தோன்றியது. எண்பது வயதில் ஆட்டோ ஓட்டுவதென்றால் அது சாதாரண விஷயம் இல்லையே? ஐயா, உங்க வயசு அறுபது இருக்குமா என்று ஆரம்பித்தேன். எழுபத்தாறு என்றார் ஸ்பஷ்டமாக. பெயர் சிவப்பித்தன். கதையைச் சொல்ல ஆரம்பித்தார். ஆரம்பத்திலிருந்தே ஆட்டோ ஓட்டினாலும் ஒரு காலத்தில் வாழ்வாங்கு வாழ்ந்தவர். இப்போது தன் பேரக் குழந்தைகளைப் படிக்க வைப்பதற்காக ஆட்டோ ஓட்டுகிறார்.

"உங்களுக்கு ஏதாவது செய்ய வேண்டும் போல் இருக்கிறதே? வேட்டி சட்டை தரவா?"

"அடுத்தவங்க கட்டினதை நான் கட்டுறது இல்ல சார்."

ஆஹா, ஆஹா. என்னிடம் எப்போதுமே ஒன்றிரண்டு புது வேட்டி இருக்கும். இருந்தாலும் அதை விட்டுவிட்டு, எப்போதாவது நம் வீட்டுக்கு சாப்பாட்டுக்கு வாருங்கள் என்றேன். காலையில் நாலு இட்லி; மதியம் ஒரு டீ; இரவில் நாலு இட்லியும், ஒரு ஆம்லெட்டும் போதுமானதாக இருக்கிறது என்று அதையும் மறுத்து விட்டார். பந்த் நடக்கும் போது எங்கே சாப்பிடுவீர்கள்? அம்மா உணவகம். சிவப்பித்தன் ஒரு எழுத்தாளர். எத்தனையோ கதைகளை எழுதி வைத்திருக்கிறார். இன்னும் பிரசுரத்துக்கு அனுப்பவில்லை. அவரே புனைந்த பாடல்களையும் பாடிக் கொண்டே வந்தார்.

இறங்கும் போது அவர் கையில் ஒரு ஐநூறு ரூபாய் நோட்டை வைத்து, "இதைக் கொடுப்பதால் நான் பெரிய ஆள் என்று ஆகி விடாது; நீங்கள் என் தந்தையைப் போல. நீங்கள்தான் பெரியவர்; நான் சின்னவன்" என்று சொல்லி வணங்கி விட்டு வந்தேன்.

26

2011 ஜனவரி முதல் தேதி. முந்தின இரவு முழுக்கவும் குடித்து விட்டு ஆட்டம் போட்டதில் பதினோரு மணிக்குத்தான் எழுந்தேன். (இப்போது நான்கு ஆண்டுகளாக குடிப்பதை நிறுத்தி விட்டேன். வேலை அதிகமாகி விட்டதுதான் காரணம்.) ஹைதராபாதில் நண்பரின் வீடு. மும்பையிலிருந்து சுந்தர் குருக்களின் ஃபோன். இகனாமிக் எக்ஸ்பிரஸ் பத்திரிகையில் 2000-2010 பத்தாண்டுகளின் டாப் டென் பிரமுகர்களில் உங்கள் பெயரும் இருக்கிறது. தென்னிந்தியாவிலேயே மூன்று பேர்தான். ரஜினிகாந்த், நீங்கள், ராம்கோபால் வர்மா. "ஏப்ரல் ஒன்று இல்லை சுந்தர், ஜனவரி ஒன்று" என்றேன். "போங்க சார், உங்கள் புகைப்படமே வந்திருக்கிறது." அதிலும் அகில இந்தியப் பதிப்பு. எங்கு தேடியும் இகனாமிக் எக்ஸ்பிரஸ் கிடைக்கவில்லை. அவந்திகாவுக்கு ஃபோன் போட்டு கடையில் தேடச் சொல்லலாம் என்று பார்த்தால் அவள் "ஏம்ப்பா இந்த வயதிலும் இப்படி வெகுளியா இருக்கே, நியூ இயரும் அதுவுமா உன்னை யாரோ கலாய்க்கிறார்கள்" என்றாள். பிறகு சென்னை, ஹைதராபாத் பதிப்புகளில் மறுநாள்தான் பட்டியல் வந்திருந்தது. ஆங்கிலம், மலையாளம் ஆகிய மொழிகளில் என் எழுத்து பிரசுரமாகிக் கொண்டிருப்பதால் கிடைத்த பரிசு.

இப்போது ஏன் ஞாபகம் வந்தது? சொல்கிறேன். எனக்கு அயல் மொழிகளில் அதிர்ஷ்டம் என்றால், கவிஞரான என் நண்பர்

ஒருவருக்கு வேறு மாதிரி அதிர்ஷ்டம் அடிக்கிறது. அவருடைய முன்னாள் காதலியை எதேச்சையாக சந்தித்தேன். அதை அவரிடம் சொன்னேன். யார் என்றார். எனக்குப் பெயர் மறந்து விட்டது. பார்ப்பதற்கு எமி ஜாக்சன் மாதிரி இருப்பாரே; பார்ப்பவர்களுக்கு மாரடைப்பு வருவது போல் ஸ்கர்ட் போட்டுக் கொண்டு ஆங்கிலம் பேசிக் கொண்டு... வர்ணித்தேன். உடனே கவிஞர், ஸ்வப்னாவா என்றார். இல்லீங்க, பெயர் வேறு மாதிரி வரும் என்றேன். ம்... என்று யோசித்தவர் அப்போன்னா ரேணுகாதான் என்றார். இல்லையே என்றேன். மீண்டும் யோசித்தவர் ஓ, கவிதாவா என்றார். ஆங், கவிதாவேதான்.

ம். கொடுத்து வைத்தவர்கள். வேறு என்ன சொல்ல?

***

பரத நாட்டியம், குச்சுப்புடி, கதக் என்று பலவிதமான நடன வகைகள். ஸால்ஸா, தாங்கோ போன்றவை தென்னமெரிக்க நடனங்கள். கோ கோ என்று ஒருவகை நடனம் இருக்கிறது. இதன் விசேஷம், இதன் ஆடை. இடுப்பில் ஒரு நூல்; குறுக்கே ஒரு ரிப்பன். அவ்வளவுதான். ஆடினால் கிட்டத்தட்ட நம்மூர் ரெக்கார்ட் டான்ஸ் மாதிரி இருக்கும். உலகிலேயே சிறந்த ஆட்டம் கோ கோ தான் என்கிறார்கள் சிலர்!

***

தில்லி பஸ்ஸில் ஒரு பெண்ணை ஐந்து பேர் வன்கலவி செய்து கொன்றதைப் பார்த்து தேசமே கொந்தளித்தது. ஒரு குற்றம் நடந்தால் அதைச் செய்தவர் மீது மொத்தப் பழியையும் போட்டு விட்டு, "அப்பாடா, நான் ரொம்ப நல்லவன்' என்று திருப்தி அடைந்து விடுகிறோம். உண்மையில் பிரச்சினை அத்தனை எளிதானதல்ல. சமூகத்தில் ஏன் ஒரு சாராரை மட்டும் இன்னமும் விலங்குகளைப் போலவே வைத்திருக்கிறோம்? வேலை இல்லை; இருக்க இடம் இல்லை; எதிர்காலம் பற்றிய எந்த நம்பிக்கையும் இல்லை. திரும்பின இடமெல்லாம் கலப்படம் செய்யப்பட்ட மதுவை அரசாங்கமே விற்கிறது. அதைக் குடித்தால் உடம்பு முறுக்கேறி யாரையாவது அடி, உதை என்கிறது.

இதுதவிர, இன்னொரு பிரச்சினை. அதை என்னிடம் சொன்னவர்

கனவு, கேப்பச்சினோ, கொஞ்சம் சாட்டிங்...

ஒரு பேராசிரியர். ஆண் பெண் இருபாலரும் படிக்கும் கல்லூரி. அந்தப் பேராசிரியரை நான் மகாத்மா என்று அழைப்பது வழக்கம். காரணம் இருக்கிறது. நாமெல்லாம் நாயைக் கண்டாலே கல்லால் அடித்து விரட்டுகிறோம். சமீபத்தில் மும்பையில் ஒரு அடுக்குமாடிக் குடியிருப்பில் பூனைகள் வந்து தொல்லை கொடுக்கின்றன என்று பூனை பிடிப்பவர்களை அழைத்து 15 பூனைகளைப் பிடித்திருக்கிறார்கள். பூனை பிடிப்பவர்கள் அதை என்ன செய்வார்கள்? கொன்று தின்று விடுவார்கள். என் வீட்டு அடுக்களைக்கும் ஒரு பூனை வந்தது. பூனை ஏன் வருகிறது? பசி. ஒரு பிடி சோற்றில் அரை ஸ்பூன் நெய்யை விட்டுப் பிசைந்து போட்டேன். ஆவேசமாகச் சாப்பிட்டு முடித்து நன்றியோடு சப்தம் கொடுத்து விட்டுப் போனது. பிறகு தினமும் அதே நேரத்தில் வந்து காத்திருந்து சாப்பிட்டு விட்டுப் போகிறது.

பசி என்றால் என்ன? அடுத்த வேளை உணவு கிடைக்குமா, அந்த அடுத்த வேளை எப்போது வரும், வருவதற்கான எந்த அடையாளமும் தெரியவில்லையே என்ற திக்கற்ற நிலையில் இரண்டு மூன்று தினங்கள் தொடர்ந்து கிடப்பதுதான் பட்டினி. அப்படிக் கிடந்தான் அவன். பனகல் பார்க். மூன்று நாள் பட்டினி. மயங்கிச் செருகும் கண்கள். வெயில் கூட உறைக்கவில்லை. முகத்துக்கு அருகே இருந்த காய்ந்த புல்லை எடுத்துக் கடிக்கிறான். நாயின் மூத்திரம். பக்கத்தில் எலும்பும் தோலுமான ஒரு நாய் காய்ந்து போன நரகலைத் தின்று கொண்டிருக்கிறது. வாந்தி எடுத்தான். அன்றிலிருந்து ஒரு வருட காலம் பிக்பாக்கெட் திருடனாக வாழ்ந்தான். ஒருநாள் கன்னிமாரா நூலகத்தின் எதிரே உள்ள பெட்டிக்கடையில் புதிய பிளேடை வாங்கிக் கொண்டு பஸ்ஸில் ஏறிய அவன் வேட்டைக்கான இரை தென்பட்டதும் பிளேடு உறையைப் பிரிக்கிறான். உறை இருக்கிறது; பிளேடு இல்லை. அன்றிலிருந்து அதை விட்டு ஒழித்து விட்டு எல்லோரையும் போல் வாழ ஆரம்பித்தான். தன் அனுபவங்களையெல்லாம் நாவலாக எழுதினான். பிரபலம் ஆனான். அதனால்தான் எனக்கு இன்னமும் எந்த உயிரின் கண்களில் பசியைக் கண்டாலும் கசிந்து உருகி விடுகிறேன். பசியைப் போல் கொடுமையானது இந்த உலகில் எதுவும் இல்லை என்று உணர்ந்தது பனகல் பார்க்கில்.

நான் மேலே குறிப்பிட்ட பேராசிரியர் பதினைந்து பூனைகளும் ஏழெட்டு நாய்களும் வளர்க்கிறார். இதற்காகவே திருமணமும்

செய்து கொள்ளவில்லை. சம்பாதிக்கும் பணம் அத்தனையும் சக உயிர்களின் பசி ஆற்றுவதற்குத்தான் பயன்படுத்துகிறார். இன்னொரு முக்கியமான விஷயம், அவர் வளர்க்கும் பூனை, நாய் ஒவ்வொன்றுமே ஏதாவது ஒரு விதத்தில் உடல் ஊனம் கொண்டவை. ஒன்றுக்குக் கண் தெரியாது; இன்னொன்றுக்குக் கால் இருக்காது; காது கேளாது. இப்படி.

சமீபத்தில் அவர் ஒரு விஷயம் சொன்னார். அவர் பணியாற்றுவது ஆண் பெண் இரு பாலரும் படிக்கும் கல்லூரி. ஒரு பெண் "இன்றைய தினம் என்னால் தேர்வு எழுத இயலாது; நாளை எழுகிறேன்" என்கிறாள். அது கல்லூரியே வைக்கும் மாதாந்திரத் தேர்வு என்பதால் மறுநாள் கூட எழுதலாம். ஆனால் அந்த ஒரு மாணவிக்காக ஆசிரியர் இரண்டு மணி நேரம் செலவு செய்ய வேண்டும். பிறகு தனியாக அந்தப் பெண்ணிடம் என்ன பிரச்சினை என்று கேட்கிறார். அதற்கு அவள் – மூன்றாம் ஆண்டு மாணவி, வயது 20 – சொல்கிறாள். அப்பா என்னை கம்பால் அடித்ததால் இடுப்புக்குக் கீழே வரிவரியாகத் தோல் பிய்ந்து போய் எரிகிறது. உட்கார்ந்து தேர்வு எழுத முடியாது. மருந்து போட்டிருக்கிறேன். நாளை வலி குறைந்து விடும்.

அப்பா ஏன் அடித்தார்? அந்தப் பெண்ணுக்கு மருத்துவம் படிக்க விருப்பம். உச்சபட்ச மதிப்பெண் எடுத்தவள் என்பதால் பணம் கட்டாமலேயே இடம் கிடைத்தும் பி.எஸ்சி.தான் படிக்க வேண்டும் என்று தந்தையின் கட்டாயம். பி.எஸ்ஸிதான் முடிக்கப் போகிறேனே, அடுத்து மருத்துவம் படிக்கவா என்று கேட்டிருக்கிறாள். அதற்குத்தான் அந்த அடி.

இதையும் படித்து விட்டு அந்த நபர் தன் மகளை மேலும் அடித்தார் என்றால் போலீசில் புகார் செய்யலாம் என்று இருக்கிறேன்.

27

காலம் மாறி விட்டது; இப்போது பெண்களும் ஆண்களைப் போல் சம உரிமையுடன் வாழ்கிறார்கள் என்று நம்பிக் கொண்டிருக்கிறோமே தவிர எதார்த்தம் வேறு மாதிரி இருக்கிறது. சென்ற வாரம் குறிப்பிட்ட பேராசிரியர் சொல்கிறார், அவருடைய மாணவிகளில் பல பேர் தங்கள் தகப்பன்களிடம் அடி வாங்குகிறார்கள் என்று. அடிப்பவர்கள் கீழ்த்தட்டு மனிதர்கள் அல்ல; நடுத்தர வர்க்கம். சென்ற வாரக் கட்டுரையைப் படித்து விட்டு பல வாசகிகள் கடிதம் எழுதியிருக்கின்றனர். எல்லா கடிதத்திலும் ஒரே விஷயம்தான். கணவர்கள் தங்களை அடிக்கிறார்கள். போலீசுக்குப் போக முடியவில்லை. எப்படிப் போவது? போலீசுக்குப் போனால் பிரச்சினை இன்னும் சிக்கலாகி விடும். அதை விட அடிப்படையான சிக்கல் பொருளாதாரம். வேலைக்குப் போகாத பெண் என்றால் விவாகரத்து செய்து விட்டு என்ன செய்வது? குழந்தைகளை எப்படி வளர்ப்பது? விவாகரத்து செய்த பெண்ணுக்கு வாடகைக்கு வீடு கூடக் கிடைக்காதே? வேலைக்குப் போகிற பெண்ணாக இருந்தாலும் தனியாக வாழ முடியுமா? அந்த அளவுக்கு சமூகம் முன்னேறி இருக்கிறதா? இதெல்லாம் அந்தப் பெண்கள் கேட்டிருக்கும் கேள்விகள்.

ஆண்கள் பெண்களை அடிமைகளாக நடத்துவதற்கு முக்கியமான காரணம், பெற்றோர். தன்னுடைய அப்பா, அம்மாவை அடிமையைப்

போல் நடத்துவதைப் பார்த்து வளரும் குழந்தைகள் பிற்காலத்தில் எப்படி இருக்கும்? இந்தப் பிரச்சினைக்கு தாய்மார்களும் ஒரு காரணம். அவர்கள்தான் பையன்களுக்கு அளவுக்கதிகமான செல்லம் கொடுத்துக் குட்டிச்சுவராக்குகிறார்கள். தடிமாடு மாதிரி வளர்ந்த பிறகும் அம்மாதான் ஊட்டிவிட வேண்டும்; அம்மாதான் பள்ளிக்கூடத்துக்குக் கொண்டு போய்விட வேண்டும் என்று எதிர்பார்க்கிறார்கள் பையன்கள். இப்படி வளரும் பிள்ளைகள்தான் பிற்காலத்தில் மனைவியோடு நல்ல முறையில் வாழ முடியாமல் போகிறது.

என் நண்பர் ஒருவர் தன் மகனுக்குப் படு செல்லம் கொடுத்து வளர்த்தார். ஒரே பையன். அவன் கேட்பதையெல்லாம் வாங்கிக் கொடுப்பார். எந்தக் கஷ்டமும் தெரியாமல் ராஜா வீட்டுப் பிள்ளை மாதிரி வளர்த்தார். ஒவ்வொரு காலகட்டத்திலும் அவன் செய்யும் அட்டூழியங்களை என்னிடம் வந்து சொல்வார். அதையெல்லாம் கேட்டு நொந்து போய்தான் எனக்குக் குழந்தைகளைப் பிடிக்காது என்று ஒரு புத்தகமே எழுதினேன். பனிரண்டாம் வகுப்பு படிக்கும் போதே கார் வாங்கித் தரச் சொல்லி ஒரே அடம். காரணம், அவனைத் தன் தகுதிக்கு மீறிய பணக்காரப் பள்ளியில் சேர்த்தார். என் நண்பர்கள் எல்லாம் கார் வைத்திருக்கிறான்கள் என்றானாம் பையன். இப்போது வளர்ந்து விட்டான். இன்னும் ஒரு வாரத்தில் கல்யாணம். பத்திரிகை கொடுத்தார். வாங்கிப் பார்த்தால் நண்பரின் பெயரையே காணோம். என்னய்யா இது என்றேன். தலையைச் சொறிந்தார். வற்புறுத்திக் கேட்ட போது சொன்னார். வரப் போகும் பெண், பத்திரிகையில் உன் அப்பா பெயரெல்லாம் வேண்டாம் என்று சொல்லி விட்டாளாம். பையனும் கேட்டுக் கொண்டானாம்.

இன்னொரு நண்பரின் பையனுக்கு நிச்சயதார்த்தம் முடிந்தது. திருமணம் ஆறு மாதம் கழித்துச் செய்து கொள்ளலாம் என்று தேதி குறிக்கப்பட்டது. இடைப்பட்ட காலத்தில் பெண்ணும் பையனும் கைபேசியில் நிறைய பேசிக் கொண்டார்கள்; சினிமாவுக்குப் போனார்கள்; சாட் செய்தார்கள். இத்யாதி இத்யாதி என்று எழுத மனம் வரவில்லை. தெரியாத விஷயத்தைப் பற்றி எழுதக் கூடாது. சரியாக நாலாவது மாதத்தில் புட்டுக் கொண்டது. பையனுக்குப் பெண்ணைப் பிடிக்கவில்லை; பெண்ணுக்குப் பையனைப் பிடிக்கவில்லை. நல்லவேளை, கல்யாணம் செய்து

கொண்டு பிரிவதை விட இது தேவலை என்றேன். அட, நீங்க வேறே, கல்யாணம் நடந்திருந்தால் பிரிந்திருக்கவே மாட்டார்கள் என்றார் ராகவன். ம், அதுவும் சரிதான்.

இன்னொரு சம்பவம். நண்பரின் மகளுக்குத் திருமணம். மாப்பிள்ளை ஐஐடியில் தங்க மெடல் வாங்கி அமெரிக்காவில் பெரிய வேலை. காலையில் திருமணம். அதற்கு முந்தின நாள் மாலையில் ஏதோ சடங்குகள். அப்போது மாப்பிள்ளை வீட்டாரின் கூச்சல் கேட்டது.

"பிஎம்டபிள்யூ எங்கே?"

"புக் பண்ணி இருக்கிறோம். இன்னும் பத்து நாளில் வந்து விடும். ரசீதை வேண்டுமானாலும் காண்பிக்கிறேன்." இது என் நண்பர்.

"அப்படியானால் பத்து நாள் கழித்தே கல்யாணத்தை வைத்துக் கொள்ளலாம். கிளம்புங்கள் எல்லோரும்."

சொன்னது ஐஐடி தங்க மெடல் அமெரிக்க மாப்பிள்ளை. அப்படிப் பட்ட பி.எம்.டபிள்யூ. கார் யாருக்காகத் தெரியுமா? சென்னையில் வசிக்கும் அவனுடைய தாயாருக்கு! கூச்சல் குழப்பத்தைக் கேட்டு அங்கே வந்தாள் மணமகள். விஷயம் தெரிந்ததும் இந்தத் திருமணம் வேண்டாம்; என் உயிரே போனாலும் இவனைத் திருமணம் செய்து கொள்ளமாட்டேன் என்று மறுத்து விட்டாள். என் நண்பர், ஐயோ அம்மா, லட்சம் லட்சமாக செலவு செய்திருக்கிறேனே என்று கெஞ்சினார்.

"இதோ பார் அப்பா, உனக்கு முக்கியம் லட்சமா, என் உயிரா? இந்த ஆளோடு போய் நான் எப்படி வாழ்வது? கேவலம் ஒரு காருக்காகக் கல்யாணத்தையே நிறுத்தும் இவனுடனா உன் மகள் வாழ வேண்டும் என்று நினைக்கிறாய்? உன் பணத்தை நான் நாலு மாதத்தில் தருகிறேன்" என்றாள் மகள். காரணம், அவள் ஒரு நல்ல வேலையில் இருக்கிறாள். இந்த தைரியம் பெண்களுக்கு வேண்டும்.

***

ஐந்து வயதில் தந்தை இறந்து போனார். படிப்பு வராததால் 16 வயதில் பள்ளியிலிருந்து விலகி எடுபிடி வேலைக்குப் போனார். ஒரே

ஆண்டில் நான்கு வேலை மாறினார். 18 வயதில் திருமணம். பிறகு ரயில்வே, ராணுவம் என்று முயற்சி செய்தார். சேர முடியவில்லை. சட்டப் படிப்புக்கு விண்ணப்பித்தார். கிடைக்கவில்லை. இன்ஷூரன்ஸ் ஏஜெண்டாக முயன்றார். முடியவில்லை. 19 வயதில் பெண் குழந்தை பிறந்தது. 20 வயதில் மனைவி குழந்தையையும் எடுத்துக் கொண்டு அவரை விட்டுப் பிரிந்தாள். அதன் பிறகு ஒரு சிறிய ஓட்டலில் சமையல் வேலை கிடைத்தது. ஆனால் பாத்திரமும் தேய்க்க வேண்டும். தன்னுடைய மகளைக் கடத்திக் கொண்டு வர முயற்சி செய்து அதுவும் முடியாமல் போனது. பிறகு மனைவியை சமாதானப்படுத்தி வீட்டுக்கு அழைத்து வந்தார். 65 வயதில் வேலையை விட்டார். 6000 ரூபாய் கிடைத்தது. வாழ்க்கை முழுவதும் தோல்வி. இந்த ஆறாயிரத்தை வைத்துக் கொண்டு என்ன செய்ய? தற்கொலை செய்து கொள்ள முடிவு செய்தார். அதற்கு முன் ஒரு மரத்தடியில் அமர்ந்து யோசித்தார். இந்த ஆட்டத்தை இப்படி ஆடாமல் வேறு எப்படி ஆடியிருக்கலாம்? இவ்வளவுதானா நாம்? வாழ்க்கை பூராவும் உழைத்து, முயன்று முயன்று தோற்று, கடைசியில் வெறும் ஆறாயிரம் ரூபாய்? வேறு எப்படி வாழ்ந்திருக்கலாம்? யோசித்தார். ஆஹா, ஞாபகம் வந்து விட்டது. ஒரு குறிப்பிட்ட விஷயத்தில் அவர் நிபுணர். அதுதான் சமையல். கையிலிருந்த பணத்தை வைத்து கொஞ்சம் கோழி வாங்கி அதைத் தனக்குத் தெரிந்த பிரத்தியேகமான முறையில் சமைத்து தன் தெருவில் இருந்த வீடுகளுக்குக் கொண்டு போய் விற்றார். சில தினங்களுக்கு முன்புதான் தற்கொலை செய்து கொள்ள இருந்தவர். கோழி விற்றுக் கோடீஸ்வரன் ஆனவன் என்ற பழமொழியைக் கேள்விப்பட்டிருக்கிறீர்களா? அவர் பெயர் சாண்டர்ஸ். கேஎஃப்சி என்று சொல்லப்படும் கெண்ட்டுகி ஃப்ரைட் சிக்கன் நிறுனவனத்தின் முதலாளி. 90 வயது வரை வாழ்ந்த அந்தக் கோடீஸ்வரரிடமிருந்து கற்றுக் கொள்ள எவ்வளவோ இருக்கிறது.

28

கலிஃபோர்னிய கருமிகள். என் நண்பர் அஸ்வினி குமார் கலிஃபோர்னியா தமிழர்களைப் பற்றி இப்படி வர்ணிக்கிறார். மேலும், கஞ்சத்தனம் என்பது இந்தியர்களின் பொதுவான குணம் என்கிறார். அவர் கடிதம்:

இங்குள்ள கோவிலில், வெறும் முப்பதுக்கு முப்பது அறை. அதில் நானாவித விக்ரகங்களும் வரிசையில் நிற்கும். முற்றிலும் பொதுமக்கள் காணிக்கையில் கட்டப்பட்டு, அதிலேயே நான்கைந்து புரோகிதக் குடும்பங்களும் பிழைக்கும் இடம். இதில் பெரும்பாலான காணிக்கைகள் ஒரு குவார்ட்டர் எனப்படும் 25 சென்ட். அரிதாக ஒரு டாலர். குடும்பத்தோடு வருபவர்கள் ஒரு மணி நேரமாவது அரட்டையிலும் ஆராதனையிலும் கழித்துச் செல்லும் இடம். ஒரு சினிமாவுக்குப் போயிருந்தால் 50-100 டாலர் செலவாகியிருக்கும். ஒரு முறை சுமார் 50 லட்சம் பெறுமானமுள்ள BMW SUV-இல் வந்து இறங்கியது ஒரு வட இந்தியக் குடும்பம், டிசைனர் உடைகளுடன். அம்மாவின் பெரிய கைப்பையிலிருந்து ஒரு ziploc bag நிறைய penny என்னும் ஒரு சென்ட் நாணயங்கள் வெளிவந்தன. ஒவ்வொரு சன்னதி உண்டியலிலும் ஒரு பென்னி போட்டுவிட்டு பத்து நிமிடம் உருகி உருகிப் பிரார்த்தனை. எட்டு பென்னி முடிந்தவுடன் தீபாராதனை. நான்கு ஆப்பிள்கள் பிரசாதம் பெற்றுக்கொண்டு வெளிச் சென்றது அக்குடும்பம். குடும்பத் தலைவர் ஏதோ ஒரு மல்ட்டி நேஷனல் கம்பெனியில் வைஸ் பிரஸிடெண்ட் என்றார்கள்.

ஆன்மிகம் இப்படி என்றால், மனிதாபிமானம் அதை விடப் பெரும் வேதனை. இங்கு ஒரு பெண்கள் காப்பகம் உள்ளது.

பெரும்பாலும் வெளிநாடுகளிலிருந்து அகதிகளாக வந்தவர்கள். பெரும்பாலும் அவர்கள் கையில் ஒரு குழந்தை. நண்பர் ஒருவர் அவர்களுக்கு உதவும் பொருட்டு பெண்களுக்கும் குழந்தைகளுக்கும் தேவையான பொருட்களைச் சேகரித்து அன்பளிப்பாகக் கொடுக்க முடிவு செய்தார். ஒரு ஞாயிறு அன்று என் வீட்டுக்கு வந்து நான் தரும் பொருட்களைப் பெற்றுச் செல்வதாகத் தெரிவித்தார். இங்கு warehouse club எனப்படும் கடைகளில் எல்லாமே பெரிய அளவில் கிடைக்கும்; அதாவது, டஜன் சோப்பு, கேலன் பால், 20 பவுண்ட் அரிசி என்று. மலிவு விலையில். கடை நிலை புரோகிராமராகவே தேங்கிவிட்ட என்னுடைய பட்ஜெட்டுக்குத் தோதாக 40 டாலரில் 50 டயாப்பர், 1000 wet wipe, 2 லிட்டர் ஷாம்பூ என்று வாங்கி வந்து அந்த நண்பருக்காகக் காத்திருந்தேன். அன்றைய நாள் கடைசியில் என் வீடு வந்த அவர் ஒரு நிமிடம் உறைந்து நின்றார். பின் சுதாரித்துக் கொண்டு பல முறை நன்றி சொன்னார். எதற்கு இத்தனை நன்றி, இது குழந்தைகளுக்கு, உனக்கல்ல என்றேன். உடனே என்னை காருக்கு அழைத்துச் சென்று காட்டினார். காகிதம் துடைக்கும் துண்டு உருளை ஒன்று, ஒற்றை சோப்புக் கட்டி, ஒற்றை பாத்திரம் துலக்கும் sponge போன்றவை இரைந்து கிடந்தன. “பெரும்பான்மை வீடுகளில் அங்கே கிடந்த மிச்சங்களையே பிச்சை போல் கொடுத்தனர். இதை மட்டுமே கொடுக்க கூச்சமாய் இருந்தது. நானே போய் பெரிய பேக்ஸ் வாங்க நினைத்திருந்தேன். ஆனால் நேரமில்லை. அதற்குத்தான் இத்தனை நன்றி” என்றார்.

***

அமெரிக்காவின் வடகிழக்கில் கனடா எல்லையைத் தொட்டபடி இருக்கிறது மிச்சிகன் மாநிலம். மிச்சிகன் என்றால் ஏரி. மிச்சிகனில் 11037 ஏரிகள் உள்ளன. (ஆனால் மின்னசோட்டா மாநிலத்தில் இதை விடவும் அதிக ஏரிகள் உண்டு.) இத்தனை ஏரிகள் இருந்தால் அந்த இடம் எவ்வளவு அழகாக இருக்கும்! ஆம், பூலோக சொர்க்கம்தான். ஆனால் சொர்க்கத்தை நரகமாக்குவதுதானே மனிதனின் வேலை? அது அங்கே தாராளமாகவே நடக்கிறது. மிச்சிகனின் பெரிய நகரம் டெட்ராய்ட். ஆனால் அங்கே மாலை ஆறு மணிக்கு மேல் ஊரடங்கு உத்தரவு போட்டது போல் எல்லாம் அமைதியாகி விடும். சாலைகளில் ஆள் நடமாட்டமே இருக்காது. டெட்ராய்ட்டில் பணி புரியும் சின்னையா எனது நீண்ட நாள் வாசகர். இளைஞர்தான்.

பள்ளிப் பருவத்திலிருந்தே என் வாசகர். வீடு எங்கே இருக்கிறது என்று கேட்டால் டெட்ராய்ட்டிலிருந்து முப்பது மைல் தூரத்தில் என்கிறார். அவர் மட்டும் அல்ல; டெட்ராய்ட்டில் வேலை பார்க்கும் பலருமே இப்படி தூரத்திலிருந்துதான் காரில் வந்து போகிறார்கள். ஏன், இட நெருக்கடியா? “சே, நீங்க வேறே. ‘டெட்ராய்ட்டில் வந்து வாழுங்கள்; ஒரு ஆண்டுக்கு மின்கட்டணம் கட்டத் தேவையில்லை’ என்று விளம்பரமெல்லாம் கொடுக்கிறது அரசாங்கம். ஒரு பயலும் போக மாட்டேன் என்கிறான். என்னையும் சேர்த்துத்தான் சொல்கிறேன்” என்றார்.

இதற்குக் காரணம், வர்ஜீனியா மாநிலத்தில் உள்ள ஜேம்ஸ்டவுன் என்ற துறைமுகத்துக்கு 1619ஆம் ஆண்டு வந்து இறங்கியது ஒரு கப்பல். அந்தக் கப்பலில்தான் ஆஃப்ரிக்காவில் தங்கள் குடும்பத்தினரோடு விவசாயம் செய்து கொண்டிருந்த அப்பாவி மக்களை விலங்குகளைப் போல் பிடித்துக் கொண்டு வந்து அடிமைகளாக்கி விற்றார்கள் வெள்ளைக்காரர்கள். (இது பற்றிய ஒரு அற்புதமான சுயசரித நாவல் அலெக்ஸ் ஹெய்லி எழுதிய *வேர்கள்.*) அந்த வரலாற்றுக் கொடுமையின் விளைவைத்தான் இன்றைய அமெரிக்கா அனுபவித்துக் கொண்டிருக்கிறது.

இன்று வரை கறுப்பின மக்கள் அமெரிக்க வெள்ளை இனத்தினருக்குச் சமமாக ஆகவில்லை. சமமான வசதி வாய்ப்புகளும் உயர்தரமான இலவசக் கல்வியும் கறுப்பின மக்களுக்குக் கிடைத்தாலும் அவர்களின் உளவியல் அதை ஏற்றுக் கொள்வதாக இல்லை. ஒரு இந்திய உதாரணத்தின் மூலம் இதைப் புரிந்து கொள்வோம். உயர்சாதியைச் சேர்ந்த ஒரு ஏழை மாணவன் தெரு விளக்கில் படித்து முன்னேறி மிக உயர்ந்த நிலைக்குப் போய் விடுகிறான். ஆக, ஒரு தலைமுறை ஏழ்மையில் இருந்தாலும் அடுத்த தலைமுறை மேலே போய் விடுகிறது. ஆனால் சேரியில் வாழும் பண வசதி படைத்த ஒரு குடும்பம் தலைமுறை தலைமுறையாக முன்னுக்கு வர முடியவில்லை. எனவே சூழலை மாற்றாமல் வறுமையை ஒழிக்க முடியாது.

இதேதான் டெட்ராய்ட் நகரத்துக் கறுப்பின மக்களுக்கும். மாலை ஆறு மணிக்கு மேல் யாரும் வெளியே வர முடியவில்லை. திருட்டு பயம். ஐந்து டாலருக்குக் கிடைக்கும் பிஸ்டலைக் காட்டுகிறார்கள் கறுப்பின மக்கள். நம்மூர் தாதா ஒருவர் போயிருக்கிறார். டாலரை

எடு என்று சொல்லியிருக்கிறான் கறுப்பன். இவர் சவடாலாக எடுக்க முடியாது என்று சொல்ல, ஒரே குத்து. முகத்தில் நான்கைந்து இடங்களில் எலும்பு முறிவு. அப்படி இருக்கிறது அவர்கள் உடம்பு. என்ன செய்ய? நல்லவேளை, பிஸ்டலை எடுத்திருந்தால் உயிரே போயிருக்கும். போலீஸ்? ம்ஹூம். யாராலும் ஒன்றும் செய்ய முடியாது.

இந்தக் காரணத்தினால் இந்தியர்கள் வீடு வாடகைக்கு எடுக்கும் போது பக்கத்தில் மசாலா வாசனை வருகிறதா என்று பார்க்கிறார்கள். மசாலா வாசனை வந்தால் அந்த அந்தக் குடியிருப்பில் இந்தியக் குடும்பம் இருக்கிறது என்று பொருள். தைரியமாகக் குடியேறலாம். ஆனால் சின்னையா இந்தியர்களைப் பற்றிச் சொன்ன சில விஷயங்கள்தான் மனக் கிலேசத்தை ஏற்படுத்துவதாக இருக்கிறது. உதாரணத்துக்கு இரண்டு விஷயங்கள். சின்னையாவின் ஊரில் ஏழு பிரியாணி கடைகள் இருக்கின்றன. அங்கே பிரியாணி வாங்கும் இந்தியர்கள் மசாலாவை அதிகம் போடச் சொல்லி வற்புறுத்துகிறார்கள். பிரியாணியில் மசாலா தூக்கலாக இருந்தால் சாப்பிட முடியாதே? ரொம்ப நாள் சந்தேகம் சமீபத்தில்தான் தெளிவானது. அப்படி அதிகமாக வாங்கிச் சென்ற மசாலாவில் வீட்டிலேயே சமைத்த வெள்ளை சாதத்தைக் கலந்து அது இரண்டையும் பிரியாணியில் போட்டுக் கலந்து இரண்டு பிரியாணியை ஐந்து பிரியாணி ஆக்கி ஐந்து நாட்களுக்கு வைத்துக் கொள்கிறார்கள்.

சின்னையா சொன்ன இரண்டாவது விஷயம், இதை விட மோசம்...

29

பூனாவில் ஒரு வங்கிக்குச் சென்றிருக்கிறார் ஒரு அன்பர். அங்கே கவுண்ட்டரில் இருந்த வயதான பெண்மணி ஸ்லோ மோஷனில் வேலை செய்ய, இவர் பொறுமை இழந்து விட்டார். பணத்தை வாங்கிப் போட்டு விட்டு ரசீதில் முத்திரை குத்திக் கொடுக்க வேண்டும். பணத்தை எண்ணுவதற்கும் எந்திரம் வந்து விட்டது. இதைச் செய்து முடிக்க அதிக பட்சம் இரண்டு நிமிடம் ஆகலாம். ஆனால் அந்தப் பெண்மணி 15 நிமிடம் எடுத்திருக்கிறார். இந்தச் சம்பவத்தை அன்பர் தனது பிரியத்துக்குரிய எழுத்தாளருக்கு எழுத, எழுத்தாளர் தன் வலைப்பூவில் "அந்தக் கிழவியைக் கழுத்தைப் பிடித்து வெளியே தள்ள வேண்டும் போல் இருந்தது" என்று எழுதி விட்டார். உடனே நம்முடைய முகநூல் போராளிகள் எல்லாம் சேர்ந்து எழுத்தாளரைக் கும்மி எடுத்து விட்டார்கள். எழுத்தாளரும் மன்னிப்புக் கேட்டு விட்டார்.

இந்தச் சம்பவம் எனக்குப் பல விஷயங்களை ஞாபகப்படுத்துகிறது. பொதுவாக அரசு ஊழியர்கள் பற்றி மக்கள் என்ன நினைக்கிறார்கள்? எழுத்தாளரைக் கும்மி எடுக்கும் முகநூல் போராளிகள் ஒரு அரசு வங்கியில் போய் ஒரு காரியத்தை எந்தச் சிரமமும் இல்லாமல் செய்திருக்கிறார்களா? வங்கி ஒன்பதரைக்குத் திறக்கும். நீங்கள் பத்து மணிக்குப் போய் ஒரு கவுண்ட்டரில் நிற்பீர்கள். உள்ளே உள்ள கனவான் அல்லது சீமாட்டி தன் எதிரே ஒருவர் நிற்பதாகவே

கண்டு கொள்ள மாட்டார். ஒரு ஐந்து நிமிடம் நின்று விட்டு, சார் என்றோ மேடம் என்றோ பவ்யமாகக் குரல் கொடுப்பீர்கள். அப்போதும் எதிரே உள்ளவரிடம் சலனமே இருக்காது. மேலும் ஓரிரு நிமிடம் பார்த்து விட்டு கொஞ்சம் குரலை உயர்த்தி சார்/மேடம் என்கிறீர்கள். உடனே எதிர்த்தரப்பிலிருந்து "என்ன சார், பார்த்துட்டுதானே இருக்கீங்க, இப்போதானே வந்தேன். கொஞ்சம் இருங்க" என்ற கடுமையான குரல் வரும். வாழ்நாளில் யாருமே உங்களிடம் இவ்வளவு கடுமையாகப் பேசியிருக்க மாட்டார்கள். எந்தக் கெட்ட வார்த்தையும் இல்லை. ஆனாலும் அந்தக் குரலின் கடுமை கன்னத்தில் பளாரென்று அறையும். போய் உட்கார்ந்து விடுவீர்கள். அதற்குப் பிறகு பத்து நிமிடம் ஆனாலும் அவர் உங்களை அழைக்க மாட்டார். பொழுது விடிந்ததும் யார் உங்களை அவருடைய மனநிலையைக் கெடுக்கச் சொன்னது? நன்றாக அனுபவியுங்கள்.

உங்களுக்கு இப்போது என்ன செய்வது என்று தெரியாது. மீண்டும் அவரிடமே போனால் திட்டு விழும் என்று எல்லா கவுண்ட்டர்களையும் ஒரு நோட்டம் விடுவீர்கள். ஒரு கவுண்ட்டரில் கொஞ்சம் சிரித்த முகத்தோடு ஒருவர் இருப்பார். அவரிடம் சென்று மீண்டும் சார். அவர் என்ன செய்வார் தெரியுமா? தலையை நிமிர்த்தி உங்களைப் பார்க்காமலேயே வலது பக்கமோ இடது பக்கமோ சரியாக மூன்றே முக்கால் மில்லி மீட்டர் தலையைத் திருப்புவார். வாயைக் கூடத் திறக்காமல் தலையால் காட்டப்படும் அந்த சைகையின் அர்த்தம் அந்தக் கவுண்ட்டருக்குப் போங்கள். அதாவது, ஆரம்பத்தில் எந்தக் கவுண்ட்டரில் நீங்கள் அடி வாங்கினீர்களோ அதே கவுண்ட்டர்.

இப்படியெல்லாம் நடந்தால் நீங்கள் லாட்டரி சீட்டில் கோடி ரூபாய் விழுந்தவரைப் போன்ற அதிர்ஷ்டசாலி என்பேன். அப்படியா? ஆமாம், அப்படியேதான். ஒருநாள் என் நண்பர் ஒருவர் மாரிஸ் ஓட்டலில் காலை உணவுக்கு அழைத்தார். சாப்பிட்டோம். பிறகு பக்கத்தில் உள்ள கல்லூரியில் மகளுக்குக் கட்டணம் கட்ட வேண்டும்; ஒரு நிமிட வேலைதான். கட்டி விட்டு உங்களை வீட்டில் விட்டு விடுகிறேன் என்றார். ஸ்கூட்டரில் கிளம்பினோம். உள்ளே போன பிறகுதான் தெரிந்தது, அங்கே உள்ள வங்கியில்தான் கட்டணம் கட்ட வேண்டும் என்று. பீதியில் எனக்கு நாக்கு உலர்ந்து விட்டது. நான் கிளம்புகிறேன், ஆளை விடுங்கள் என்றேன். அட,

சும்மா வாங்க என்று தைரியம் சொல்லி அழைத்துப் போனார். பெண்கள் கல்லூரி என்பதால் வங்கியில் அத்தனை பேரும் பெண்கள். நண்பருக்கும் மேலே சொன்னபடியே ஆயிற்று. (எத்தனை முறை அனுபவித்திருக்கிறேன்!) அப்போது திடுதிப்பென்று எல்லா ஊழியர்களும் மேனேஜர் உட்பட எழுந்து வெளியே ஓடினார்கள். ஆமாம். ஓடினார்கள். எனக்கு ஒன்றும் புரியவில்லை. பூகம்பம் என்றால் நமக்குத் தெரிந்திருக்குமே? எதுவும் ஆடவில்லையே? நானும் நண்பரும் வெளியே வந்து பார்த்தால் அடப் பாதகிகளா! பக்கத்துத் தெருவில் வசிக்கும் தமிழக முதல்வர் ஜெயலலிதா காரில் செல்கிறார். வங்கி ஊழியர்கள் அனைவரும் முதல்வருக்குக் கை தூக்கி வணக்கம் சொல்கிறார்கள். முதல்வரும் சிரித்தபடி வணக்கம் சொல்கிறார். முதல்வருக்குத் தெரியுமா, இப்படி மொத்த வங்கியுமே வேலையை விட்டு விட்டு வெளியே வந்து நிற்கிறது என்று.

***

எதற்குக் கிசுகிசு? மேலே குறிப்பிட்ட எழுத்தாளர் ஜெயமோகன் தான். அவரைத்தான் முகநூலில் அப்படிக் கும்மி எடுத்தார்கள். மன்னிப்புக் குறிப்பில் அவர் எழுதியிருந்த ஒரு வாசகம் என்னைக் கவர்ந்தது. "தினமும் வசை தின்கிறேன். இன்றுதான் சரியான காரணத்துக்காகத் திட்டுகிறார்கள்." ம்ஹூம். அது சரியான காரணம் அல்ல. திட்டிய யாருமே அவருடைய பெயரைச் சொல்லக் கூட தகுதி இல்லாதவர்கள். ஒருவர் சொல்கிறார், அவர் எழுத்தாளர் இல்லை என்பது எப்போதோ நிரூபணம் ஆகிவிட்ட விஷயம். எப்படி இருக்கிறது கதை? சுமார் 300 புத்தகங்கள் எழுதிய ஒருவர் எழுத்தாளர் இல்லையாம். யாரெல்லாம் ஜெயமோகனால் பாதிக்கப் பட்டவர்களோ அவர்கள்தான் இன்று ஜெ.வை அடிக்கிறார்கள். பழிக்குப் பழி என்பதைத் தவிர அவர்களிடம் வேறு எதுவுமே தெரியவில்லை.

ஜெயமோகன் அளவுக்கு சமகாலத் தமிழுக்குப் பணி செய்பவர்களை விரல் விட்டு எண்ணி விடலாம். உதாரணமாக, ஞானக்கூத்தன் தமிழின் அதிமுக்கியமான கவிஞர். சமீபத்தில் தன் எழுபத்தெட்டாவது வயதில் காலமானார். ஆனால் வாழ்நாளில் அவருக்கு எந்தப் பரிசும் கொடுக்கப்பட்டதில்லை. அரசும் மற்ற நிறுவனங்களும் பரிசுகளையும் விருதுகளையும் கொடுத்து கௌரவித்திருக்க வேண்டும். ஆனால் அவருடைய நீண்ட வாழ்நாளில் அவருக்குக் கிடைத்த ஒரே

பரிசு ஜெயமோகனின் வாசகர் வட்டம் கொடுத்ததுதான். இப்படி ஒவ்வொரு முன்னோடியாகப் பார்த்துப் பார்த்து பரிசு வழங்கி கௌரவித்துக் கொண்டிருக்கிறார் ஜெ.

இன்னொரு சம்பவம். ஒரு சமயம் எனக்கு எம்.எஸ். சுப்புலட்சுமி பற்றி ஒரு கட்டுரை எழுத வேண்டியிருந்தது. வெறும் புகழுரையாக இல்லாமல் சாதகம் பாதகம் இரண்டும் சேர்ந்து நடுநிலையாக எழுத வேண்டும். எழுத ஆரம்பிக்கும் முன் யாரெல்லாம் எம்.எஸ். பற்றி எழுதியிருக்கிறார்கள் என்று ஆராய்ந்தால் ஜெயமோகனின் நீண்ட கட்டுரை. ஜெ. தனக்கு சங்கீதம் தெரியாது என்றே பல சமயங்களில் சொல்லியிருக்கிறார். இருந்தாலும் டி.ஜே.எஸ். ஜார்ஜ் என்ற புகழ்பெற்ற பத்திரிகையாளர் எம்.எஸ். பற்றி எழுதிய ஆங்கில நூலுக்கு ஜெ. எழுதிய மதிப்புரையே அது. என்றோ ஒருநாள் சாரு நிவேதிதா குமுதத்தில் பாராட்டுவார் என்பதற்காகவா அத்தனை பெரிய ஆங்கிலப் புத்தகத்தைப் படித்து இருபது பக்கத்துக்கு மதிப்புரை எழுதினார் ஜெ.? இப்படி எந்த முன்னோடியைப் பற்றி நான் எழுதப் புகுந்தாலும் அங்கே அவரைப் பற்றி ஒரு ஆய்வைச் செய்திருக்கிறார் ஜெ. அப்படிப்பட்டவர் ஒரு தவறு செய்து விட்டார் என்பதற்காக (அது தவறு அல்ல என்பது என் கட்சி; அப்படியே அது தவறாக இருந்தாலும்) அவரைப் போட்டுக் கண்மூடித்தனமாகத் தாக்குவது.

இதனால்தான் எழுத்தாளர்களைக் கொண்டாடத் தெரியாத சமூகம் இது என்று சொல்கிறேன். கடைசியாக ஒரு விஷயம்: ஜெய மோகனின் நாவல், சிறுகதைகள் எதுவும் எனக்கு விருப்பமானதல்ல!

பின்குறிப்பு: அந்தக் குறிப்பிட்ட வங்கி ஊழியர் இரண்டு முறை ஹார்ட் அட்டாக் வந்தவர், பாரிச வாயுவால் பாதிக்கப்பட்டவர் என்பது கூடுதல் தகவல். ஜெயமோகனைக் கும்மியெடுத்த முகநூல் போராளிகளின் கோபத்துக்கு இதுதான் அடிப்படை. இந்தப் பிரச்னைக்குக் காரணமும் வங்கிதான். மேற்கத்திய நாடுகளில் இது போன்று உடல்நிலை பாதிக்கப்பட்டவர்களை பணியிலிருந்து நிரந்தர விடுப்பு கொடுத்து விடுவார்கள். 60 வயது வரை அவர்களுக்கு முழு ஊதியமும் அதற்குப் பிறகு ஓய்வு ஊதியமும் வழக்கம் போல் உண்டு. அதைச் செய்யாமல் இப்படி உடம்பால் முடியாதவர்களை வதைப்பதற்கு நம்முடைய நிர்வாகத்தைத்தான் குறை சொல்ல வேண்டும். எழுத்தாளரை அல்ல!

30

இந்நேரம் ஜெயலலிதா உயிரோடு இருந்திருந்தால் என்னென்ன நடந்திருக்கும் என்று எண்ணிப் பாருங்கள். நூற்றுக்கணக்கான பஸ்கள் எரிந்திருக்கும். சும்மாவா எரிப்பார்கள்? உள்ளே மாணவி களையும் போட்டு எரிப்பார்கள். தமிழ்நாடு பூராவும் ஊரடங்கு உத்தரவு போட்டது போல் கடைகள் அடைத்திருக்கும். வெளியூர் செல்பவர்கள் ரயில் நிலையங்களிலும் பஸ் ஸ்டாண்டுகளிலும் கிடந்து அவதிப்பட்டிருப்பார்கள். சாப்பாட்டுக்கு ஓட்டலையே நம்பியிருப்பவர்கள் பட்டினி கிடந்திருப்பார்கள். கட்சித் தொண்டர்கள் விரலையும் நாக்கையும் இன்ன பிற அவயவங்களையும் அறுத்துப் போட்டிருப்பார்கள். இன்னும் தீவிரத் தொண்டர்கள் பெட்ரோலை ஊற்றிக் கொண்டு எரிந்திருப்பார்கள். இப்படிப்பட்ட அவல நாடகங்கள் எதுவும் இப்போது இல்லை. இது பற்றி நாம் ஆழமாக சிந்திக்க வேண்டும். நமக்குப் பிடித்த தலைவர்களையும் நடிகர்களையும் கடவுள் ரேஞ்சுக்கு வைத்துப் புகழ்ந்து கட் அவுட் வைக்கும் கலாச்சாரத்தை முதலில் ஒழிக்க வேண்டும். ஒருமுறை அமெரிக்கத் தூதரகத்துக்கு வெளியே அமெரிக்க அதிபருக்கு அறுபது அடி கட் அவுட் வைத்திருந்தார்கள். என்ன கொடுமை! கருணாநிதியை சோழ மன்னன் என்று புகழ்ந்து வாளும் மலர்முடியும் கொடுத்ததிலிருந்து துவங்கியது இது. பின்னர் ஜெயலலிதாவை கன்னி மேரியாகவும் மாரியம்மனாகவும் வரைந்து கட் அவுட் வைத்தார்கள். அதைவிடக் கொடுமை என்னவென்றால், ஒருமுறை ஒரு அரசியல்வாதியின்

144

பேரனுக்குப் பிறந்த நாள் வந்தது. அதற்காக சென்னை முழுவதும் பேனர் வைத்து அது வாகனங்களில் செல்வோரின் உயிருக்கே அச்சுறுத்தலாக அமைந்தது. இனிமேலாவது அந்த முகஸ்துதி கலாச்சாரத்திலிருந்து நாம் வெளிவந்தாக வேண்டும். மேலும், முதல்வரின் காலில் அவர் கட்சித் தொண்டர்கள் விழுந்தால் கூடப் பரவாயில்லை. பெரிய போலீஸ் அதிகாரிகளும் அவர் காலில் விழுந்தால் என்ன அர்த்தம்? நாம் என்ன மன்னராட்சியிலா இருக்கிறோம்? போலீஸ் அதிகாரி ஒன்றும் முதல் மந்திரியின் எடுபிடி அல்லவே? அவர் ஏன் முதல்வர் காலில் விழ வேண்டும்? மேலும், எந்த அரசியல் சார்பும் இல்லாமல் இருக்க வேண்டிய அரசு அதிகாரிகள் தங்கள் பணிக் காலத்துக்குப் பிறகு அரசியல் கட்சியில் சேர்வதை இனிமேலும் அனுமதிக்கலாகாது. அப்படி அனுமதிப்பதால் அவர்கள் ஏற்கனவே பணியில் இருந்த போது அந்தக் கட்சியின் சார்பாகவே பணியாற்றி இருப்பார்கள் என்றுதானே அர்த்தமாகிறது? அல்லது, குறைந்த பட்சம், அரசு அதிகாரிகள் அரசியலில் சேர்ந்தால் அவர்களுக்குக் கிடைக்கும் ஓய்வு ஊதியத்தையாவது நிறுத்த வேண்டும்.

உச்சநீதி மன்றத்தின் தீர்ப்பு மக்கள் எதிர்பார்ப்புக்கு இணங்கவே வந்துள்ளது. இந்திய அரசியலில் ஒரு வரலாற்று முக்கியத்துவமிக்க தீர்ப்பாக இதைக் கருதலாம். இரண்டு நீதிபதிகளும் ஊழலுக்கு எதிராக மிகக் கடுமையாக எழுதியிருக்கிறார்கள்; கவலைப்பட்டிருக்கிறார்கள். இனிமேல் ஊழல் செய்யும் அரசியல்வாதிகளுக்கு ஓரளவாவது பயம் இருக்கும். அந்த வகையில் இந்தத் தீர்ப்பு இந்திய அரசியலையே ஓரளவுக்கு மாற்றியமைக்கக் கூடியதாக இருக்கும். ஆனாலும் ஒரே ஒரு குறை, குன்ஹாவின் தீர்ப்பை மாற்றி எழுதி ஜெ., சசிகலா உள்ளிட்ட நால்வரையும் குற்றமற்றவர்கள் என்று விடுதலை செய்த நீதிபதி குமாரசாமியின் தீர்ப்பு பற்றி உச்சநீதிமன்றம் இன்னும் சற்று விமர்சித்திருக்கலாம். "நால்வரின் சொத்துக் கணக்கை நீதிபதி குமாரசாமி தவறான முறையில் கணக்கிட்டு விட்டார் (Incorrect arithmatical calculations)" என்று மட்டுமே உச்சநீதிமன்றத் தீர்ப்பில் குறிப்பிட்டுள்ளது. அந்தக் கணக்கு ஏன் தவறாகப் போனது?

நீதிபதி குன்ஹாவை அப்போது எல்லோரும் திட்டினார்கள். ஆனால் நான் அவரை மகாத்மா என்று எழுதினேன். பலம் வாய்ந்த ஒரு அரசியல் கட்சித் தலைவரை ஒற்றை ஆளாக எதிர்த்துத் தீர்ப்பு எழுதுவதற்கு எவ்வளவு மனோதிடம் வேண்டும்?

அதிலும் ஜெயலலிதாவுக்கு எதிராக வழக்காடிய ஆச்சார்யாவுக்கு எக்கச்சக்கமான மிரட்டல் வந்து கொண்டிருந்த வேளையில் அது பற்றியெல்லாம் கொஞ்சமும் கவலைப்படாமல் குன்ஹா வரலாற்றுப் புகழ் மிக்க தன் தீர்ப்பை வழங்கினார். 100 கோடி ரூபாய் அபராதம் விதித்ததால் அது வரலாற்றுப் புகழ்பெற்ற தீர்ப்பு ஆகியது. நாம் நம்முடைய தனிப்பட்ட வாழ்விலும் பொதுவாழ்விலும் முற்றிலுமாக இழந்து போன மதிப்பீடுகளையும் அறத்தையும் நமக்கு தன் தீர்ப்பின் மூலம் நினைவூட்டினார் நீதிபதி குன்ஹா.

இந்த விஷயத்தில் பாராட்டப்பட வேண்டிய இன்னொருவர், சுப்ரமணியம் சுவாமி. சுவாமி பற்றி எப்போதுமே மக்கள் மனதில் ஒரு எதிர்மறைச் சித்திரம்தான் தங்கியிருக்கிறது. ஆனால் சுவாமிதான் 19 ஆண்டுகளுக்கு முன் ஜெயலலிதா, சசிகலா மீது ஊழல் வழக்கைத் தொடுத்தவர். அது என்ன அவ்வளவு எளிதான காரியமா? தான் வைத்த குற்றச்சாட்டுகளுக்கான ஆதாரங்களை மூன்று ஆண்டுகள் தேடிக் கண்டுபிடித்து நீதிமன்றத்தில் சமர்ப்பித்தார் சுவாமி. அதற்காக அவர் எதிர்கொண்ட அச்சுறுத்தல்கள்தான் எத்தனை எத்தனை!

மற்றொரு விஷயம், நீதியின் மேலும் அறத்தின் மேலும் மீண்டும் நம்பிக்கை கொள்ளச் செய்யும் இந்தத் தீர்ப்பை நாம் பாராட்டலாம்; ஆனால் பன்னீர்செல்வம் எப்படிப் பாராட்டுகிறார்? தீர்ப்பில் நீதிபதிகள் இருவரும் கடுமையாகச் சாடியிருப்பது சசிகலாவை அல்ல; ஜெயலலிதாவை. சசியை வெறும் பொம்மையாக வைத்து இந்த ஊழலையெல்லாம் செய்தது ஜெ. தான் என்கிறது தீர்ப்பு. ஜெ. பற்றி தீர்ப்பில் எழுதியுள்ள வார்த்தைகளை இங்கே மேற்கோள் காட்டுவதற்குக் கூடத் தயங்குகிறேன். அவ்வளவு கடுமையான வார்த்தைகள். அதைப் பன்னீரும் மற்ற சசிகலா எதிர்ப்பாளர்களும் பாராட்டுவது உச்சபட்ச காமெடி!

ஊழலைப் பொறுத்தவரை நம் அனைவருக்குமே அதில் பங்கு இருக்கிறது என்பது என் வாதம். ஊழல் என்றால் என்ன? அடுத்தவருக்குச் சொந்தமான பொருளைத் திருடுவது. நம்முடைய வரிப் பணத்தை அரசியல்வாதிகளும் அதிகாரிகளும் திருடுகிறார்கள். அவர்கள் என்ன நரகத்திலிருந்தா குதிக்கிறார்கள்? நாம்தான் இவர்கள். நம்மிலிருந்துதான் இவர்கள் உருவாகிறார்கள். ஒட்டு மொத்தமாக அறமும், மதிப்பீடுகளும் சீரழிந்திருக்கின்றன. பந்தயக் குதிரைகளைப் பழக்குவதைப் போல் இளைஞர்களைப்

பழக்குகிறோம். படி படி படி. முதல் மதிப்பெண் எடு. எதற்கு? நிறைய பணம் சம்பாதிப்பதற்கு. எதற்குப் பணம்? பணம்தான் வெற்றியின் அடையாளம். நம் வாழ்வின் தர்மம். ஆடம்பர மோகத்தின் காரணமாக எவ்வளவு பணம் வந்தாலும் போதவில்லை. பத்தாம் வகுப்பு படிக்கும் மகனுக்கு 40000 ரூபாயில் ஐஃபோன் வாங்கிக் கொடுக்கிறார் தகப்பனார்.

பணம் ஈட்டுவதற்காக எதுவும் செய்யலாம் என்ற நிலையை நாம் அனைவருமே வந்தடைந்திருக்கிறோம். சமீபத்தில் அவந்திகாவின் கைபேசி தொலைந்து விட்டது. சிம் கார்டை நீக்காததால் நாம் பேசியதும் போனை எடுத்தவர் நமக்குப் பதில் சொன்னார். அத்தோடு சரி. அதற்கு மேல் தொடர்பு கொள்ளவே முடியவில்லை. ஒரு வாரம் போராடி வாங்கினோம். ஒரு பெரிய துப்பறியும் கதை போல் எழுதலாம். இன்னொருவரின் பொருளை நாம் எப்படி வைத்துக் கொள்ளலாம் என்ற அடிப்படை அறம் கூட யாருக்கும் இல்லை. பெங்களூர் சென்று நேரில் பெற்றுக் கொண்ட போது போனை வைத்திருந்தவர் ஒரு மேட்டுக்குடிப் பெண் என்று தெரிந்தது. ஏழை பணக்காரன் என்ற பேதமே இல்லாமல் எல்லோருமே அற உணர்வை இழந்திருக்கிறோம் என்பதற்கு இந்தச் சம்பவம் ஒரு உதாரணம்.

இது ஒரு பக்கம் என்றால் நாணயத்தின் மறு பக்கமும் இருக்கிறது. அது ஒரு பரிதாபமான பக்கம். என் நண்பரான ஒரு இளம் ஐஏஎஸ் அதிகாரியுடன் இது பற்றி நீண்ட நேரம் உரையாடிக் கொண்டிருந்தேன். சிங்கப்பூரில் ஊழல் இல்லை. காரணம், இந்தியாவில் ஒரு ஐஏஎஸ் அதிகாரி ஐந்து ஆண்டுகள் வாங்குகின்ற சம்பளம் அங்கே ஒரு ஐஏஎஸ் அதிகாரியின் ஒரு மாதச் சம்பளம். எப்படி ஊழல் செய்ய மனம் வரும்?

31

ஒருவர் என்னிடம் வந்து நான் நேற்று ஷாருக்கானுடன் டின்னர் சாப்பிட்டேன் என்று சொன்னால் உடனடியாக நம்பி விடுவேன். அதில் நம்பாமல் இருப்பதற்கு என்ன இருக்கிறது? ஒருவர் சொல்வதைக் கேட்டு, அவர் பொய் சொல்கிறார் என்று நினைத்தால் என் மனம் கெட்டுவிட்டது என்று பொருள். என் மகளுக்கு ஆறு வயதாக இருக்கும் போது ஒருநாள் மைலாப்பூர் மாட வீதியில் காய்கறிகளை வாங்கிக் கொண்டு கூடவே அவளுடைய புத்தக மூட்டையையும் சுமந்து கொண்டு (அவள் கையில் லஞ்ச் பை மற்றும் தண்ணீர்க் கூடை) நான் சிரமப்பட்டு நடப்பதைப் பார்த்து அவள் "அப்பா, எனக்கு ஒரு யோசனை" என்றாள். "என்னடி கண்ணு?" என்றேன். "இவ்ளோ கஷ்டப்படுறதை விட நீ பேசாம ஒரு கார் வாங்கிர்லாம்." நான் மாற்று சினிமா ரசிகனாக இருந்தால் ஒரு காரைத் திருட வேண்டும். ஜெயிலுக்குப் போக வேண்டும். என் தங்க மகள் என்னை நினைத்து அப்பா அப்பா என்று உருகி குளத்தில் விழ வேண்டும். இந்தக் கண்றாவியெல்லாம்தான் இங்கே மாற்று சினிமா. இதை விட துப்பாக்கியும் தெறியும் தேவலாம் என்று தோன்றுகிறது. அதை விடுங்கள். என் மகள் சொன்னாள் அல்லவா ஒரு யோசனை. அதற்குப் பெயர்தான் வெகுளித்தனம். அது என்னிடம் இன்னமும் பத்திரமாக இருக்கிறது.

ஒருவர் என்னிடம் வந்து நான் கடவுள் என்று சொன்னால்

நம்புவேன். அவர் சொல்வது பொய் என்ற திசையிலேயே என் மூளை வேலை செய்யாது. ஒருவர் ஏன் பொய் சொல்ல வேண்டும்? ஒருவர் சொல்வதை நம்பாமல் அதைப் பொய் என்று சொல்பவர் கெட்டவர் என்ற அளவுக்கு நினைக்க ஆரம்பித்து விடுவேன். இந்தக் காலத்தில் இப்படி இருந்தால் உன்னை எல்லோரும் ஏமாற்றி விடுவார்களே என்பார்கள் நண்பர்கள். ஆச்சரியம் என்னவென்றால், என் வாழ்வில் அப்படி நடந்ததே இல்லை. சுற்றிச் சுற்றி நல்லவர்கள்தான். இது போன்ற வெகுளிகளுக்குக் கடவுளே துணை நிற்கிறார் என்று நினைக்கிறேன். நேற்று என் செல்லப் பூனை சிண்ட்டூ எதுவும் சாப்பிடவில்லை. கானாங்கெளுத்தி என்று சொல்லப்படும் அயிலை அல்லது மத்தி மீன் மட்டுமே சாப்பிடும். முந்தாநாள் நான் பட்டினப்பாக்கம் கடல்கரைக்குச் சென்ற போது இரண்டுமே இல்லை. தேளிதான் இருந்தது. தேளி சாப்பிட்டிருக்கிறீர்களா? அற்புதமாக இருக்கும். குளம், ஏரிகளில் கிடைக்கும். கபாலீஸ்வரர் கோவில் தெப்பக் குளத்தில் ஆயிரக் கணக்கில் வசிக்கிறது தேளி. ஆனால் கடவுள் குளத்தில் மீன் பிடிக்கக் கூடாது என்ற எண்ணத்தில் யாரும் அதைப் பிடிப்பதில்லை. ஆனால் சிண்ட்டூ ஒரு ராஸ்கல். கடல் மீன்தான் வேண்டும்; அதுவும் கானாங்கெளுத்தி அல்லது மத்தி. ஒரு முக்கியமான எழுத்துப் பணியில் இருக்கிறேன். தினமும் 16 மணி நேர வேலை. என்னடா செய்வது என்று முழித்துக் கொண்டிருந்தேன். என்னைப் பார்க்க ஒரு நண்பர் அடையாறிலிருந்து வந்து கொண்டிருந்தார். எனக்காக ஒரு சின்ன காரியம் செய்ய முடியுமா என்றேன். அவர் பிராமணர். முட்டை கூட சாப்பிட மாட்டார். அதனால் எனக்குத் தயக்கம். என்ன வேண்டுமானாலும் சொல்லுங்கள் என்றார். தயங்கித் தயங்கி, வழியில் உள்ள அரசாங்க மீன் விற்பனையகத்தில் எட்ட நின்று கொண்டே கானாங்கெளுத்தி அல்லது மத்தி இருக்கிறதா என்று கேட்டுக் கொண்டு வந்து விடுங்கள்; இருக்கிறது என்று தெரிந்தால் நான் போய் வாங்கிக் கொள்கிறேன் என்றேன். ரெண்டு கிலோ கானாங்கெளுத்தியை வாங்கிக் கொண்டே வந்து விட்டார். இப்படிப்பட்ட நண்பர்கள் என்னைச் சுற்றி இரண்டு டஜன் பேர் இருக்கிறார்கள். கடவுள் நேரடியாக வர மாட்டார். இப்படிப்பட்ட மனிதர்கள் மூலம்தான் வருவார். அந்தக் கானாங்கெளுத்தி மீனை சிண்ட்டூ மூன்று நாள் பட்டினி கிடந்தவன் சாப்பிடுவதைப் போல சாப்பிட்டது!

இவ்வளவு பீடிகையும் எதற்குத் தெரியுமா? இத்தனை வெகுளியாக ஒருவர் சொல்வதை எந்த மறுபேச்சும் இன்றி நம்பி விடும் ஒருவரை ஏமாற்றினால் என்ன ஆகும்? விபரீதம்தான். அப்படி ஒரு விபரீதம் சமீபத்தில் நடந்தது. ஒரு நேர்மையான போலீஸ்காரர் இருக்கிறார் என்று வைத்துக் கொள்வோம். (Oxymoron என்று சொல்லி விடாதீர்கள். மற்ற துறைகளை விட போலீஸில் ஊழல் கம்மிதான்.) அப்படிப்பட்ட போலீஸ்காரரிடம் ஒரு கள்ளக்கடத்தல் பேர்வழி வந்து தினந்தோறும் என்னோடு பழகுங்கள் என்று தொந்தரவு செய்தார் என்றால் கடத்தல்காரருக்கு ஏதோ நேரம் சரியில்லை என்றுதானே பொருள்?

ரஸ்புடின் பற்றிக் கேள்விப்பட்டிருக்கிறீர்களா? ரஸ்புடின் என்று பிரபலமான பாப் பாடல் இருக்கிறது. அது வேறு. ரஸ்புடின் என்று ஒரு மந்திரவாதி இருந்தான். ரஷ்யாவின் கடைசி ஜார் மன்னன் இரண்டாம் நிக்கோலாஸ். அந்த நிக்கோலாஸின் மகனுக்கு ஹீமோஃபீலியா என்ற வியாதி இருந்தது. உடம்பில் காயம் பட்டு ரத்தம் வந்தால் நிற்காமல் கொட்டிக் கொண்டே இருக்கும். சமயத்தில் உயிரே போய் விடும் வாய்ப்பும் உள்ளது. ஆனால் மந்திரவாதி ரஸ்புடின் ஒரு வார்த்தை சொன்னால் ரத்தம் நின்று விடும். நேரில் கூட சொல்ல வேண்டாம். எங்காவது அந்த ஆள் குடித்துக் கொண்டு கிடப்பான். அரண்மனையிலிருந்து ஆள் போகும். உடனே ஒரு டெலிபோன் மூலம் நிக்கோலாஸின் மகனிடம் ரஸ்புடின் பேசுவான். ரத்தம் கொட்டுவது நின்று போகும். புருடா அல்ல. எல்லாவற்றுக்கும் நேரில் பார்த்த சாட்சி இருக்கிறது. அரசாங்க தாஸ்தாவேஜுகள் இருக்கின்றன. ரஸ்புடின் பெண் பித்தன் வேறு. இருந்தாலும் நிக்கோலாஸ் கடைசி வரை ரஸ்புடினை ஒன்றுமே சொல்லாமல் அரண்மனையில் புழங்க விட்டதற்குக் காரணம், அவனிடம் இருந்த மந்திர சக்திதான். அரசியின் சகோதரர்கள் ஒருநாள் ரஸ்புடினுக்கு விஷம் கொடுத்தார் கள். சிரித்துக் கொண்டே அந்த விஷத்தை முழுங்கி விட்டுப் போய் விட்டான். கடைசியில் அவனைத் துப்பாக்கியால் சுட்டு ஒரு மூட்டையில் கட்டி பாறாங்கல்லில் பிணைத்து நதியில் போட்டார்கள். மறுநாள் பிரேதப் பரிசோதனையில் மூச்சுக் குழாயில் நீர் புகுந்ததால் இறந்து விட்டதாக மருத்துவக் குறிப்பு வந்தது.

எனவே விஞ்ஞானத்தால் நிரூபிக்க முடியாததெல்லாம் மூட நம்பிக்கை என்று என்னால் ஏற்க முடியாது. ஆதி சங்கரர் கூட

விட்டுக் கூடு பாய்ந்திருக்கிறார். இதோ சென்ற நூற்றாண்டில் நம் வள்ளலார் ஜோதியில் கலந்திருக்கிறார். அவருடைய விரோதிகள்தான் அவரை நெருப்பில் போட்டு விட்டார்கள் என்று ஒரு கதை சொல்வார்கள். ஆனால் நான் ஜோதியில் கலப்பேன் என்று வள்ளலாரே சொல்லியிருக்கிறார். ஏன் சாமி எப்போதும் உங்கள் நெற்றியையும் கண்களையும் ஒரு துணியால் மூடிக் கொண்டிருக்கிறீர்கள் என்று ஒரு கூட்டத்தில் கேட்டார்கள். முக்காட்டை லேசாக விலக்கினார் வள்ளலார். ஒரு கண் தெரிந்தது. கூட்டத்தில் சிலர் மயக்கம் போட்டு விழுந்து விட்டார்கள். வள்ளலார் ஒன்றும் ஏழாம் நூற்றாண்டில் வாழ்ந்து பூம்பாவாய்ப் பதிகம் பாடி சாம்பலிலிருந்து பெண்ணைப் பிழைக்க வைத்த ஞானசம்பந்தர் அல்ல; ஒரு நூற்றாண்டு முன்னால் வாழ்ந்தவர்.

பீடிகை போதும். விஷயத்துக்கு வருகிறேன். ஆனால் விஷயத்துக்கு வருவதற்குள் பக்கம் முடியப் போகிறது. அவர் பெயர் ராமனாதன். (பெயர் மாற்றப்பட்டிருக்கிறது.) வயது *80, 85, 86*. அதாவது, ஒவ்வொரு நாளும் ஒவ்வொரு வயதைச் சொல்வார். ஒருநாள் அவர் வீட்டின் அறையில் தலை, கை, கால், முண்டம் என்று தனித்தனியாகக் கிடந்தார். அதைப் பார்த்த மருமகள், அப்பாவை யாரோ கொன்று விட்டார்கள் என்று கத்தினாள். அப்புறம் என்ன நடந்தது தெரியுமா என்றார் ராமனாதன்.

32

ஷீர்டி பாபாவுக்கு இப்போது உலகம் முழுக்க பக்தர்கள் இருந்தாலும் ஒரு காலத்தில் ஷீர்டியிலேயே அவரைப் பிடிக்காத சிலரும் இருந்தனர். ஒருநாள் பாபாவின் பக்தர் ஒருவர் அவரைக் காண வந்தார். ஆனால் என்ன கொடுமை! பாபாவின் உடலை யாரோ ஒருவன் துண்டு துண்டாக வெட்டிப் போட்டிருந்தான். துடிதுடித்துப் போன பக்தர் வெளியே ஓடிப் போய் மற்றவர்களை அழைத்து வந்தார். பார்த்தால் பாபா வழக்கமாக அவர் அமரும் இடத்தில் சிரித்தபடி அமர்ந்திருக்கிறார். ஹத யோகத்தில் இது ஒரு அங்கம். "அப்படித்தான் என் உடம்பைப் பிரித்துப் போட்டிருந்தேன். என் மருமகள் பயந்து விட்டாள்" என்றார் ராமனாதன். என்னை தூரத்திலிருந்து பார்த்தாலே போதும், ஓடி வந்து என்னிடம் இது போன்ற விஷயங்களைச் சொல்வார். பத்து ஆண்டுகளாக நாகேஸ்வர ராவ் பூங்காவில் நடக்கிறேன். அவரும் நடக்கிறார். ஆனால் குமுதத்தில் எழுத ஆரம்பித்ததிலிருந்துதான் என்னைத் தேடி வந்து இதையெல்லாம் சொல்கிறார். சரி, காக்காய் உட்கார பனம்பழம் விழுந்த கதையாகவும் இருக்கலாம். எப்படியோ, அவர் விரும்பினாலும் விரும்பாவிட்டாலும் அவர் கதையை எழுத ஆரம்பித்து விட்டேன்.

ராமனாதன் ஒரு சித்த வைத்தியர். வைத்தியர் என்றால் வைத்தியத் தோடு நிற்க வேண்டும். அதில் மந்திரம் தந்திரம் எல்லாம் சேர்க்கக் கூடாது. அப்படியே சேர்ப்பதாக இருந்தால் அது உண்மையாக

இருக்க வேண்டும். கிராமங்களில் தேள், பூரான் கடிகளுக்கு வெறும் மந்திரத்தை வைத்தே விஷத்தை எடுப்பதை என் கண்ணால் பார்த்திருக்கிறேன். எனவே வார்த்தை ஜாலம் கூடாது; நடத்திக் காட்ட வேண்டும். ராமனாதன் சொன்ன இன்னொரு சம்பவம். நியூஜெர்சியில் அவருக்குத் தெரிந்த வித்யா என்ற பெண்ணின் கணவருக்கு மிகப் பெரிய அறுவை சிகிச்சை நடக்க இருந்தது. புற்றுநோய். ராமனாதனுக்கு ஃபோன் செய்த வித்யா "உங்கள் ஆசீர்வாதம் வேண்டும்" என்று இறைஞ்சுகிறார். ராமனாதன் பதிலே பேசாமல் ஃபோனை வைத்து விடுகிறார். உடம்பை இங்கே போட்டு விட்டு நியூஜெர்சி போகிறார். தன்னுடைய எனர்ஜியை வித்யாவின் கணவருக்குச் செலுத்துகிறார். மறுநாள் அறுவை சிகிச்சைக்கு வந்த மருத்துவர் குழுவுக்கு ஒரே ஆச்சரியம். புற்றையே காணோம். என்ன அதிசயம்! வித்யாவுக்குப் புரிந்து விட்டது. ஆனாலும் நம்ப முடியவில்லை. ராமனாதனை ஃபோனில் அழைக்கிறார். "நேத்தைக்கு வந்தேனே அம்மா, நீ வெள்ளை நிற சட்டை போட்டிருந்தாய். (இதெல்லாம் யார் வேண்டுமானாலும் சொல்லலாம் என்று நினைக்கிறார் வித்யா.) சரி, நீ நினைப்பது புரிகிறது. உன் கணவர் இருந்த அறை எண் 142, மூன்றாவது தளம்..." என்று ஆரம்பித்து அந்த இடத்தை அப்படி அப்படியே துல்லியமாக வர்ணிக்கிறார். "எனர்ஜி கொடுத்து புற்றை எடுத்து விட்டேன் வித்யா. இனி நீங்கள் சந்தோஷமாக இருங்கள்."

இப்படி ஆயிரக்கணக்கான பேரை குணப்படுத்தி இருக்கிறேன் என்றார் ராமனாதன். எனக்கு இருதயத்தில் 50 சதவிகித அடைப்பு இருப்பதால் கடுமையான மாத்திரைகளை உட்கொண்டு வருகிறேன். இருந்தாலும் மாலை நேரத்தில் ஆஞ்ஜைனா பிரச்சினை உண்டு. ஆஞ்ஜைனா என்றால் மூச்சு விடுவதில் சிரமம். கடவுளே பார்த்துத் தான் ராமனாதனை என்னிடம் அனுப்பியிருக்கிறார் என்று நினைத்தேன். எனக்கு எனர்ஜி அனுப்பினார் ராமனாதன். ஒரு பலனும் இல்லை. அவர் சொன்ன விஷயங்களை பார்க்கில் உள்ள நண்பர்களிடம் சொன்னேன். எல்லோருக்கும் ஒவ்வொரு உடல் பிரச்னை. எல்லோருக்கும் எனர்ஜி அனுப்பினார் ராமனாதன். ஒருத்தருக்குமே ஒன்றுமே ஆகவில்லை. "1,81,729 பேருக்கு எனர்ஜி அனுப்ப முடியும். எனக்கு இப்போது 86 வயது ஆகிறது. சீக்கிரம் என் எனர்ஜியைப் பயன்படுத்திக் கொள்ளுங்கள்" என்றார் ராமனாதன். எல்லா நண்பர்களும் ராமனாதன் பொய் சொல்கிறார்

என்றார்கள். நான் மட்டும் நீங்கள் அனைவரும் கெட்டவர்கள்; ஒரு ஞானியை இப்படி சந்தேகிக்கிறீர்களே என்று திட்டினேன்.

நான் இப்போது ஒரு முக்கியமான பணியில் ஈடுபட்டிருக்கிறேன். அதன் காரணமாக தினமும் எட்டு ஒன்பது மணி நேரம் கூட தட்டச்சு செய்ய வேண்டியிருக்கிறது. அதனால் வலது கையில் தேள் கொட்டியது போல் கடுத்துக் கொண்டிருந்தது. சரி, இதயப் பிரச்சினை நாம் வாங்கி வந்த வரம். இந்தக் கை வலியை ராமனாதனின் எனர்ஜி மூலம் சரி செய்து கொள்ளலாம் என்று அவரிடம் சொன்னேன். ஒரு வார காலம் எனர்ஜி அனுப்பினார். ம்ஹூம். ஒரு சதவிகிதம் கூட வலி குறையவில்லை. “நீங்கள் உடனடியாக கீழ்ப்பாக்கம் மெண்டல் ஹாஸ்பிடலில் போய்ச் சேருங்கள்” என்று என்னிடம் கோபமாகச் சொன்னார் சடகோபன். அவர் என்னுடைய இன்னொரு நண்பர். ராமனாதன் ஒரு ஏமாற்றுப் பேர்வழி என்பது அவர் கருத்து. கோபம் தணிந்து “தென்னமரக்குடி எண்ணெயை வாங்கிப் போடுங்கள், சரியாகும்” என்றார் சடகோபன். வாங்கித் தேய்த்தேன். வலி இருந்த இடமே தெரியவில்லை.

அடக்கடவுளே! எதில்தான் ஏமாற்றுவது என்ற கணக்கே இல்லையா? ஆன்மீக விஷயங்களில் கூட இப்படி மோசடி செய்தால் இந்தப் பகுத்தறிவு காலத்தில் எல்லாவற்றையும் சந்தேகப்பட ஆரம்பித்து விடுவார்களே? ஏன் ஐயா, துணி காயப்போடுவது போல் உடலையே தனித்தனியாகப் பிரித்துப் போடக் கூடிய யோகியான உங்களுக்கு தென்ன மரக்குடி எண்ணெயால் சரியாகி விடக் கூடிய என் கை வலியைக் கூடவா சரி செய்ய முடியாது? அப்புறம் எப்படி அமெரிக்கா வரை ஆவி ரூபத்தில் போய் நியூஜெர்சி மருத்துவமனையில் படுத்துக் கிடந்தவரின் புற்று நோயைக் குணப்படுத்தினீர்? எல்லாமே புருடாவா? இப்படியெல்லாம் புருடா விட்டால் சாமி கண்ணைக் குத்தும் என்று உமக்குத் தெரியாதா?

நான் இன்னொரு யோகியையும் பார்த்தேன். “சாமி, எனக்குக் கை வலி. உங்களால் சரி செய்ய முடியுமா?” சாமி என்ன சொன்னது தெரியுமா? “இந்த வலி உன்னுடைய முற்பிறவிப் பயன். நீ இதை அனுபவித்தே தீர்க்க வேண்டும்.” ராமனாதன் சார், பேசாமல் நீங்கள் இந்த சாமி மாதிரியாவது சொல்லியிருக்கலாம்; எனர்ஜியால் என்னென்னவோ செய்வேன் என்று வாக்குக் கொடுத்து விட்டு

இப்படி ஏமாற்றி விட்டீர்களே? இப்போதும் சொல்கிறேன். என் கண் முன்னால் ஒரு அதிசயத்தை நிகழ்த்திக் காட்டுங்கள். நான் உங்கள் சீடனாகி விடுகிறேன்.

***

ஐநூறும் ஆயிரமும் செல்லாது என்று மோடி அறிவித்த மறுநாள் காலை தில்லிக்கு விமானம் ஏறினேன். டாக்ஸிக்கு எப்படிக் காசு கொடுப்பது? என் நண்பர் ஒருவர் ஐந்து நூறு கொடுத்தார். தில்லிக்குப் போய்ச் சேர்ந்த போது பாதி ஏடிஎம்களில் 'சாரி, வேலை செய்யாது' என்று போர்டு போட்டிருந்தார்கள். மீதி இருந்த ஏடிஎம்களில் அரை கிலோமீட்டருக்கு க்யூ நின்றது. சுதந்திர இந்தியாவில் இந்திரா காந்தி அறிவித்த எமர்ஜென்சிக்குப் பிறகு நடந்த மிகப் பெரிய சமூக நிகழ்வு இதுதான். எமர்ஜென்சியிலாவது யாரும் சோற்றுக்குக் கஷ்டப்படவில்லை. இப்போது லட்சக்கணக்கான பேர் முக்கியமாக பயணிகள் – சோற்றுக்கும் வழியில்லாமல் திண்டாடிக் கொண்டிருக்கிறார்கள். நான் தபால் இலாகாவில் வேலை பார்த்த போது என்னோடு பணி புரிந்த கண்ணன் என்ற நண்பர் இப்போது சர்வதேசத் தொழிலாளர் சம்மேளனத்தில் பெரிய பதவியில் தில்லியில் இருக்கிறார். அவர் மட்டும் இருந்திராவிட்டால் தில்லியில் நான் பட்டினிதான் கிடந்திருப்பேன். அப்படியும் ஒருநாள் ஜும்மா மசூதிக்கு எதிரே உள்ள கரீம் உணவகத்துக்குப் போய் மாட்டிக் கொண்டேன். ஏனென்றால், அங்கே வங்கி அட்டையையும் வாங்கிக் கொள்ள மறுத்து விட்டார்கள்.

ஆங்கிலக் கட்டுரையாளர்களில் எனக்குப் பிடித்தவர் ராமச்சந்திர குஹா. ஆங்கிலத்தில் எழுதுவதில் சில வசதிகள் உள்ளன. உலகம் முழுவதும் கவனிக்கப்படும். சம்பளம் அதிகம். நான் லண்டனிலிருந்து வெளிவரும் ஆர்ட் ரெவ்யூ ஏஷியா என்ற ஆங்கிலப் பத்திரிகையில் எழுதி வருகிறேன். ஒரு கட்டுரைக்கு 20000 ரூ. தருகிறார்கள். ஆனால் மூன்று மாதத்துக்கு ஒருமுறை வரும் பத்திரிகை. அந்த ஆசிரியரிடம் நான் ஒரு வேண்டுகோள் வைத்தேன். அதைக் கொஞ்சம் வாரப் பத்திரிகையாக, சரி வேண்டாம், அது பேராசை – குறைந்த பட்சம் மாதப் பத்திரிகையாக மாற்றினால் என்னைப் போன்ற ஏழைத் தமிழ் எழுத்தாளனுக்கு வசதியாக இருக்குமே? ஒன்றும் பதில் வரவில்லை. தமிழில் ஏன் இந்த அளவு சம்பளம் இல்லை என்பதற்கு ஒரு காரணம் இருக்கிறது. ஆர்ட் ரெவ்யூ ஏஷியா

ஒரு இதழ் விலை 500 ரூ. உலகம் முழுவதும் பத்திரிகைகளின் விலை அதிகம். ஒரு வாரப் பத்திரிகையின் விலை நூறு ரூபாய். தினசரியின் விலை 20 ரூ. ஆனால் தமிழில் ஒரு தினசரியின் விலை 5 ரூ. இந்த ஐந்து ரூபாயை பிச்சைக்காரர் கூட வாங்க மாட்டார். ஒரு மணி நேரம் படிக்கக் கூடிய தினசரியை நாம் ஐந்து ரூபாய்க்கு வாங்குவதற்கே அழுகிறோம். அதிலும் இரண்டு பேர் சேர்ந்து கூட்டுப் போட்டு ஒரு தினசரியை வாங்குகிறார்கள். ஆளுக்கு இரண்டரை ரூபாய்.

சமீபத்தில் ஆங்கிலத்தில் ஒரு கட்டுரை வாசித்தேன். பெங்களூரில் நடந்த ஒரு திருமணம் பற்றிய கட்டுரை. 50000 பேர் அழைக்கப் பட்டார்கள். சுரங்க முதலாளி ஜனார்தன் ரெட்டியின் மகள் திருமணம். மூன்றரை ஆண்டுகள் ஜெயிலில் இருந்து விட்டு இப்போது பெயிலில் வெளியே வந்திருக்கிறார் ரெட்டி. மக்களுக்காகப் போராடி ஜெயிலுக்குப் போனார் என்று எழுதினால் 'சாருவுக்கு ஏதோ ஆகி விட்டது' என்றுதான் சொல்வீர்கள். உண்மைதான். இந்தக் காலத்தில் எந்த அரசியல்வாதி மக்களுக்காகப் போராடி ஜெயிலுக்குப் போகிறார்? சுரங்கத் தொழிலில் ஜனார்தன் ரெட்டி செய்த சட்ட விரோத நடவடிக்கைகளுக்காகவே ஜெயிலுக்குப் போனார். பெயிலில் வந்தாலும் சொந்த ஊரான பெல்லாரிக்குப் போக நீதிமன்றம் தடை விதித்திருக்கிறது. அதனால் கோடிக் கணக்கான பணம் கொட்டிக் கிடந்தாலும் தன் மகளின் திருமணத்தை, தான் ஓடியாடி விளையாடிய சொந்த ஊரில் நடத்த முடியவில்லையே என்று ஜனார்தனுக்குத் தீராத் துயரம். அதனால் என்ன செய்தார் தெரியுமா? தன் சொந்த ஊரை அப்படியே பெயர்த்து பெங்களூருக்குக் கொண்டு வந்து விட்டார். அது மட்டும் அல்ல; மாப்பிள்ளையின் ஊரான ஹைதராபாத் வீடும் பெங்களூருக்கு வந்து விட்டது. பணம் இருந்தால் எல்லாமே சாத்தியம். சசிதர் அடப்பா என்ற புகழ்பெற்ற ஆர்ட் டைரக்டரே அதைச் செய்தவர். இந்தியாவில் சினிமா, அரசியல் என்ற இரண்டுமே எது சினிமா, எது அரசியல் என்று பிரித்துப் பார்க்க முடியாதபடி பின்னிப் பிணைந்தவை என்பதற்கு ஒரு உதாரணம் ரெட்டி மகளின் பெங்களூர் திருமணம்.

சினிமாவில் சில காட்சிகளைப் பார்த்து ஆபாசம் என்கிறோம். 'ஏ' சான்றிதழ் கொடுத்து சிறார்களை அப்புறப்படுத்தி விடுகிறோம். ஆனால் நேர் வாழ்க்கையில் சினிமா ஆபாசத்தை விட மோசமான

தெல்லாம் நடந்து கொண்டிருக்கிறது. இந்தியா முழுவதும் சராசரி மனிதன் நூறுக்கும் இருநூறுக்கும் நாலைந்து மணி நேரம் கால் கடுக்க ஏடிஎம் வாசலில் நின்று கொண்டிருக்கிறான். 99 சதவிகித ஏடிஎம்களை இழுத்து மூடி விட்டார்கள். ஏதோ போர்க்கால நெருக்கடியைச் சந்தித்துக் கொண்டிருப்பது போல் மக்கள் துயரத்தில் ஆழ்ந்திருக்கிறார்கள். இந்தச் சூழ்நிலையில் மூன்று நாட்கள் நடந்த ஜனார்தன் ரெட்டியின் வீட்டுத் திருமணத்துக்கு ஆன செலவு 550 கோடி. இதில் அழைப்பிதழ் செலவு மட்டுமே 5 கோடி. உங்களில் பலருக்கும் டாஸ்மாக் தெரியும். நேரே போயிருக்காவிட்டாலும் கிட்டத்தில் பார்த்திருப்பீர்கள். உலகின் எந்த மூலையிலும் இவ்வளவு ஆபாசமான மது விற்பனை நிலையங்களைப் பார்க்க முடியாது. பள்ளிக்கூடம், வழிபாட்டுத் தலம் ஆகியவற்றின் அருகில் டாஸ்மாக்கை வைத்திருக்கும் சமூகம் நம்முடையது. போகட்டும். மது அருந்துவதற்கு டாஸ்மாக் தவிர மற்றொரு இடம் இருக்கிறது. Pub என்று பேர். ஆண்கள் தனியாகச் செல்ல அனுமதி கிடையாது. பெண்கள் கூட இருந்தால் மட்டுமே அனுமதி. அதிலும் 'ட்ரெஸ் கோட்' எல்லாம் உண்டு. சும்மா செருப்பை மாட்டிக் கொண்டு போய்விட முடியாது. நான் மது அருந்தா விட்டாலும் வேடிக்கை பார்ப்பதற்காக அடிக்கடி நண்பர்களோடு அவ்விடம் போவதுண்டு. பல சினிமா உலகப் பிரபலங்களையும் இளம் நடிகைகளையும் அங்கே பார்த்துக் கொண்டிருக்கிறேன். இப்போதுதான் சினிமாவில் நுழைந்திருக்கும் ஒரு நடிகையை வாராவாரம் ஒரு 'பப்'பில் பார்த்துக் கொண்டிருக்கிறேன். வருத்தமாக இருந்தது. இப்படி கன்னாபின்னா என்று குடித்தால் உடம்பு போட்டு விடும். சே, பப் என்றதும் பாதை மாறி விட்டது பாருங்கள். அப்படியாகப்பட்ட 'பப்'பில் பௌன்சர் என்று சில ஆட்களை வைத்திருப்பார்கள். யார் பிரச்சினை பண்ணினாலும் அப்படியே குண்டுக்கட்டாகத் தூக்கி வெளியே போட்டு விடுவார்கள். ரெட்டி குடும்பத் திருமணத்திற்கு 3000 செக்யூரிட்டிகள்; 500 பௌன்சர்கள். ஐந்து கிலோமீட்டர் தூரத்தில் உள்ள எல்லா நட்சத்திர ஓட்டல்களிலும் விருந்தினர்களுக்கு அறை முன்பதிவு செய்யப்பட்டது.

ஆர்ட் டைரக்டர் சசிதர் அடப்பாவுக்குக் கொடுக்கப்பட்ட பணிகளில் ஒன்று, ஹம்பியில் உள்ள வித்தலா கோவில் மற்றும் திருப்பதி வெங்கடாஜலபதி கோவில் இரண்டையும் தத்ரூபமாக உருவாக்குவது. சசிதரால் உருவாக்கப்பட்ட திருப்பதி கோவிலில்தான்

திருமணம் நடந்தது. கோவில் செட் என்றாலும் புரோகிதர்கள் நிஜமாகவே திருப்பதியிலிருந்து வரவழைக்கப்பட்டனர். இது எல்லாமே ஜனார்தன் ரெட்டி தன் மகளை அசத்துவதற்காகச் செய்தவை.

ஜனார்தன், கருணாகரன், சோமசேகரன்-இவர்கள்தான் பெல்லாரியில் ரெட்டி சகோதரர்கள் என்று அழைக்கப்பட்ட சுரங்க முதலாளிகள். சுரங்கத்தின் மதிப்பு 5000 கோடி. இவர்களின் நண்பரான ஸ்ரீராமுலு பிஜேபியைச் சேர்ந்த எம்.பி. அதே சமயம் ரெட்டி சகோதரர்களுக்குக் காங்கிரஸ் கட்சியிலும் நெருங்கிய நண்பர்கள் உண்டு. சில மாதங்களுக்கு முன் ரெட்டி சகோதரர்களைப் பற்றிய ஒரு நீண்ட ஆங்கிலக் கட்டுரையைப் படித்தேன். நார்க்கோஸ் சீரியலைப் போல் இருந்தது. 29 மணி நேரம் ஓடும் அந்த 20 எபிசோட் சீரியலைப் பார்த்தால் அது அச்சு அசலாக ரெட்டி சகோதரர்களின் கதை போலவே இருக்கும். ஜனார்தன் ரெட்டி 2011இல் கைது செய்யப்படுவதற்கு முன்னால் பெல்லாரியில் ரெட்டி குடும்பம் வைத்ததுதான் சட்டம். போலீஸ் நிர்வாகமே ரெட்டி கையில்தான் இருந்தது.

இப்போது மீண்டும் மோடி விஷயத்துக்கு வருவோம். இரண்டரை லட்சத்துக்கு மேல் வைத்திருந்தால் குற்றம் என்கிறார் மோடி. ஆனால் மிக வெளிப்படையாக 550 கோடி ரூபாயில் மகள் திருமணத்தை நடத்தியிருக்கிறார் ரெட்டி. அதற்கு கர்னாடகா மாநில பிஜேபி தலைவர் எடியூரப்பா சென்றிருக்கிறார். அப்படியானால் மோடி சொல்வதை எப்படி நம்புவது?

33

என்னைச் சந்திக்கும் பல நண்பர்கள் ஏன் இலக்கியம் படிக்க வேண்டும் என்று கேட்கிறார்கள். ஒரு உதாரணம் சொல்கிறேன். ஒரு இளைஞன் ஏதோ காரணத்தால் குடிக்கு அடிமையாகி விடுகிறான். எந்நேரமும் குடி. மருத்துவர்களே கை விட்டு விட்டார்கள். இன்னும் சில நாட்கள்தான் என்று தேதி குறித்தாகி விட்டது. அப்போதும் அந்த இளைஞனால் குடியை விட முடியவில்லை. போதையில் சாலையோர சாக்கடையில் எல்லாம் கிடக்கிறான். நண்பர்கள்தான் தூக்கிக் கொண்டு வந்து போட வேண்டும். அந்த நிலையில் அவனுக்கு ஒரு புத்தகம் கிடைக்கிறது. அதுவரை அவன் இலக்கியத்தின் பக்கம் தலை வைத்துப் படுத்ததில்லை. இருந்தாலும் அந்தப் புத்தகத்தின் தலைப்பு வித்தியாசமாக இருந்ததால் படிக்கிறான். அவ்வளவுதான். அந்தத் தருணத்திலிருந்து அவன் வாழ்வின் திசை மாறி விடுகிறது. குடியை விட்டு விடுகிறான்.

அதற்கு மேல் எல்லாமே ஏறுமுகம். சட்டக் கல்லூரியில் சேர்ந்து தேர்ச்சி பெறுகிறான். நல்ல பேச்சுத் திறமையும் பிறருக்குத் தொண்டு செய்யும் குணமும் இருந்ததால் ஊரில் பிரபலம் ஆகிறான். தன்னை மாற்றிய நூலை எழுதிய எழுத்தாளனையும் சந்திக்கிறான். நீங்களே என் ஞானத் தகப்பன் என்கிறான். இருவரும் நண்பர்களாகின்றனர். பெயர் பால நந்தகுமார். அந்த எழுத்தாளன் அடியேன்.

எழுத்துக்கு அவ்வளவு வலிமை உண்டு. இன்னொரு உதாரணம்

சொல்கிறேன். ரொம்ப காலத்துக்கு முன்னால் பிரபஞ்சன் கணையாழியில் ஒரு கதை படித்தேன். தலைப்பு, *பிரம்மம்*. கதை முழுவதும் நினைவில்லை. ஆனால் தாவரங்களும் நம்மைப் போலவே இந்த பூமியில் நம்மோடு வாழும் சக ஜீவராசிகள்தான் என்று புரிய வைத்த கதை அது. வாழையையும் முருங்கையையும் வெட்டினால் அவை மீண்டும் வளரும் அல்லவா? அதுதான் பிரம்மம். அஹம் பிரும்மாஸ்மி. நானே பிரம்மம். நான் என்பது எனக்குள் இருக்கும் ஆன்மா. உடல் அழிகிறது. ஆன்மா இன்னொரு உடலை எடுத்துக் கொள்கிறது. அதேபோல் வாழையும் முருங்கையும் வெட்ட வெட்ட துளிர்த்துக் கொண்டே இருக்கும். அந்தக் கதையைப் படித்ததிலிருந்துதான் பிற உயிர்களின் மீது அன்பு பாராட்டுவதே மனிதனின் அடையாளம் என்று புரிந்து கொண்டேன்.

இலக்கியம் படிக்காதவன் மிருகம் என்கிறார் பர்த்ருஹரி. பர்த்ருஹரி சமஸ்கிருத இலக்கியத்தின் திருவள்ளுவர். அவர் சொன்னால் நமக்கு என்ன என்று சிலர் நினைக்கலாம். ஒரு சம்பவம் சொல்கிறேன். ச்சிண்ட்டூ என்ற பூனை என் வீட்டில் வளர்கிறது. அதைக் கொல்வதே தன் வாழ்க்கையின் குறிக்கோள் என்று நினைக்கிறது நான் வளர்க்கும் நாய் ஸோரோ. அதனால் தோட்டத்தில் ச்சிண்ட்டூவையும் வீட்டில் ஸோரோவையும் வைத்துக் கொள்கிறோம். கூடவே கொஞ்சம் கவனமாகவும் இருந்து கொள்ள வேண்டும். ஸோரோவின் குறிக்கோள் ச்சிண்ட்டூவுக்கும் தெரியும் ஆதலால் அதுவும் கவனமாகவே இருந்து கொள்கிறது. இந்த நிலையில் எங்கிருந்தோ வேறொரு பூனை வந்து உணவுக்காக என்னிடம் மன்றாடுகிறது. என்ன செய்ய? பசி என்றால் என்ன என்று எனக்குத் தெரியும். அடுத்த வேளை உணவு கிடைக்கும் என்ற நிச்சயம் இருக்கும் போது ஏற்படும் பசி பசியே அல்ல. சமயங்களில் விமான விபத்துகளில் உயிர் பிழைக்கும் ஓரிருவர் பத்து இருபது நாள் பட்டினி கிடக்க நேரிடும். நாம் உயிரோடு இருப்பது யாருக்குத் தெரியும் என்பது கூடத் தெரியாது. எந்த நம்பிக்கையுமே இல்லாத காரிருள் நிலை. அப்போது வரும் பசி இருக்கிறதே, அதுதான் பசி. நாய் பூனைகளுக்கும் அதுதானே நிலை? அடுத்த வேளை சோற்றுக்கு உத்தரவாதம் எங்கே இருக்கிறது? பசியோடு என்னிடம் இறைஞ்சும் அந்தப் பூனைக்குக் கொஞ்சம் சோற்றில் ஒரு சொட்டு நெய் விட்டுப் போடுவேன். அதை அந்தப் பூனை சாப்பிடும் போது என் முழு தேகமே ஒரு தாயின் முலையாய்

ஜெயகாந்தன், பால நந்தகுமாருடன் அடியேன்.

மாறி விடுவது போல் உணர்வேன். எப்போது சாப்பிட்டதோ பாவம். அந்த நேரம் பார்த்து ஓடி வந்து அதை விரட்டும் என் ச்சிண்ட்டூ.

அதுதான் மிருகம். அதுதான் மிருகத்துக்கும் மனிதனுக்கும் உள்ள வித்தியாசம். இந்த வித்தியாசத்தை எனக்குக் கற்பித்ததால் ச்சிண்ட்டூ என் ஆசான். வாடிய பயிரைக் கண்ட போதெல்லாம் வாடுவது மனித இயல்பு; இன்னொரு உயிர் பசியாறுவதைப் பார்த்து விரட்டுவது மிருக இயல்பு. ஆனால் பல சமயங்களில் 'எனக்கும் மிருகத்துக்கும் எந்த வித்தியாசமும் இல்லை' என்பது போல் சிலர் நடந்து கொள்கிறார்கள் இல்லையா? அவர்களைப் பற்றி நாம் கவலைப்பட வேண்டாம்.

பர்த்ருஹரி சொல்லும் மிருகம் இதுதான். படிப்பு மட்டுமே மனிதனை விலங்கிடமிருந்து வேறுபடுத்துகிறது. ஆனால் தமிழ்ச் சமூகம் அப்படி நினைக்கவில்லை. இலக்கியம் படிப்பது இங்கே குற்றம். நான் சிறுவனாக இருந்த காலத்தில் நூலகங்களிலிருந்து தலையணை சைஸ் புத்தகங்களை எடுத்துக் கொண்டு வந்து படிப்பேன். இப்போது சிறார்கள் படித்தாலே பாடப் புத்தகத்தைப்

படி என்று சொல்லி விரட்டுகிறோம். பாடத்தைத் தவிர வேறு எதைப் படித்தாலும் மதிப்பெண் போய் விடும்; சீட் கிடைக்காது; எதிர்காலம் பாழ் என்று நினைக்கிறோம். எதிர்காலம் என்றால் என்ன? பணம் சம்பாதிப்பது. ஆக, பணமே வாழ்வின் அடிப்படை என்றும் இலக்கியம் படிப்பதெல்லாம் உருப்படாத வேலை என்று நினைக்கும் ஒரு சமூகம் பற்றி என்ன சொல்வது?

நம்முடைய தமிழை 5000 ஆண்டுகளாக உயிர்ப்பித்துக் கொண்டிருப்பது யார்? தொல்காப்பியர் சூத்திரங்களில் 'என்மனார் புலவர்' என்கிறார். 'என்று சொல்வார்கள் புலவர்கள்' என்றால் என்ன பொருள்? தொல்காப்பியருக்கும் முன்னே பல எழுத்தாளர்கள் இருந்திருக்கிறார்கள். அதனால்தான் 5000 என்று சொன்னேன். இந்த எழுத்தாளர் பரம்பரைதான் தமிழையும், தமிழ்க் கலாச்சார மரபையும் ஒவ்வொரு காலகட்டத்திலும் மீட்டெடுத்து அடுத்த சந்ததிக்குக் கொடுத்துக் கொண்டிருக்கிறது. இந்த அடையாளத்தை இழந்து 'எனக்கு என் முன்னோடிகளைத் தெரியாது; சமகால எழுத்தாளர்களையும் படித்ததில்லை' என்று சொன்னால் அவரை அனாதை என்றுதானே சொல்ல வேண்டும்?

இரண்டு காரணங்களால் நாம் இலக்கியம் படிக்க வேண்டும். ஒன்று, என் மொழி தமிழ். இதை அடுத்த சந்ததிக்குக் கை மாற்றிக் கொடுக்க வேண்டும். அது இலக்கியத்தினால் மட்டுமே சாத்தியம். படிக்கவே ஆள் இல்லாமல் போனால் அப்புறம் தமிழும் இயேசு பேசிய அராமிக் மொழி போல் ஆகி விடும். (உலகிலேயே 3000 பேர் மட்டுமே அராமிக் மொழியைப் பேசுகிறார்கள்.) இரண்டாவது காரணம், நம்மை மிருகத்திலிருந்து மனித நிலைக்கு உயர்த்திக் கொள்ள இலக்கியமே உதவும்.

சரி, அப்படிப்பட்ட இலக்கிய நூல்கள் எங்கே கிடைக்கும்? அதற்காகத்தான் பல நகரங்களில் புத்தக விழாக்கள் நடக்கின்றன. ஆனால் சில இளைஞர்கள் சிற்றூர்களில் கூட புத்தகத் திருவிழாக்களை நடத்துகிறார்கள். கோவையிலிருந்து 43 கி.மீ. தூரத்தில் உள்ள சிறிய ஊர் புஞ்சை புளியம்பட்டி. அந்த ஊரில் சில இளைஞர்கள் சேர்ந்து ஐந்து ஆண்டுகளாக புத்தக விழா நடத்தி வருகிறார்கள். இந்த ஆண்டு பாமரன், மிஷ்கின், ரோகிணி என்று பிரமுகர்களை வரவழைத்து நடத்தினார்கள். அடியேனும் சென்று பேசினேன். இதற்கெல்லாம் ஆன செலவை ஊர் பெரிய

மனிதர்கள் ஏற்றுக் கொண்டார்கள். ஒவ்வொரு ஊரிலும் செலவு செய்ய ஆள் இருக்கிறது. எடுத்துச் செய்ய வேண்டும். அதை புஞ்சை புளியம்பட்டியில் செய்தவர்கள் ஜெயகாந்தன், லோகநாதன், பி.எஸ். அன்பு (இவர் அந்த ஊரின் முன்னாள் நகராட்சித் தலைவர்). இதற்கான ஒருங்கிணைப்பைச் செய்தவர் மேலே குறிப்பிட்ட பால நந்தகுமார். ஒரு சிறிய ஊரில் இப்படிப்பட்ட புத்தக விழா நடக்கிறது என்றால் மற்ற ஊர்களிலும் சாத்தியம்தானே?

34

சமீபத்தில் தில்லி சென்றிருந்த போது ஒரு மணி நேரம் பிரவீண் குமார் என்பவரின் சைக்கிள் ரிக்‌ஷாவில் பயணம் செய்தேன். ஒருவர் நம்மை வைத்து மிதித்துக் கொண்டு போவதை நாம் அனும திக்கலாமா என்பது போன்ற அறம் சம்பந்தப்பட்ட கேள்விகளை நான் எப்போதும் கேட்டுக்கொள்வதில்லை. கேட்டால் அவன் எழுத்தாளன் இல்லை.

ஏன், எழுத்தாளன் என்றால் கொம்பு முளைத்திருக்கிறதா? அதெல்லாம் இல்லை. ஆண், பெண் என்று மனித இனத்தை இரண்டாகப் பிரிப்பார்கள். அது தவறு. ஆண், பெண், திருநங்கை என்று மூன்றாகப் பிரிக்கிறது நவீன சமுக முன்னேற்றம். அதில் இன்னொரு மாற்றமும் செய்ய வேண்டும் என்று நினைக்கிறேன். ஆண், பெண், திருநங்கை, எழுத்தாளர். மனித இனத்தை இப்படி நான்காகப் பிரிப்பதே நலம். துறவி, ரிஷி, சூஃபி போன்றவர்களும் இந்த எழுத்தாளர் பிரிவிலேயே அடங்குவர். இதை யாரும் ஒப்புக் கொள்ள மாட்டார்கள். இருந்தாலும் இது உண்மைதான். சில உதாரணங்கள் தருகிறேன்.

“அடிக்கடி பாங்காக் போகிறீர்களே, ஏன்?” என்று கேட்டார் நண்பர். “செக்ஸ் ஒர்க்கர்களைப் பார்க்கப் போகிறேன்” என்றேன். “இத்தனை வயது ஆகிறது. பொது இடத்தில் பேசும் போது பண்பு வேண்டாமா?” என்றார் நண்பர். அவருடைய பிரச்சினை,

நான் செக்ஸ் ஓர்க்கர்களைப் பார்ப்பது அல்ல; அதை ஒரு பொது இடத்தில் வைத்துச் சொன்னதுதான். அடுத்த அரை மணி நேரத்துக்கு அவருக்கு என் அர்ச்சனை கிடைத்தது. "ஒரு எழுத்தாளனையும் சராசரி மனிதனையும் எப்படி நீர் ஒப்பிடலாம்? ஒரு சராசரி மனிதன் செக்ஸ் ஓர்க்கரிடம் போவதற்கும் நான் போவதற்கும் வித்தியாசம் இல்லையா? நீங்கள் போவது சதை பார்க்க. நான் போவது கதை கேட்க. அதிலும் எடுத்த எடுப்பில் போய் 'நான் எழுத்தாளன்; உன் கதையைச் சொல். பத்திரிகையில் எழுத வேண்டும்' என்றால் உதைத்து அனுப்பி விடுவார்கள். முதலில் அவர்களின் நன்மதிப்பைப் பெற்றால் மட்டுமே கதை கிடைக்கும். இதுதான் சராசரி மனிதனுக்கும் எழுத்தாளனுக்கும் வித்தியாசம்."

ஒருமுறை ஒரு பத்திரிகைக்குக் கட்டுரை கொடுக்க வேண்டும். அன்றைய தினம் மாலைக்குள் போய்ச் சேர வேண்டும். அன்று காலை என் தந்தை இறந்து விட்டார் என்ற செய்தி கிடைத்தது. எழுத வேண்டியதோ ஒரு நீண்ட கட்டுரை. மதியத்துக்குள் முடிக்க முடியுமா என்று தெரியவில்லை. குடும்பத்தில் நான் மூத்தவன். தம்பியை அழைத்து விஷயத்தை விளக்கி, "எனக்காகக் காத்திருக்க வேண்டாம்; மூன்று மணிக்கு மேல் ஆனால் 'பாடி'யை எடுத்து விடுங்கள்" என்று சொல்லி விட்டு கட்டுரையைத் தொடர்ந்தேன். ஒரு மணிக்கு முடித்தேன். ஆசிரியரை அழைத்து, "கட்டுரையைப் பாருங்கள்; ஏதாவது சந்தேகம் இருந்தால் நீங்களே பார்த்துக் கொள்ளுங்கள்; என்னால் ஃபோனை எடுக்க முடியாது" என்றேன். ஏன் என்று கேட்டவரிடம் விஷயத்தைச் சொன்னேன். நீர் மனிதனா என்றார். இல்லை; எழுத்தாளன் என்று சொல்லி விட்டு அரக்கப் பரக்கக் கிளம்பி மூன்று மணிக்குள் போய்ச் சேர்ந்தேன்.

1947க்கு முன்பு நடந்த ஒரு சம்பவம். ரங்கநாதன் ஒரு காங்கிரஸ் தொண்டன். 27 வயது இருக்கும். சென்னையில் ஒரு காங்கிரஸ் மாநாடு நடக்கிறது. காந்தி போன்ற பெரும் தலைவர்களெல்லாம் வந்திருக்கிறார்கள். ரங்கநாதன் மூன்று நாளும் கண் துஞ்சவில்லை. இப்போதைய அரசியல் மாநாடுகளில் வேலை செய்பவர்கள் பலர் காசு பார்ப்பதற்காகச் செய்கிறார்கள். அரசியல்வாதிகளிலும் பெரும்பாலோர் தேச சேவைக்காக அரசியலில் இல்லை. ஆனால் அப்போது தேச விடுதலை மட்டுமே குறிக்கோள். அதற்காகவே சிறை சென்றார்கள். போலீசிடமிருந்து லத்தி அடி வாங்கினார்கள்.

கனவு, கேப்பச்சினோ, கொஞ்சம் சாட்டிங்...

மூன்றாம் நாள் மாநாடு முடிந்தது. முடியும் போது அதிகாலை மூன்று மணி. ரங்கநாதன் வீட்டுக்குப் போகத் துடியாய் இருக்கிறான். அட இருப்பா, தலைவர்களெல்லாம் போயாச்சு. கொஞ்ச நேரம் தூங்கி எழுந்து காலையில் சாப்பிட்டு விட்டுப் போகலாம் என்கிறார் பெரியவர் ஒருவர். இளைஞனோ போக வேண்டும் என்று துடிக்கிறான். அப்படி என்ன தலை போகிற அவசரம் என் கிறார் பெரியவர். அதற்கு ரங்கநாதன் சொன்னான், "நேற்று மாலை என்னுடைய குழந்தை இறந்து விட்டது. மாநாட்டுச் சமயத்தில் சொல்ல முடியவில்லை. அதனால்தான் இப்போது உடனே கிளம்ப வேண்டும் என்கிறேன்." அதிர்ச்சி அடைந்த தலைவர் "நீ என்ன மனுஷனாய்யா?" என்று கேட்கிறார். அதற்கு ரங்கநாதன் சொன்ன பதில்: நான் மனிதன் அல்ல; தொண்டன்.

அந்த ரங்கநாதன் வேறு யாரும் அல்ல; தி.ஜ.ரங்கநாதன் (தி.ஜ.ர.) என்ற பெயரில் எழுதிய மூத்த பத்திரிகையாளர்; சிறுகதை எழுத்தாளர். தமிழ் இலக்கியத்தின் ஜாம்பவன்களான தி.ஜானகிராமன், கரிச்சான் குஞ்சு போன்றவர்களின் ஆசான். அப்படிப்பட்ட முன்னோடி எழுத்தாளரை தமிழ்ச் சமூகம் எப்படி கவுரவித்தது தெரியுமா? தி.ஜ.ர. காந்தியவாதி என்பதால் சுதந்திரப் போராட்டத்தில் சிறைக்குச் சென்றிருந்தாலும் தியாகி பென்ஷன் வாங்கவில்லை. வாழ்க்கையையே சேவையாகக் கருதியவர் என்பதால் காசும் வைத்துக் கொள்ளவில்லை. பிற்காலத்தில் அவரது தினசரி வாழ்வே கஷ்டமாகியது. உண்ண உணவின்றி, உடுத்த உடையின்றி, வசிக்க இடமின்றி குடும்பத்தோடு சிரமப்பட்டிருக்கிறார். இதைக் கேள்விப்பட்ட யாரோ அவருக்கு குடிசை மாற்று வாரியத்தில் ஒரு சிறிய வீட்டை வழங்கியிருக்கிறார்கள். அப்படி வழங்கிய போது அரசாங்கக் குறிப்பேடுகளுக்காக அவர் குடும்பத்தோடு இருக்கும் ஒரு புகைப்படம் தேவைப்பட்டிருக்கிறது. சுற்றி வர குழந்தைகளும் பக்கத்தில் மனைவியும் நடுவில் தி.ஜ.ரங்கநாதனும் நிற்கும் புகைப்படம். அவலம் என்னவென்றால், ரங்கநாதனின் கையில் ஒரு சிலேட்டு. அதில் அவருடைய ஃபைல் எண் சாக்கட்டியால் கிறுக்கப்பட்டிருக்கிறது. சிறைக் கைதிகளின் கையிலும் ஒரு சிலேட்டில் கைதியின் எண்ணை சாக்கட்டியால் எழுதித் தூக்கிப் பிடித்துக் கொள்ளச் சொல்லி புகைப்படம் எடுப்பார்கள். அதே மாதிரிதான் இருந்தது ரங்கநாதனின் புகைப்படமும்.

திரும்பவும் பிரவீண் குமார் கதையைப் பார்ப்போம். அவர்

பீஹாரைச் சேர்ந்தவர். தில்லிக்கு வந்து 30 ஆண்டுகள் ஆகிறது. இப்போது வயது 45. பதினைந்து வயதில் தில்லி வந்து ஏதேதோ வேலைகள் செய்து கடைசியில் சைக்கிள் ரிக்ஷா. திருமணமாகி 20 ஆண்டுகள் ஆகிறது. தில்லியில் தனியாக வசிக்கிறார். குடும்பம் பீஹாரில். வருடத்துக்கு இரண்டு முறை ஊருக்குப் போய் வருகிறார். இரண்டு பையன்கள். சராசரியாக மாதம் 2000 ரூ வீட்டுக்கு அனுப்புகிறார். தில்லியில் ஒரு குடிசையை மூன்று தொழிலாளிகள் பகிர்ந்து கொள்கிறார்கள். இரவில் ரொட்டி சுட்டு சாப்பிடுகிறார்கள். தொட்டுக் கொள்ள ஊறுகாய். சில சமயம் பருப்பு. இரண்டு பையன்களும் பீஹாரில் படிக்கிறார்கள். ஆனால் பீஹார் முதல்வர் வாக்களித்தபடி பள்ளி மாணவர்களுக்கு எந்த வசதியும் செய்து தரப்படவில்லை. கல்வியின் தரமும் மோசமாக இருக்கிறது. ஐந்தாம் வகுப்பு வந்தும் எழுத்துக் கூட்டிப் படிக்கத் தெரியவில்லை.

பிரவீண் குமார்

பிரவீண் குமாரின் கதையைக் கேட்ட போது சமீபத்தில் சென்னையில் பார்த்த அருண் என்ற ஐந்தாம் வகுப்பு மாணவனின் ஞாபகம் வந்தது. 'என் தந்தையின் பெயர் மாணிக்கம்' என்ற வார்த்தையை அவனால் எழுத்துக் கூட்டிப் படிக்க முடியவில்லை. ஒவ்வொரு எழுத்தாகப் பிடித்துக் கொண்டு தடவுகிறான். தமிழ் மீடியத்தில் படிக்கும் ஒரு குப்பத்து மாணவன். ஆனால் தமிழ்நாட்டில் கல்வித்தரம் ஜோராக இருக்கிறது என்று ட்விட்டரில் என் கட்டுரைக்கு மறுப்பு எழுதியிருக்கிறார் மணி ரத்னத்தின் மகர் நந்தன். தலித் பெயரை வைத்துக் கொண்டால் தலித்துகளுக்கு ஆதரவாகப் பேச வேண்டுமா என்ன? அவசியம் இல்லை. நந்தன் ஆக்ஸ்ஃபோர்ட் பல்கலைக்கழகத்தில் பயின்றவர். அவருக்குக் கிடைத்த கல்வியும் அருணுக்குக் கிடைத்துக் கொண்டிருக்கும் கல்வியும் ஒன்று என்று சொன்னால் அது மகா பாவம்.

35

இருபது வயது வரை நாகூரில் ஒரு சேரியில் வாழ்ந்தேன். அந்தச் சேரியில் மனிதர்களை விட பன்றிகளின் எண்ணிக்கை அதிகம். பக்கத்திலேயே சுடுகாடு, இடுகாடு இரண்டும் உண்டு. மழைக்காலத்தில் மரணம் அதிகம். மரணம் என்றால் மரணத்தின் வாசனை. வறட்டியும், விறகும் சடலத்தை எரிக்க முயன்று தோற்கும் வாசனை தெரு முழுவதையும் சூழும். மின்சாரம் என்றால் அது வீடுகளிலும் பயன்படும் என்பதே அந்த வயதில் எனக்குத் தெரியாது. தர்காவிலும், கடை கண்ணிகளிலும் மட்டுமே காணக்கூடிய சமாச்சாரமாக இருந்தது அது. தெருக்களில் மின்கம்பங்கள் இருக்கும். ஆனால் விளக்கு எரியாது. இரவு என்பதே எங்களுக்கு சோகையான மஞ்சள் நிறமாகத்தான் அர்த்தமாகி இருந்தது.

மாலை ஐந்து மணி ஆனால் அம்மா சிம்னி விளக்கு மற்றும் அரிக்கேன் லைட்டின் கண்ணாடி மூடிகளை சாம்பல் போட்டு துடைத்து வைத்து விடுவார்கள். படிப்பதற்கு அரிக்கேன் லைட் கிடைக்காது. அது லக்ஷுரி ஐட்டம். சமையல் கட்டில்தான் இருக்கும். இருளின் அடர்த்தியான கருமையைப் போக்க சிம்னி விளக்கு முயற்சி செய்யும்போது கிடைப்பதுதான் மஞ்சள் இரவு. 20 வயதில் நாகூர் வாழ்க்கையிலிருந்து வெளியேறினேன். இப்போது

வயது 64. இந்த 44 ஆண்டுகளில் ஒரு நாள் கூட குளிக்காமல் இருந்ததில்லை. நேற்று அந்த மோசமான அனுபவம் கிட்டியது. நகர வாழ்க்கையில் எல்லாமே ஒன்றுடன் ஒன்று தொடர்பு கொண்டதாக இருக்கிறது. மின்சாரம் இல்லாவிட்டால் அழிப்பறைக்குக்கூட போக முடியாது என்ற நிலை. நிலத்தடி நீரை எடுத்து தொட்டியில் தெக்கி வைத்துக் கொள்ள வேண்டும். அதற்கு மின்சாரம் தேவை. ஆனால் மின்சாரம் கிடைத்தபாடில்லை.

கடந்த இரண்டு தினங்களாக 44 ஆண்டுகளுக்கு முன்பு நாகூரில் வாழ்ந்த வாழ்க்கை ஞாபகம் வந்து கொண்டேயிருந்தது. நாகூரில் மழை என்றாலே புயல்தான். 1952இல் ஒரு பெரும் புயல் வந்ததாக அம்மா சொல்வார்கள். 'இவன் பெரிய புயலுக்கு முன்னே பிறந்தவன்; இவள் பெரிய புயலுக்குப் பின்னே பிறந்தவள்' என்று பெரிய புயல் ஒரு கால அடையாளமாகவே மாறிப்போயிருந்தது இரண்டு தினங்களாக இரவுகளில் அகல் விளக்கையும் குத்துவிளக்கையும் வைத்துப் படித்துக் கொண்டிருக்கிறேன். செக்கில் ஆட்டிய இலுப்பை எண்ணெயில் எரிந்தன விளக்குகள் இரண்டும். மேஜை முழுவதும் புத்தகங்களாக இருப்பதால் விளக்குகளை மேஜையில் வைத்துப் படிப்பது ஆபத்து.அதனால் தரையில் அமர்ந்து படித்தேன். தரையில் அமர்ந்து படிப்பதற்கு குத்து விளக்குதான் ஏற்ற உயரமாக இருக்கும். மெழுகுவர்த்தியைவிட குத்துவிளக்கும் அகல் விளக்கும் இருளைப் போக்குவதற்கு வசதியானவை. இதை நீங்கள் குறியீடாகவும் புரிந்து கொள்ளலாம். மெழுகுவர்த்தியில் நமது கலாச்சார அடையாளங்கள் குறைவு. மேற்கத்திய நாகரிகத்தை வெறும் மோஸ்தராக மட்டுமே பின்பற்றினால் அது வீழ்ச்சியைத்தான் கொடுக்கும்.

குரங்குகளை ஆஞ்சநேயர் என வழிபடுவது இந்திய மரபு. ஆனால் அதெல்லாம் முட்டாள்தனம் எனக் கற்பித்தது மேற்கத்திய விஞ் ஞானம். அதைப் படித்து வளர்ந்தார்கள் நமது இளம் குஞ்சுகள். விளைவு? வேலூரில் மருத்துவக்கல்லூரி மாணவர்கள் சிலர் ஒரு குரங்கைக் கொன்று அதன் தோலை உரித்துச் சித்ரவதை செய்திருக்கின்றனர். இந்தப் பிள்ளைகள் எல்லாம் இவர்களின் பெற்றோரால் எப்படி வளர்க்கப்பட்டிருப்பார்கள் என்று யோசிக்கி றேன். எப்படிப்பட்ட மதிப்பீடுகளை நாம் நம்முடைய இளைய தலைமுறையினருக்கு விட்டுச் செல்கிறோம்? தண்டனை கொடுத்து விட்டால் ஆயிற்றா? ஏற்கெனவே சில மருத்துவக் கல்லூரி

மாணவர்கள் ஒரு நாய்க்குட்டியை மூன்றாவது மாடியிலிருந்து தூக்கி எறிந்து வீடியோ எடுத்தார்கள் என்பதும் இங்கே ஞாபகம் வருகிறது. இந்தச் சீர்கேட்டிலிருந்து சமூகத்தைக் கொஞ்சமாவது சரி செய்ய வேண்டுமென்றால் கல்விமுறையில் சில அடிப்படை சீர்திருத்தங்களைச் செய்தாக வேண்டும். தொழில்நுட்பத்தை மட்டுமே நோக்கமாக கொண்ட பாடத்திட்டம் உடனடியாக மாற்றப்பட வேண்டும். இப்போதைய கல்விமுறை ரேஸ் பந்தயத்துக்குக் குதிரைகளைத் தயார்ப்படுத்தும் கடுமையான பயிற்சிகளை ஒத்தது. நம் குழந்தைகளை நூற்றுக்கு நூறு மதிப்பெண் எடுக்கச் சொல்லி பணவேட்டையில் முதல் குதிரையாக மாற்ற முயல்வதே நம் எல்லோருடைய கடமையாகவும் இருக்கிறது. பெற்றோரின் வற்புறுத்தலால் வெறித்தனமாகப் படிக்கிறார்கள் மாணவர்கள். இந்தப் பின்னணிதான் இவர்களை மனநோயாளிகளாக மாற்றுகிறது.

மேலும், தண்டனை முறையிலும் சில மாற்றங்களைச் செய்ய வேண்டும். இப்படி குரூரமான காரியங்களில் ஈடுபடும் மாணவர்கள் கிரிமினல்கள் அல்ல. இவர்கள் சிறையிலிருந்து வெளியே வரும்போது மனம் மாறிய மைந்தர்களாக வரமாட்டார்கள். அனாவசியமாக நாம் தண்டிக்கப் பட்டோம் என்ற எண்ணம் அவர்களின் வெறியை இன்னமும் அதிகமாகத்தான் ஆக்கியிருக்கும். எனவே இதுபோன்ற குரூரமான செயல்களில் ஈடுபடும் மாணவர்களின் சிந்தனையில் மாற்றம் ஏற்படும் வகையில் இவர்களைச் சில புத்தகங்களைப் படிக்கச் செய்ய வேண்டும். மகாத்மா காந்தியின் சுயசரிதை அப்படிப்பட்ட புத்தகம். ந. சிதம்பர சுப்ரமணியன் எழுதிய மண்ணில் தெரியுது வானம் என்ற நாவல் அப்படிப்பட்ட புத்தகம். காஞ்சி மகாப்பெரியவரின் மகா அமிர்தம் என்ற நூல் பற்றி இந்தப் பத்தியில் ஏற்கெனவே குறிப்பிட்டிருக்கிறேன். அந்த நூல் நம் இளைஞர்களின் மனமாற்றத்துக்கு மிகவும் உதவிகரமாக இருக்கும் என்று நம்புகிறேன்.

அதில் அவர் சொல்கிறார்:

"மாட்டின் முன்னே கண்ணாடியைக் காண்பித்தால் ஏதோ ஒரு மாடு நம்மை முட்ட வருகிறது என்று எண்ணி சீற்றம் கொள்கிறது. அதைப் போலவே மனிதர்களும் மற்ற மனிதர்களை எதிரிகளாக நினைக்கிறார்கள். எல்லா உயிர்களிலும் நானே இருக்கிறேன் என்று உணர்வதே ஆன்மீகத்தின் உச்சபட்சநிலை. அந்த நிலையை

அடைவது அப்படி ஒன்றும் ஆகாத காரியம் அல்ல."

ஒரு உதாரணம் சொல்கிறேன். நான் வளர்க்கும் பூனை சிண்ட்டு வீட்டுக்குள் சுற்றிச்சுற்றி அலைந்தது. அதற்கு சிறுநீர்போக வேண்டும். வீட்டுக்குள்ளேயே போகவில்லை. வெளியே கொண்டு போய் விட்டாலும் போகவில்லை. ஏனென்றால், அது சிறுநீர் போவதற்கென்று தோட்டத்தில் ஒரு இடம் இருக்கிறது. அங்கே கொண்டு போய் விட்ட பிறகுதான் போயிற்று. ஆனால் மனிதர்களாகிய நாம் எப்படி இருக்கிறோம் பிராணிகளிடம் காணக்கூடிய ஒழுங்கு நம்மிடம் இருக்கிறதா?

36

புயலுக்கு முந்தின நாள் நடந்த சம்பவம் இது. தி.நகரில் வசிக்கும் நண்பர் ஒருவரை மாதம் ஒருமுறை பார்த்து இலக்கியம், வரலாறு, சங்கீதம் என்று அளவளாவி விட்டு வருவது என் வழக்கம். அதன்படி அன்றைய தினம் காலை பதினோரு மணிக்குச் சந்திப்பதாக இருந்தது. நேரம் தவறாமை என்னுடைய முக்கியமான பண்புகளில் ஒன்று. பத்தரைக்குக் கிளம்பினேன். கையில் 60 ரூ. மட்டுமே இருந்தது. போகும் போது ஓலா மணியில் போய் விடலாம்; வரும் போது வீட்டில் அவந்திகாவிடம் கேட்டு வாங்கிக் கொடுத்து விடலாம் என்று நினைத்து டாக்ஸி டிரைவரிடம் ஓலா மணி ஒத்துக் கொள்வீர்களா என்று கேட்டுக் கொண்டு ஏறினேன். பதினோரு மணிக்கு தி.நகர். டிரைவருக்கு ஓலா மணி கிடைக்கவில்லை. குழப்பம். ஓலா அலுவலகத்துக்கு அழைத்தார். யாரும் எடுக்கவில்லை. 'ஞாயிற்றுக்கிழமை இல்லையா, அதனால்தான்' என்று சொல்லியபடி அழைத்துக் கொண்டேயிருந்தார். ஐந்து நிமிடம் கழித்து தொடர்பு கிடைத்தது. அங்கிருந்து கிடைத்த செய்தி, என்னுடைய ஓலா பண சேமிப்பு பூஜ்யமாக இருந்தது. "ஒன்றும் பிரச்சினை இல்லை. ஓலா மணியை டாப் அப் செய்யுங்கள்" என்றார் ஓலா ஊழியர். வங்கியின் டெபிட் கார்டை வைத்து டாப் அப் செய்து விடலாம். ஒரு நிமிட வேலை. ஆனால் நான் செய்தால் ஏதோ தப்பு என்று காட்டியது. முதலில் எனக்காக ஓலா மணி நிரப்பியது என் நண்பர். அவர் அக்கவுண்டிலிருந்து. என் நம்பர் போகாததால் அவரையே 1000 ரூபாய்க்குப் போடச் சொல்லி, அவரிடம் பணமாகக் கொடுத்து

விட்டேன். இப்போதும் பழையபடி என் கணக்கிலிருந்து ஓலா மணிக்குப் பணம் போக மறுத்தது.

இப்போது என்ன செய்யலாம்? என்னிடம் இருந்த 60 ரூபாயைக் கொடுத்துவிட்டேன். இன்னும் 60 ரூ கொடுக்க வேண்டும். “உங்களுடைய பேங்க் அக்கவுண்ட் நம்பரைக் கொடுங்கள். வீட்டுக்குப் போனதும் நூறு ரூபாயாக ட்ரான்ஸ்ஃபர் செய்து விடுகிறேன்” என்றேன். இங்கேயே செய்து விடலாமே என்றார் போன் மூலம் பேசிய ஓலா ஊழியர். அதற்கு நெட் பேங்கிங் வசதி வேண்டும். என்னிடம் அது இல்லை. அதையும் நண்பர் மூலம்தான் செய்ய வேண்டும். இதிலேயே அரை மணி நேரம் போய் விட்டது. ஏ.சி.யை நிறுத்தி விட்டதால் வேர்த்துக் கொட்டியது. தி.நகர் நண்பரிடமே 60 ரூபாயைக் கேட்டு வாங்கிக் கொடுத்து அனுப்பலாம் என்றால் கூச்சம் தடுத்தது. பிறகு கடைசியில் டிரைவர் என்னை நம்பி அக்கவுண்ட் நம்பரைக் கொடுத்து விட்டுக் கிளம்பினார்.

மறுநாள் புயல். தொடர்ந்து இரண்டு நாட்கள் அனுப்ப முடியவில்லை. அதற்குள் டிரைவரிடமிருந்து போன். இதற்கிடையில் ஒரு ஆட்டோக்காரர் சொன்ன ‘பழிக்குப் பழி’ கதை வேறு பீதியைக் கிளப்பிக் கொண்டிருந்தது. அம்பத்தூரிலிருந்து ஒருவரை தேனாம்பேட்டை வரை இட்டு வந்தாராம். அன்னாரிடம் கார்டு மட்டுமே இருந்திருக்கிறது. ஓலா பணத்தில் கையிருப்பு இல்லை. “இதோ ஒரு நிமிடம். இந்த ஆபிசில்தான் வேலை பார்க்கிறேன். கொண்டு வந்து தருகிறேன்” என்று சொல்லி விட்டுப் போனவர் போனவர்தான். அது ஒரு பிரும்மாண்டமான அலுவலகம். உள்ளே கூட விடாமல் விரட்டி விட்டார் செக்யூரிட்டி. “இரண்டு மணி நேரம் காத்திருந்துவிட்டு வந்துவிட்டேன். அந்த ஆள் என் கிட்டே மாட்டினான், செத்தான்” என்று சொல்லி நாலைந்து மெட்ராஸ் தேன்மொழிகளையும் உதிர்த்தார் ஆட்டோக்காரர்.

டாக்டர் ஸ்ரீராம் என் வலது கை. உடம்பெல்லாம் மூளை. புயல் ஓய்ந்த பிறகு ஸ்ரீராமே வீட்டுக்கு வந்து கணினி முன் அமர்ந்தார். நெட்பேங்கிங்கில் சேர்ந்து விட்டால் ஒரு வம்பு இல்லாமல் பணத்தை அனுப்பி விடலாம். யார் சாபத்தையும் வாங்க வேண்டாம். பத்து நிமிடம் போராடிய பிறகுதான் என்ன பிரச்சினை என்று தெரிந்தது. வங்கியில் நான் கொடுத்திருந்த தொலைபேசி எண் பல ஆண்டுகளுக்கு முன்பு பயன்படுத்தியது.

இப்பொது என்ன செய்யலாம்? வங்கிக்கு நேரடியாகப் போய்தான் சரி செய்ய வேண்டும்.

எப்படியாவது இந்த இக்கட்டிலிருந்து மீள வேண்டும் என்று இன்று காலை வாக்கிங் செல்லும் பாதையை மாற்றினேன். (ஏற்கனவே நாகேஸ்வர ராவ் பூங்கா அழிந்து போயிருந்தது. சரி செய்ய ஒரு மாதம் ஆகலாம்.) எனக்கு இரண்டு காரியங்கள் இருந்தன. ஒன்று, ஏடிஎம்மில் பணம் எடுக்க வேண்டும்; இன்னொன்று, அபிராமபுரத்தில் நண்பன் கிருஷ்ணாவைப் பார்க்க வேண்டும். கிருஷ்ணா என்னுடைய 20 ஆண்டு நண்பன். அவனிடம் நிச்சயம் பணம் இருக்கும். ஒவ்வொரு ஏடிஎம்மாகப் பார்த்துக் கொண்டு போனேன். மொத்தம் 24 ஏடிஎம்கள் பூட்டியிருந்தன. 25ஆவது ஏடிஎம்மில் இருபது பேர் நின்று கொண்டிருந்தார்கள். மணி அப்போது காலை ஆறே கால். கியூவில் நிற்க மனமில்லாமல் கிருஷ்ணா வீட்டை நோக்கி நடந்தேன். அபிராமபுரம் ஒரு அடர்ந்த வனம் போல் மாறியிருந்தது. சாலைகளே தெரியவில்லை. சில தெருக்களில் சைக்கிள் போகக் கூட வழியில்லை. முதல் தெரு எங்கே இருக்கிறது என்று ஒரு நேபாளி காவலாளியிடம் கேட்டேன். எதிரே கை காட்டினார். 20 ஆண்டுகளாக அந்தத் தெருவுக்கு வந்து கொண்டிருக்கிறேன். கண்டுபிடிக்க முடியவில்லை. நேபாளி காட்டிய திசையிலேயே நடந்தேன். பதினைந்து நிமிடம் நடந்ததும்... ஓ மைகாட்... கமல்ஹாசன் வீடு!

***

புயலின் காரணமாக தொடர்ச்சியாக மின்சாரம் இல்லாமல் போனதால் சுமார் 15 ஆண்டுகளுக்குப் பிறகு சென்ற வாரக் கட்டுரையைக் காகிதத்தில் எழுதிக் கொடுத்ததால் சில nuances-ஐ விட்டு விட்டேன். ஒரு வாசகர் கேட்டிருந்தார். “சிண்ட்டு அதற்குரிய இடத்தில் சிறுநீர் கழித்ததில் அவ்வளவு பெரிய ஆச்சரியம் என்ன இருக்கிறது?” இதைக் கொஞ்சம் விளக்கமாக எழுத வேண்டும். காற்று உக்கிரமாக வீசிக் கொண்டிருக்கிறது. (பிறகுதான் அது 120 கி.மீ. வேகம் என்று தெரிந்தது.) வீடுகளிலிருந்து ஆஸ்பெஸ்டாஸ் ஷீட்டுகளும் தகரமும் புயல் காற்றில் தாறுமாறாகப் பறந்து கொண்டிருக்கின்றன. வெளியே நின்றால் தலை உடம்பிலிருந்து துண்டாகிப் பறந்து விடும். இதெல்லாம் போதாது என்று மரங்களும் கிளைகளும் இடி போன்ற சத்தத்துடன் விழுந்து கொண்டிருந்தன.

இந்த நிலையில் தன்னுடைய இடத்தில்தான் சிறுநீர் போவேன் என்று துடிக்கிறது சிண்ட்டூ. மேலே சுற்றுமுற்றும் பார்த்துக் கொண்டே சிண்ட்டூவைத் தூக்கிக் கொண்டு போய் தோட்டத்தில் அதன் இடத்தில் விட்டேன். என்ன ஆயிற்று தெரியுமா? அப்படியே சிண்ட்டூ காற்றில் பறந்தது. பாய்ந்து பிடித்து கைகளால் பற்றியபடியே அதன் வேலையை முடிக்கச் செய்தேன்.

ஒருநாள் மதியம் எக்ஸ்பிரஸ் அவென்யூ எதிரில் உள்ள உணவகத்தில் சாப்பிட்டு விட்டு நானும் ஸ்ரீராமும் ஆட்டோ பிடிக்க நின்றோம். ஈ.ஏ. வாசலில் நின்றுகொண்டிருக்கும் ஆட்டோவைக் கேட்டால், ஆட்டோவின் விலையைக் கேட்பார்கள். உணவகத்தில் இருந்து என் வீட்டுக்குச் செல்ல, மீட்டர் போட்டால், அறுபது ருபாய் ஆகும்.

இனி நடந்த உரையாடல் அப்படியே:

"அப்பு தெரு போகணும்" என்று வந்துகொண்டிருந்த ஆட்டோவை நிறுத்திக் கேட்டேன்.

"எரநூறு ரூபா சார்."

"ஏன், முன்னூறு ரூபா கேளுங்களேன்" என்று சொல்லிவிட்டு, வேறு ஆட்டோ பார்க்க ஆரம்பித்தேன். அடுத்த ஆட்டோக்காரர் மீட்டருக்கு மேல் இருபது ரூபாய்க்கு ஒத்துக் கொண்டார். "எப்படி இருக்கு பாருங்க நிலைமை. இருநூறு ரூபாயாம்!"

"நம்ம ரெண்டு பேருக்கும் கனவான் லுக் இருக்குறதால, அப்படி கேக்குறாங்க, சாரு. எவ்வளவு கேட்டாலும் தருவோம்னு நம்புறாங்க."

"நம்மைப் பார்த்தால் கேணப் பயல்கள் மாதிரியா இருக்கு? நான் மட்டும் இளைஞனா இருந்திருந்தா, அந்த ஆளை அறைந்திருப்பேன்."

ஆட்டோ ஓட்டுனர் சொன்னார், "இப்பவும் நீங்க இளைஞன் மாதிரிதான் இருக்கீங்க, சார். என்ன, தலதான் நரைச்சிருக்கு. அதுவும் இப்ப ஒரு ஸ்டைல்தானே?"

எல்லோரும் இதேபோல் இன்புற்றிருக்க என்ன வழி? அடுத்த கட்டுரையில் சொல்கிறேன்.

37

எல்லோரும் இன்புற்றிருக்க ஒரே வழிதான் இருக்கிறது. அது, அடுத்தவர் பொருள் மீது ஆசை கொள்ளாமல் இருத்தல். நான் அடுத்தவர் பொருள் மீது ஆசை வைத்ததில்லை என்று ஒருவர் நினைக்கலாம். அவர் நம் தமிழ்நாட்டின் தலைமைச் செயலாளராக இருந்த ராம மோகன ராவாகவும் இருக்கலாம். அடித்துப் பிடுங்குவது ஒரு வகை; அடிக்காமலே பிடுங்குவது இன்னொரு வகை. ஊரார் பணத்தைக் கொள்ளையடித்து வரும் பணத்தில் பங்கு போடுவதும் திருட்டுதானே?

சமீபத்தில் நான் பார்த்த ஒரு சம்பவத்தைச் சொல்கிறேன். அது ஒரு கவிதை நூல் வெளியீட்டு விழா. சினிமா இயக்குனர்களும் இளம் கவிஞர்களும் கலந்து கொண்ட நிகழ்ச்சி. அதில் மூன்று முக்கியமான எழுத்தாளர்கள் பேச இருந்தனர். மூவரில் அடியேனும் ஒருவன். விழா ஆறு மணிக்குத் தொடங்கியது. எட்டேகால் மணி அளவில் பலரும் பேசி முடித்து விட்டார்கள். மூன்று பேர் பாக்கி. ஒரு இயக்குனர். இரண்டு எழுத்தாளர்கள். மூன்று எழுத்தாளர்களில் ஒருவர் வரவில்லை. அப்போது ஒருங்கிணைப்பாளர் இயக்குனரைப் பேச அழைத்த போது "இவர்கள் பேசிய பிறகு நான் பேசுகிறேன்" என்று அடக்கத்துடன் சொல்லி அமர்ந்து விட்டார். வரிசைப்படி நான் பேச வேண்டும். உடனே அந்த மற்றொரு எழுத்தாளர் 'நான் பேசுகிறேன், நான் பேசுகிறேன்' என்று சொல்லி, கிட்டத்தட்ட

மைக்கைப் பிடுங்காத குறையாக எழுந்து போய்ப் பேசினார். பேசி முடிக்கும் போது மணி ஒன்பதரை. ஒன்றேகால் மணி நேரம் பேசினார். சந்தேகமே இல்லை; அற்புதமான பேச்சு. அடுத்து இயக்குனர் விழித்துக் கொண்டார். இனிமேலும் ஒத்திப் போட்டால் எல்லோரும் எழுந்து போய் விடுவார்கள். ஆனால் நாகரிகம் தெரிந்தவர். கால் மணி நேரம் பேசியதோடு நிறுத்திக் கொண்டார். நான் பேச எழுந்த போது கிட்டத்தட்ட மணி பத்து. அரங்கில் பாதிப் பேர் எழுந்து போய் விட்டார்கள். மீதிப் பேர் முகங்களில் தூக்கக் கலக்கம், பசி, சோர்வு. எதைப் பேசுவது? கவிஞர் எழுதிய கவிதை ஒன்றை வாசித்து விட்டு அமர்ந்து விட்டேன்.

அடுத்தவர் சொத்தைப் பிடுங்குவது என்றால் இதுவும்தான். இன்னும் இத்தனை பேர் பேச இருக்கும் போது நாம் மட்டுமே அவ்வளவு நேரத்தையும் எடுத்துக் கொள்வதென்றால் அது அராஜகம்தானே? நீங்கள் கவனித்திருக்கலாம், பஸ்ஸில் சிலர் ஏதோ அவர்களுடைய படுக்கையறை போல் நினைத்துக் கொண்டு அடுத்தவரின் இருக்கையிலும் கால் கை என்று சகல உறுப்புகளையும் போட்டு அமர்ந்திருப்பார்கள். அதைப் போலவே அடுத்தவரின் நேரத்தை அபகரிப்பதும் திருட்டுதான். ஒரு எழுத்தாளரே இப்படி இருந்தால் பிறகு சராசரி மனிதன் எப்படி இருப்பான்?

வயது ஆக ஆக உங்கள் தேஜஸ் கூடிக் கொண்டே போகிறது என்கிறார்கள் நண்பர்கள். அடுத்தவர் பொருளுக்கு ஆசைப்படுவதில்லை. சொல்லப்போனால் எதன் மீதுமே ஆசை கிடையாது. தஞ்சாவூர் மாவட்டம் என்பதால் காஃபி குடிக்காமல் இருக்க முடியாது; ஊர் சுற்றுவதில் ஆசை உண்டு. இது தவிர வேறு ஆசை இல்லை. அதற்காக சொங்கி மாதிரி காமா சோமா என்று ட்ரெஸ் பண்ணிக் கொண்டு அலைய மாட்டேன். பெருமாள் பக்தன் என்பதால் அலங்காரத்தில் பிரியம் உண்டு. இயக்குனர் வசந்தை அடிக்கடி மைலாப்பூர் பாபா கோவிலில் பார்ப்பேன். அது தவிர விழாக்களில் சந்திக்கும் போது என் கால்களைப் பார்ப்பார். ஒன்றிரண்டு முறை விட்டு விட்டு அடுத்த முறை கேட்டேன். "நீங்கள் அணியும் ஷூக்கள் விசேஷமாக உள்ளன. அதிலும் விதவிதமாக அணிகிறீர்கள்" என்றார் சிரித்துக் கொண்டே. உண்மைதான். சிவப்பு, பச்சை, நீலம், வெள்ளை, பழுப்பு, கருப்பு போன்ற பல வண்ணங்களில் ஷூக்கள் வைத்திருக்கிறேன். சமீபத்தில் ஒரு விழாவில் நான் அணிந்திருந்த Kethini ஷூவை மட்டுமே தனியாகப்

படம் எடுத்து முகநூலில் போட்டிருந்தார் பிரபு காளிதாஸ். கேத்தினி போலவே Clarks ஷூக்களும் ரொம்பப் பிடிக்கும்.

ஊழலைப் போலவே நம் நாட்டைப் பீடித்திருக்கும் மற்ற இரண்டு வியாதிகள், சோம்பேறித்தனம், திறமையின்மை. உண்மையில் இந்த இரண்டுமே ஒன்றுதான். சோம்பேறித்தனத்தால்தான் திறமையற்றுப் போகிறோம். இரண்டு சம்பவங்கள். சமீபத்தில் பேண்ட் எடுப்பதற்காகக் கடைக்குப் போனேன். நான் டெர்லின் பேண்ட் மட்டுமே அணிவேன். அதுதான் நம்முடைய உஷ்ணமான சூழலுக்கு உகந்ததாக இருக்கிறது. டெர்லின் பேண்ட் வேண்டும் என்றேன். டெரிகாட் பேண்ட்டைக் காட்டினார். டெரிகாட் கனமாக இருக்கும். டெர்லின் பெண்களின் கன்னத்தைப் போல் இருக்கும். மீண்டும் மீண்டும் போராடிய பிறகுதான் அவருக்கு டெர்லின் என்றால் என்னவென்றே தெரியவில்லை என்பதைத் தெரிந்து கொண்டேன். மற்றொரு 'பிராண்டட்' கடைக்குப் போனேன். அங்கேயும் இதே கதை. அங்கே உள்ளவர்களுக்கும் எது டெர்லின் எது டெரிகாட் என்று தெரியவில்லை. பிறகு அவர்களுக்கு நான் பாடம் எடுத்தேன்.

இன்னொரு சம்பவம். மாதம் ஒருமுறை அந்தக் கடைக்குப் போய் கொள்ளு, ஆவாரம் பூ, அருகம்புல், நிலவேம்பு ஜூஸ்களை வாங்கி வருவேன். ஆயிரம் ரூபாய் ஆகும். பல ஆண்டுகளாக இந்த காக்டெயிலை சாப்பிட்டு வருகிறேன். இப்போதைய பணத் தட்டுப்பாடு காரணமாக, கார்டு ஏற்பீர்களா என்றேன். இல்லை என்று சொல்லி முடித்துக் கொண்டார். எதிர்த்தாற்போல் இருக்கும் பெரிய கடையும் அவர் கடைதான். அங்கே கார்டு உண்டா என்றேன். உண்டு என்றார். மாதாமாதம் வரும் ஆள் நான் என்று அவருக்குத் தெரியும். எதிர்க் கடையில் கார்டு உண்டு என்று அவரே சொல்ல வேண்டாமா? ம்ஹூம். வாயையே திறக்க மாட்டார்கள். ஆயிரம் ரூபாய் வியாபாரம் போனாலும் பரவாயில்லை. சோம்பேறித்தனம். நான் விடவில்லை. நீங்களே சொல்ல வேண்டாமா சார் என்றேன். சொன்னேனே என்றார். நான் கேட்ட பிறகுதானே சொன்னீர்கள்? முழித்தார்.

மேற்கண்ட காக்டெயிலும் என் தோலின் பளபளப்புக்குக் காரணம். அதெல்லாம் வேண்டாம்; நிஜமான காக்டெயில் சொல்லுங்கள் என்றாலும் சொல்கிறேன். சீனாவில் Wenjun என்று ஒரு ஒயின்

உள்ளது. அரிசியில் செய்யப்படும் ஒயின். விலை பத்தாயிரம். தலைகிழாக நின்றாலும் இந்தியாவிலோ ஐரோப்பிய நாடுகளிலோ கிடைக்காது. சீனாவில் மட்டுமே கிடைக்கும்; அதிர்ஷ்டம் இருந்தால் பாங்காக் விமான நிலையத்தில் காணலாம். அதுவும் தோலுக்குப் பளபளப்பு கொடுக்கும். நான்கு ஆண்டுகளாக அந்தக் காக்டெயிலை நிறுத்தி விட்டேன். ஒரு விஷயம். குடிப்பவர்களுக்கு இத்தகைய மனோதிடம் வேண்டும். எனக்கு யாருமே சொல்லவில்லை. 30 வயதில்தான் குடிக்க ஆரம்பித்தேன். அதுவும் தில்லி குளிரில். 60 வயது வரை குடித்தேன். ஒருநாள், நாம் இன்னும் உருப்படவே இல்லையே, நாம் இன்னும் எழுதவே ஆரம்பிக்கவில்லையே, இந்தக் குடி தேவையா என்று நினைத்தேன். அந்த நொடியே நிறுத்தி விட்டேன். அதற்கு மேல் அதன் மீது எந்த நினைப்பும் வரவில்லை. துருக்கியில் இஸ்மீர் என்று ஒரு ஊர். உலகின் அதி உன்னதமான ஒயினையும் அதி அழகான பெண்களையும் அந்த ஊர்தான் உற்பத்தி செய்கிறது. ஏக பத்தினி விரதன் என்பதால் தூரத்தில் இருந்தே பார்த்து உறுதி செய்து கொண்டேன். இரண்டாவது விஷயம் உண்மைதான். ஒயின்? அரை கிளாஸ் குடித்துப் பாருங்கள் என்று எவ்வளவோ வற்புறுத்தினார்கள். ஒரே ஒரு ஸ்பூன் எடுத்து வாயில் வைத்தேன். தேன் என்றேன். அதோடு முடிந்தது. ஆசை போய் விட்டது. ஒயினை விட அற்புதமான விஷயத்தைப் பற்றிக் கொண்டிருக்கிறேன். ஒயின் எதற்கு?

அது என்ன அந்த அற்புதமான விஷயம்?

38

இந்தத் தொடரில் அவ்வளவாக அரசியல் வருவதில்லை என்பதை நீங்கள் கவனித்திருக்கலாம். காரணம் இருக்கிறது. பொதுவாக நம் எல்லோருக்குமே அரசியல்வாதிகளைத் திட்டுவது பழக்கமாக இருக்கிறது. நான் அப்படி இல்லை. அரசியல்வாதி என்ன வானத்திலிருந்தா குதிக்கிறார்? நம்மில் ஒருவர்தானே அரசியல்வாதி? மேலும், நாம் ஒழுங்காக இருந்தால்தானே அரசியல்வாதியும் ஒழுங்காக இருப்பார்? ஒரு உதாரணம் தருகிறேன். பெற்றோருக்குப் பிறகு நம்மை உருவாக்குவது, கல்விக் கூடம். அங்கே நடக்கும் ஊழல்களை எழுதினால் லாரி லாரியாக எழுதலாம். பிஹெச் டி என்பது ஆய்வுக் கல்வி. ஒரு ஆசிரியரின் வழிகாட்டலில் மூன்று ஆண்டுகள் ஆய்வு செய்ய வேண்டும். அதை ஒரு வல்லுனர் குழு பரிசீலித்து உங்களுக்கு டாக்டர் பட்டம் அளிக்கும். ஆனால் இந்த டாக்டர் பட்டத்தைப் பெறுவதற்காக ஆய்வு செய்யும் மாணவர்கள் கொத்தடிமைகளைவிடக் கேவலமாக நடத்தப்படுகின்றனர். நீங்கள் ஒரு பெண்ணாகவும் கைடு ஆணாகவும் இருந்தால் என்ன நடக்கும் தெரியுமா? உங்கள் யூகம் சரிதான். பலவிதமான பாலியல் சித்ரவதைகள். எல்லோரும் அப்படி அல்ல என்றாலும் பெரும்பான்மையோர் அப்படித்தான் என்கிறார்கள் பெண்கள். பல பெண்கள் இந்த அக்கிரமம் பற்றி என்னிடம் பேசியிருக்கிறார்கள். தொந்தரவு நேரடியாக வராது. மறைமுகமாக சிக்னல் கொடுப்பார் கைடு. கண்டு கொள்ளவில்லை என்றால்

நீங்கள் ராப்பகலாகக் கண் விழித்து எழுதிய ஆய்வுக் குறிப்புகளைக் குப்பையில் கிடாசி விடுவார். பல ஆய்வு மாணவிகள் குறிப்பிட்ட காலக்கெடுவில் ஆய்வை முடிக்க முடியாமல் ஐந்து வருடம் ஆறு வருடம் என்று தங்கள் வாழ்க்கையை இப்படிப்பட்ட அயோக்கிய கைடுகளிடம் மாட்டிக் கொண்டு வீணடிக்கிறார்கள். ஒரு ஆய்வு மாணவியால் தன்னுடைய கைடின் மறைமுக சித்ரவதைகளைத் தாங்க முடியவில்லை. இரண்டு ஆண்டுகள் முடித்தாயிற்று. இன்னும் ஒரே ஆண்டுதான். ஆனால் நாளுக்கு நாள் கைடின் சேஷ்டைகள் அதிகமாகவே ஆய்வை நிறுத்தி விட்டு மற்றொரு பெண் பேராசிரியரிடம் சேர்ந்தார். அது முன்பு இருந்ததை விடக் கொடுமையாக மாறியது. பாலியல் துன்புறுத்தலுக்குப் பதிலாக நாள் முழுவதும் கொத்தடிமை. வீட்டுக்குக் காய்கறி வாங்கிக் கொடுப்பதிலிருந்து புதிதாக ஃப்ரிட்ஜ் வாங்கிக் கொடுப்பது வரை! என்னது, ஃப்ரிட்ஜா? ஆமாம், ஆய்வு மாணவர் கொஞ்சம் வசதி படைத்தவர் என்றால் கைடு சூசகமாகச் சொல்வார். “வீட்டில் ஃப்ரிட்ஜ் வேலை செய்யவில்லை; மாற்ற வேண்டும்.” குறிப்பைப் புரிந்து கொள்ள வேண்டும். இல்லாவிட்டால் அந்த மாதத்து ஆய்வுக் குறிப்புகள் குப்பைக்குப் போகும்.

இது கல்வித் துறையில் ஆய்வு என்ற ஒரு பிரிவில் மட்டும். இதைப் போலவேதான் அரசாங்கத்தின் அத்தனை துறைகளும் செயல்படுகின்றன. ஊழலில் புழுத்து நாறிக் கொண்டிருக்கிறது இந்திய சமூகம். இப்படிப்பட்ட நிலையில் அரசியல்வாதியை மட்டும் குறை சொன்னால் எப்படி? அந்த அரசியல்வாதி அமர்ந்திருக்கும் நாற்காலியில் நாம் அமர்ந்தால் நாம் என்ன செய்வோம் என்று யோசித்துப் பார்க்க வேண்டும். வலைத்தளங்களில் சசிகலாவின் கன்னிப் பேச்சைப் பரிகசித்து பல மீம்ஸ் வந்து கொண்டிருக்கின்றன. நான் சசிகலா ஆதரவாளன் அல்ல. ஆனால் நம்மில் எத்தனை பேருக்குத் தமிழை சரியாகப் படிக்கத் தெரியும்? நூற்றில் ஒருவரைக் கூட பார்க்க முடியவில்லை. இப்படி நம் முதுகில் தூசு தும்பை வைத்துக் கொண்டு பிறரைத் திட்டிக் கொண்டிருப்பதில் என்ன பயன்?

***

கடந்த வாரம் சர்வதேசத் திரைப்பட விழாவும் சென்னை புத்தக விழாவும் ஒரே நேரத்தில் வந்து விட்டன. புத்தக விழா முடிய

இன்னும் இரண்டு தினங்கள் உள்ள நிலையில் என்னுடைய அவசரப் பரிந்துரைகள்: முதலில் எழுத்தாளர்களின் பெயர்களைத் தருகிறேன். இந்த எழுத்தாளர்களின் எந்தப் புத்தகத்தையும் படிக்கலாம். அதை அடுத்து சில முக்கியமான புத்தகங்கள்.

ந. பிச்சமூர்த்தி, சி.சு. செல்லப்பா, க.நா. சுப்ரமணியன், கு.ப. ராஜகோபாலன், புதுமைப்பித்தன், கு. அழகிரிசாமி, தி. ஜானகிராமன், கரிச்சான் குஞ்சு, எம்.வி. வெங்கட்ராம், லா.ச. ராமாமிர்தம், தஞ்சை ப்ரகாஷ், ஆதவன், கோபி கிருஷ்ணன், அசோகமித்திரன் (என்னுடைய குரு), ந. முத்துசாமி, இந்திரா பார்த்தசாரதி, ஆ. மாதவன், சார்வாகன், ந. சிதம்பர சுப்ரமணியன், எஸ். சம்பத்.

இனி புத்தகங்கள்:

திருடன் மணியன் பிள்ளை (சுயசரிதை)

ந. சிதம்பர சுப்ரமணியன் – *மண்ணில் தெரியுது வானம்*

சி.சு. செல்லப்பா – *சுதந்திர தாகம்*

சுஜாதா – *கணையாழியின் கடைசிப் பக்கங்கள்*

சார்வாகன் கதைகள்

அரு. ராமநாதன் – *வீரபாண்டியன் மனைவி* (பொன்னியின் செல்வன் அளவுக்கு சுவாரசியமாக இருக்கும்)

அசோகமித்திரன் – *கரைந்த நிழல்கள், இன்ஸ்பெக்டர் செண்பகராமன்*

எம்.ரிஷான் ஷெரீஃப் – *அடைக்கலப் பாம்புகள்*

அராத்து – *ஆழி டைம்ஸ், ப்ரேக்அப் குறுங்கதைகள்*

தாஹர் பென் ஜெலோன் – *நிழலற்ற பெருவெளி*

எஸ்.எல். பைரப்பா – *பருவம்* (மகாபாரதத்தைத் தழுவிய நாவல்)

***

ஒரு சர்வதேசத் திரைப்பட விழா எப்படியெல்லாம் நடக்கக் கூடாதோ அப்படியெல்லாம் நடந்தது சென்னையில். இவர்களெல் லாம் பக்கத்தில் உள்ள திருவனந்தபுரத்துக்குப் போய் திரைப்பட

விழா எப்படி நடத்துவதென்று கற்றுக் கொண்டு வர வேண்டும். விழாவுக்குத் தேர்ந்தெடுத்த அரங்குகளே சரியில்லை; இவ்வளவு சின்ன அரங்குகளில் திரைப்பட விழா நடத்தக் கூடாது. சினிமா துவங்குவதற்கு ஒரு மணி நேரம் முன்னால் வந்து க்யூவில் நிற்க வேண்டியிருந்தது. இன்னொரு கொடுமை, சராசரிக்கும் கீழான தமிழ்ப் படங்களையும் விழாவில் சேர்த்தது. உலகில் எங்குமே இப்படி நடக்காது. அதோடு, ஒவ்வொரு அரங்கின் மேல் வரிசையும் சினிமாத் துறையினருக்கு ஒதுக்கி வைக்கப்பட்டது. ஆட்கள் வரவில்லை என்றாலும் அந்த வரிசை காலியாகத்தான் இருந்ததே தவிர மணிக்கணக்கில் கால் கடுக்க நின்ற பார்வையாளர்களுக்குத் தரப்படவில்லை. இந்த அராஜகமும் உலகில் எங்குமே காணாதது. அடுத்த ஆண்டு அரசியல்வாதிகளுக்கும் தொழிலதிபர்களுக்கும் சாமியார்களுக்கும் கூட இன்னும் மூன்று வரிசைகளை ஒதுக்கி வைக்கலாம்.

சமூகத்தில் சாதி இல்லாத ஒரே இடம் சினிமா தியேட்டர்தான். அங்கேயும் வந்து இவர் உசத்தி, இவர் தாழ்த்தி என்ற பாகுபாட்டை ஏன் வைக்கிறீர்கள்? திருவனந்தபுரத்தில் பார்த்திருக்கிறேன், உலக சினிமாவின் மகத்தான ஆளுமைகளில் ஒருவரான வெர்னர் ஹெர்ஸாக் என்ற ஜெர்மன் திரைப்பட இயக்குனர் ஒரு சராசரி மனிதனாக க்யூவில் நின்று கொண்டிருப்பார். தமிழ்நாட்டில் மட்டும் என்ன வந்தது என்று தெரியவில்லை.

***

வண்ணதாசனுக்கு சாகித்ய அகாதமி பரிசு கிடைத்ததில் ஒரே ஒரு சந்தோஷம் என்னவென்றால், கொஞ்சமும் தகுதியற்ற, இலக்கியத்துக்கு சம்பந்தமே இல்லாத ஒருவருக்குக் கிடைக்காமல் ஒரு எழுத்தாளருக்குக் கிடைத்ததே என்பதுதான். மற்றபடி வண்ணதாசனை விட தகுதியான பலர் எந்த அங்கீகாரமும் இல்லாமல் இருந்து கொண்டிருக்கிறார்கள். ஞானக்கூத்தன் கடைசி வரை எந்தப் பரிசோ அங்கீகாரமோ இல்லாமல்தான் இறந்து போனார். விஷ்ணுபுரம் வாசகர் வட்டத்தின் பரிசைத் தவிர அவருக்கு வேறு எந்த விருதுமே கிடைத்ததில்லை. வண்ண தாசனுக்கு ஏன் சாகித்ய அகாதமி கிடைத்திருக்கக் கூடாது என்றால், அவர் குடும்பத்தில் ஏற்கனவே ஒருமுறை அந்த விருது கொடுக்கப்பட்டுள்ளது. தி.க. சிவசங்கரன் வண்ணதாசனின்

தந்தை. இலக்கியப் பத்திரிகைகளுக்கு ஆயிரக்கணக்கான போஸ்ட் கார்டுகள் எழுதியவர். அந்த இலக்கிய சேவைக்காக அவருக்குக் கிடைத்தது சாகித்ய அகாதமி பரிசு. இப்போது அவர் புதல்வர் வண்ணதாசனுக்குக் கிடைத்திருக்கிறது. தமிழின் மகத்தான ஆளுமைகளெல்லாம் பெயர் தெரியாமல் கிடக்க, ஒரே குடும்பத்தில் இரண்டு பேருக்கு விருது! அதிலும் விருது தேர்வுக் குழுவில் இருப்பவர்கள் இலக்கியத்துக்கு சம்பந்தமே இல்லாத பேராசிரியர்கள்! வண்ணதாசனின் இலக்கியப் பங்களிப்பு என்ன? கடந்த 50 ஆண்டுகளாக அவர் எழுதிக் கொண்டிருப்பது ஒரே கதையைத்தான். மென்மை என்ற பெயரில் தட்டையான மொழியில் மிக மேம்போக்கான விஷயங்களையே அவர் எழுதினார். எந்த தர்சனமும் இல்லாத எழுத்து. தந்தையின் போஸ்ட்கார்டுகளை விட கொஞ்சம் தேவலாம். அவ்வளவுதான். ஆனால் தந்தைக்கும் புதல்வருக்குமான லாபி மிகவும் பலமானது. (அதில் ஜாதியும் அடங்கும்.) வண்ணதாசனின் ஊர்க்காரரான வண்ணநிலவன் எழுதுகிறார்: "வண்ணதாசனின் எழுத்து தி. ஜானகிராமனின் எழுத்தை விட அழகானது!" என்ன ஒரு ஊர் பக்தி! ஜாதிப் பற்று! ஒரே ஊர், ஒரே ஜாதி என்பதற்காக இப்படியா கப்ஸா விடுவார்கள்? வண்ணதாசனுக்கு மகன் மகள் எல்லாம் உண்டா? அவர்களும் அப்பாவைப் போல் கதை எழுதுகிறார்களா? அப்படியானால் அவர்களுக்கும் ஒரு சாகித்ய அகாதமி விருதைக் கொடுத்து விட்டால் ஒரே குடும்பத்தில் மூன்று பேர் விருது பெற்றவர்கள் என்ற கின்னஸ் சாதனைப் பட்டியலில் பதிவு செய்யலாம். இன்னொரு முக்கியமான விஷயம், வண்ணதாசனை விட எத்தனையோ மடங்கு காத்திரமான எழுத்தாளர் வண்ணநிலவன். அவருடைய எஸ்தர் போன்ற சிறுகதைகள் உலகத் தரமானவை. ஆனால் வண்ணநிலவனுக்கு இதுவரை சாகித்ய அகாதமி பரிசு வழங்கப்படவில்லை!

***

எனக்குத் தெரிந்த ஒரு பேராசிரியை. ஃப்ரான்ஸுக்கு ஆங்கிலம் கற்றுத் தர சென்றார். பள்ளிக்கூடத்தில் ஆறு ஏழு வயது மாணவன் ஒருவன் தன் சக மாணவிக்குக் காதல் கடிதம் கொடுத்து விட்டான். உடனே பேராசிரியை அந்தக் கடிதத்தைக் கொண்டு போய் தலைமை ஆசிரியரிடம் சேர்த்து விட்டார். அதை வாங்கிப் படித்த தலைமை ஆசிரியை என்ன செய்தார் தெரியுமா? பேராசிரியையைக் கண்டித்தார். "ஒரு சிறுவனின் மனதில் தான் ஒரு குற்றவாளி

என்ற எண்ணத்தைப் பதிய வைத்து விட்டீர்கள். இனி நாம் என்ன செய்தாலும் அவனுடைய குற்ற உணர்ச்சியை நீக்கி விட முடியாது. நீங்கள் செய்தது மிகப் பெரிய தவறு" என்றார் தலைமை ஆசிரியை. பொதுவாகவே இந்தியர்களின் மனோபாவம் சிறுவர்களைக் குற்றவாளிகளாகவே பார்க்கிறது.

அந்தப் பேராசிரியையின் வாழ்க்கையில் நடந்த ஒரு சம்பவத்தையே பார்க்கலாம். பேராசிரியை தன் மூன்று வயது மகனை பள்ளியில் சேர்க்கச் செல்கிறார். கூடவே கணவரும். அன்றைய தினம் பெற்றோருக்கும் குழந்தைக்கும் நேர்காணல். பையன் கொஞ்சம் சுட்டி. பக்கத்திலிருந்த ஒரு சிறுமி சாப்பிட்டுக் கொண்டிருந்த கேக்கைப் பறித்து விட்டான். சிறுமி அழுகிறாள். பேராசிரியை மகனிடம் கெஞ்சிக் கூத்தாடி பாதி கேக்கையாவது கொடுடா என்று கேட்டு வாங்கி சிறுமியிடம் கொடுக்கிறார். ஐயோ, கேக் போய் விட்டதே என்று பெருங்குரல் எடுத்து அழ ஆரம்பித்தவனைத் தூக்கிக் கொள்கிறார் பேராசிரியை. அந்த நேரம் பார்த்து அவர்களின் முறை வருகிறது. பையனை இறக்கி விட்டால் இறங்க மறுத்து அடம். தூக்கிக் கொண்டே உள்ளே செல்கிறார்கள் பெற்றோர். பிரின்ஸிபால் கேட்ட முதல் கேள்வி: "ஏன் பையனைத் தூக்கிக் கொண்டு வருகிறீர்கள்? நடத்தி அழைத்து வந்தால்தானே பையன் நொண்டியா இல்லையான்னு தெரியும்?" அதற்கு மேல் அந்த அறையில் நடந்த அராஜகத்தை அடுத்த வாரம் சொல்கிறேன்.

39

சென்ற வாரம் நான் குறிப்பிட்டிருந்த பள்ளி ஃப்ரெஞ்ச் மொழிக்கு முக்கியத்துவம் கொடுக்கும் பள்ளி என்பதால் அங்கே சேர்வதற்கு அதிக போட்டி உண்டு. ஆனாலும் பள்ளியை நடத்துவது தமிழர்கள் என்பதால் அதற்கேற்ற குளறுபடிகளையெல்லாம் பார்க்கலாம். முக்கியமாக, குழந்தைகள் மீதும் பெற்றோர் மீதும் நிகழ்த்தப்படும் அராஜகம். என் நண்பரான அந்த ஃப்ரெஞ்ச் பேராசிரியை நான் எழுதியிருந்ததில் இருந்த சில பிழைகளைச் சுட்டிக் காட்டியிருந்தார். அப்படியெல்லாம் வெளிப்படையாக நொண்டியா இல்லையா என்று கேட்கமாட்டார்கள். பிரின்ஸிபால் ஆங்கிலத்தில் கேட்ட கேள்வியில் வன்முறை இன்னும் அதிகம். “Why are you carrying your child? Is he physically challenged?” இவ்வளவுக்கும் தொண்டு செய்வதற்காகவே திருமண பந்தத்தில் கூட சிக்கிக் கொள்ளாத கன்னிகாஸ்த்ரி. இதைக் கேட்ட பெற்றோர்–அதாவது, நம் பேராசிரியையும் அவர் கணவரும்–அதிர்ச்சி அடைந்து பையனை நடத்தி அழைத்து வருகிறார்கள். பையனிடம் பிரின்ஸிபால் கேட்கிறார்: “வாட்ஸ் யுவர் நேம்?” அதற்கு பையனின் பதில்: “வாட்ஸ் யுவர் நேம்?” இந்த பதிலால் மேலும் பயந்து போன பெற்றோர் உன் பெயரைச் சொல்லடா கண்ணே மணியே என்று கெஞ்சுகிறார்கள். பையன் “உன் கிட்ட அப்புறமா சொல்றேம்மா” என்கிறான். இப்படியே ஒவ்வொரு கேள்விக்கும் ஏடாகூடமான பதிலையே பையன் சொல்ல, பிரின்ஸிபால் “Why is he so restless?” என்று ஒரு ‘மார்க்கமான’ குரலில் கேட்டு அனுப்பி வைக்கிறார்.

வெளியே வந்ததும் நம் பேராசிரியைக்குத் தன் மகனைப் பற்றிய பயம் வந்து விட்டது. மூன்று வயதுக் குழந்தை இவ்வளவு restless-ஆக இருக்கக் கூடாது என்று பிரின்ஸிபாலே சொல்கிறார் என்றால்... "ஏங்க, நம்ம பையனை ஏதாவது ஒரு சைக்கியாட்ரிஸ்டிடம் அழச்சுக்கிட்டுப் போலாமா?" மனைவியின் கேள்வியைக் கேட்டு மிரண்டு போன கணவர், "உன் மனதில் இப்படி ஒரு எண்ணத்தை விதைத்துவிட்ட இந்தப் பள்ளியில் இடம் கிடைத்தால் கூட சேர்க்க மாட்டேன். இனிமேல் இந்தப் பள்ளியே வேண்டாம்" என்று சொல்லியிருக்கிறார்.

மூன்று வயதுக் குழந்தை பிடித்து வைத்த பிள்ளையாரைப் போலவா இருப்பான்? இந்த அடிப்படை அறிவு கூட இல்லாதவர்களிடம் தான் நாம் நம்முடைய குழந்தைகளின் எதிர்காலத்தை ஒப்படைத்திருக்கிறோம்.

***

1995இல் வெளிவந்தது *அகேலே ஹம்; அகேலே தும்* என்ற இந்திப் படம். ஆமிர் கானும் மனிஷா கொய்ராலாவும் நடித்தது. இருவருமே பாடகர்கள். திருமணத்துக்குப் பிறகு மகன் பிறக்க, குடும்பப் பொறுப்பின் காரணமாக மனிஷாவின் சங்கீதக் கனவு நிறைவேறாமல் போகிறது. கணவனைப் பிரிந்து விடுகிறார் மனிஷா. மகனைத் தனியாகவே வளர்க்கிறார் ஆமிர். கிட்டத்தட்ட அதே காலகட்டத்தில் நான் என் மகள் ரேஷ்மாவைத் தனியாக வளர்க்கும் நிலைக்குத் தள்ளப்பட்டேன். அப்போது என் பெற்றோருடனும் நான் தொடர்பில் இல்லை. ஆறு வயது மகளைத் தவிர சொந்தம் என்று யாருமே இல்லை. இப்படி ஒரு அப்பாவுக்கும் மகளுக்கும் யார் வாடகைக்கு வீடு தருவார்கள்? மகளை வைத்துக் கொண்டு நடுத்தெருவில் நின்றிருப்பேன். அப்போது மந்தைவெளியில் தனியாக வசித்துக் கொண்டிருந்த பத்திரிகையாளரும் பெண்ணியவாதியுமான பத்மாவதிதான் என் குழந்தைக்காக தான் வாடகைக்கு இருந்த வீட்டைக் கொடுத்து உதவினார். நான் மத்திய அரசு வேலையில் இருந்தாலும் கையில் ஒரு பைசா கிடையாது. அப்போதைய சம்பளமெல்லாம் இப்போது இருப்பது போல் இல்லை. இரண்டு பேர் வேலைக்குப் போனால்தான் சமாளிக்க முடியும். இதற்கிடையில் என்னோடு வாழ்ந்த பெண்ணின் பெயரில் வீடு வாங்கி அந்த வீட்டுக்காக பெரும் தொகை என் சம்பளத்திலிருந்து போய்க்

கொண்டிருந்தது. பத்மாவதி வீட்டைக் கொடுத்தாலும் அங்கே என் மகளுக்குப் பாய், படுக்கை, மின் விசிறி, சமையல் சாமான்கள் என்று எல்லாவற்றையும் எப்படி வாங்குவது? ஒன்றுமே புரியவில்லை. அப்போதும் பத்மாதான் உதவினார். "இப்போதைக்கு நான் ஒரு பெண்கள் விடுதியில் தங்கிக் கொள்கிறேன். ஒவ்வொன்றாக நீங்கள் வாங்கிக் கொண்டு பிறகு எனக்குத் திருப்பித் தாருங்கள்" என்று சொல்லி, படுக்கை, மின்விசிறி, சமையல் சாமான்கள் என்று எல்லாவற்றையும் விட்டுச் சென்றார். இவ்வளவுக்கும் பத்மா என் எழுத்தின் மீது அவ்வளவாக நல்ல அபிப்பிராயம் கொண்டவர் அல்ல. எல்லாம் என் மகளுக்காகச் செய்தது.

ஆயுள் பரியந்தம் பத்மாவுக்கு நன்றி சொல்லிக் கொண்டே இருக்கலாம்; அப்படிப்பட்ட உதவி அது. இப்படி நான் நன்றி சொல்ல வேண்டிய பல பெண்கள் என் வாழ்வில் உண்டு. அப்படி ஒரு பெண் ராஜி. அந்த அலுவலகத்தில் இருந்த ஸ்டெனோஸ் பூல் என்ற பிரிவில் என்னோடு பணி புரிந்த மற்றொரு ஸ்டெனோ. அங்கே நாலைந்து ஸ்டெனோக்கள் உண்டு. அதிகாரி அழைத்தால் யார் வேலையில்லாமல் இருக்கிறார்களோ அவர் போக வேண்டும். செக்ஷனில் எனக்கு நல்ல பெயர் கிடையாது. நான் அநேக நேரங்களில் இருக்கையில் இருக்க மாட்டேன் என்பதால் என் வேலையையும் மற்றவர்களே செய்ய வேண்டும். அதனால் ராஜிக்கும் என் மீது நல்ல அபிப்பிராயம் இருந்திருக்க வாய்ப்பு இல்லை. அதோடு ராஜி யாரோடும் அதிகம் பேச மாட்டார். அவர் உண்டு; அவர் வேலை உண்டு.

அப்போதுதான் ரேஷ்மாவை நான் வளர்த்து வந்தேன். குடும்பத் தலைவி இல்லாத வீடு என்பதால் பணிப்பெண் யாரும் கிடைக்கவில்லை. வந்த ஒரே ஒரு பெண் நான் வாங்கும் சம்பளத்தைவிட இரண்டு மடங்கு அதிகமாகக் கேட்டார். பார்க்க சிலுக்கு ஸ்மிதா போல் இருந்தார். சினிமாவில் நடிக்கப் போகாமல் இவர் ஏன் வீட்டு வேலை செய்ய வேண்டும் என்று யோசித்தேன். சம்பளம் வீட்டு வேலைக்கு மட்டுமா அல்லது... அதிகம் யோசிக்காமல் கையெடுத்துக் கும்பிட்டு அனுப்பி விட்டேன். பணிப்பெண் இல்லாததால் நானே சமைத்து, நானே பள்ளிச் சீருடைகளைத் துவைத்து எல்லாம் செய்ய வேண்டும். மூன்றாவது மாடி என்பதால் பல தினங்களில் குளியலறையில் தண்ணீர் வராது. கீழே இருந்துதான் வாளியில் தூக்கிக் கொண்டு வர வேண்டும்.

சில தினங்களில் நள்ளிரவில் சீருடையைத் துவைத்துக் காய வைத்து, காலையில் ஈரம் போகாமல் இஸ்திரிப் பெட்டியை வைத்து சூடு பண்ணி ஈரத்தைப் போக்கி மாட்டி விட்டிருக்கிறேன். காலை எட்டு மணிக்கு பள்ளி என்பதால் காலை உணவு தயாரித்து உண்டு விட்டு பள்ளிக்குக் கிளம்பத்தான் நேரம் இருக்குமே ஒழிய மதிய உணவு சமைப்பது என்பதை நினைத்துக் கூடப் பார்க்க இயலாது. பள்ளி ஆரம்பித்த முதல் நாள் – பள்ளி முடிந்து ரிக்ஷாக்காரர் ரேஷ்மாவை அழைத்துக் கொண்டு நான் இருந்த ஸ்டெனோஸ் பூலுக்கு வருகிறார். நான் ரேஷ்மாவுக்காக ஓட்டலில் வாங்கி வைத்திருந்த உணவைக் கொடுத்தேன்.

மறுநாள் ஒரு சிறிய கேரியர் என் மேஜையில் இருந்தது. ராஜி வைத்திருந்தார். ரேஷ்மாவுக்காகக் கொண்டு வந்தாராம்.

“உங்களுக்கு ஏன் மேடம் சிரமம்?”

“இதில் என்ன சிரமம்? என் மகளுக்கும் கணவருக்கும் சமைக்கிறேன். அதில் ஒரு பிடி ரேஷ்மாவுக்காகக் கொண்டு வருவதில் என்ன சிரமம்?”

ஆனால் கேரியர் அப்படி இல்லை. மூன்று டப்பாக்களில் மூன்று வித உணவு வகைகள் இருந்தன. ஒன்றில், பொங்கல்; ஒன்றில் ஊத்தப்பம்; மற்றொன்றில் தயிர் சாதம். ஒவ்வொரு நாளும் ஒவ்வொரு ஐட்டம். ஒரு நாள் வந்த ஐட்டம் திரும்புவதற்கு ஒரு வாரம் ஆகும். அடை, பிஸிபெளா பாத், கோதுமை தோசை என்று பலவிதம். இத்தனைக்கும் மிகப் பெரிய ஆச்சரியம் என்னவென்றால், ராஜி மதிய உணவு எடுத்து வர மாட்டார். தினமும் விரதம். காலையும் இரவும் மட்டுமே உண்ணும் பெண்மணி.

ஒருநாள் ராஜி அலுவலகம் வரவில்லை. சரி, ஓட்டலில் வாங்கிக் கொடுக்கலாம் என்று இருந்த போது என் மேஜையில் ராஜியின் கேரியர். “என்ன விஷயம் மேடம்?” ஏதோ ஒரு முக்கியமான ஃபைலை அதிகாரியிடம் கொடுக்க வேண்டி இருந்ததாம். புரிந்து விட்டது. ரேஷ்மாவுக்காக மதிய உணவை எடுத்துக் கொண்டு அலுவலகம் வந்திருக்கிறார். இத்தனைக்கும் அவர் வீடு அலுவலகத்திலிருந்து ரொம்ப தூரம். “ஏன் மேடம்?” அவர் சொன்ன பதிலை இப்போது நினைத்தாலும் என் கண்கள் கலங்குகின்றன.

40

ஜல்லிக்கட்டு பற்றிப் பலரும் எழுதி பேசி விட்டனர். எனக்கு அது பற்றி ஒரு கேள்வி உண்டு. இங்கே தமிழ் எத்தனை பேருக்கு எழுதத் தெரியும்? இன்றைய இளைய சமுதாயம் தமிழே தெரியாமல் இருக்கிறதே, அதைப் பற்றி யாருக்கும் கவலை இல்லையா? எத்தனையோ பள்ளிகளிலும், கல்லூரிகளிலும் தமிழில் பேசினால் அபராதம் விதிக்கிறார்கள். சென்னையில் அந்தக் கல்லூரிகளின் பெயரைக் கூட என்னால் சொல்ல முடியும். எல்லாம் நம்முடைய வரிப் பணத்தில் - அதாவது, அரசாங்கத்தின் நிதி உதவியில் நடப்பவை. உலகத்தில் எந்த நாட்டிலும் தாய் மொழியில் பேசினால் அபராதம் விதிக்கும் கல்வி நிறுவனங்கள் கிடையாது. இதையெல்லாம் யார் கேட்பது?

சரி, சென்ற வாரம் பார்த்த கதைக்கு வருவோம். அலுவலகத்துக்கு விடுப்பு எடுத்திருந்த நிலையிலும், என் ஆறு வயது மகள் ரேஷ்மாவுக்காக மதிய உணவை எடுத்துக் கொண்டு வந்த ராஜி பற்றிப் பார்த்தோம். இத்தனைக்கும் வெகுதூரத்திலிருந்து வர வேண்டும். அதுவும் பஸ்ஸில். "ஏன் மேடம் இப்படி? ஏதாவது ஒரு காரணம் இருக்க வேண்டுமே?" என்று கேட்டேன். 'பிறவிப் பெருங்கடலில் துன்பங்கள் என்ற அலைகளால் சிக்கித் தவிக்கின்றேன்' என்று மாணிக்கவாசகரே திருவாசகத்தில் சொல்கிறார். அவர்

ஞானி. அவருக்கு ஐந்தெழுத்து என்ற படகு கிடைத்தது. நானோ ஒரு சராசரிப் பெண். அதனால் நம்மால் ஆன புண்ணியத்தைச் சேர்த்தாலாவது கர்மவினைகளைக் கொஞ்சம் தீர்க்கலாமே" என்றார் ராஜி.

இப்படி என் வாழ்வில் பல பெண்கள் உதவி செய்திருக்கிறார்கள். சிலரை நான் பார்த்தது கூட இல்லை. அப்படி ஒரு பெண் கலா. என் மகன் மரைன் எஞ்ஜினியரிங் படித்துக் கொண்டிருந்தான். நான் அப்போது வேலையை விட்டு விட்டு வெளியே வந்திருந்தேன். காரணத்தைச் சொல்ல வேண்டும். சரியாக 17 ஆண்டுகளுக்கு முன்னால் பாரிஸில் ஒரு இலக்கியச் சந்திப்பில் கலந்து கொள்ள எனக்கு அழைப்பு வந்தது. அரசு அலுவலில் இருந்தால் வெளிநாடு செல்ல நிர்வாகத்திடமிருந்து அனுமதி வாங்க வேண்டும். அந்த அனுமதி இருந்தால்தான் வீசா கிடைக்கும். நான் வேலை பார்த்த அலுவலகத்தின் அதிகாரிகள் கொடூரமான சேடிஸ்டுகள். இதோ அதோ என்று இழுத்துக் கொண்டே போனார்கள். அதிலேயே ஆறு மாதம் கடந்து விட்டது. இலக்கியச் சந்திப்பும் முடிந்து விட்டது. அதோடு விடாமல் என் விஷயத்தை தில்லி உள்துறை அமைச்சகத்துக்கும் அனுப்பி விட்டார் ஒரு மகா சேடிஸ்ட். பிறகு தில்லியில் உள்ள அதிகார மட்டத்தின் மூலம் விசாரித்து, சிபாரிசுகள் வைத்து... அது பெரிய கதை... அடுத்த ஆண்டாவது போகலாம் என்பது என் திட்டம். ஒருநாள் உள்துறை அமைச்சகத்திலிருந்து எனக்கு போன். "நீங்கள் எந்த பேட்ச்? உங்கள் பெயரே பட்டியலில் இல்லையே?" எனக்கு அவர் என்ன கேட்கிறார் என்று புரிந்து விட்டது. அட கொலைகாரப் பாவிகளா! அவர் குறிப்பிட்டது ஐஏஎஸ் அதிகாரிகள் பட்டியல். ஐஏஎஸ் அதிகாரிகள் வெளிநாடு செல்ல வேண்டுமென்றால்தான் உள்துறை அமைச்சகத்துக்கு அனுப்புவார்கள். நான் ஒரு சாதாரண ஸ்டெனோ. என்னை அலைக்கழிக்க வேண்டும் என்றே இப்படியெல்லாம் செய்திருக்கிறார்கள் சென்னை அலுவலகத்தில். இதற்குள் ஒரு ஆண்டு கழிந்து அடுத்த இலக்கியச் சந்திப்பும் வந்து விட்டது. அந்த ஆண்டும் அனுமதி கேட்டேன். வழக்கம் போலவே என் விண்ணப்பம் அங்குமிங்குமாய் அலைய ஆரம்பித்தது. ஒரு நல்ல அதிகாரி என் பொருட்டு அனுமதி வாங்கிக் கொடுத்தார். பார்த்தால் அது வெளிநாடு செல்வதற்கான அனுமதி அல்ல. பாஸ்போர்ட் பெறுவதற்கான அனுமதி. அட உருப்படாவெட்டிகளா! வீசா வாங்க

கனவு, கேப்பச்சினோ, கொஞ்சம் சாட்டிங்...

அனுமதி கேட்டால் பாஸ்போர்ட் வாங்க அனுமதி கொடுத்திருக் கிறார்கள். இலக்கியச் சந்திப்புக்கு ஒரு வாரம்தான் இருந்தது. இப்போது என்ன செய்வது என்று யோசித்தேன். என் நெருங்கிய நண்பர் ஒருவர் ஒரு நிறுவனத்தின் அதிபராக இருந்தார். அந்த நிறுவனத்தில் வேலை செய்வதாக ஒரு பொய்ச் சான்றிதழ், சம்பள விபரம் (!) எல்லாம் வாங்கி வீஸாவுக்கு விண்ணப்பித்து பாரிஸ் போனேன்.

டிசம்பர் 18 அன்று என் பிறந்த நாள் வந்த போது பாரிஸில் இருந்தேன். ஒரு பார்ட்டியில் ஒரு ஃப்ரெஞ்ச் பெண்ணோடு ஆடினேன். அவர் ஸோர்போன் பல்கலைக்கழக மாணவி. ஃப்ரெஞ்ச் எழுத்தாளர்களான லூயி ஃபெர்தினாந்த் செலின் மற்றும் ஜான் ஜெனே பற்றி அவருடைய பேராசிரியர்களே சொல்லியிருக்காத விஷயங்களை நான் சொன்னேன் என்று அந்தப் பெண்ணுக்கு என் மீது கொஞ்சம் பிரியமாகி விட்டது. ஐரோப்பிய சமூகத்தில் நடனம் ஆடுவது ஒரு சாதாரண விஷயம். அதை ஒரு 'நலம் விரும்பி' புகைப்படம் எடுத்து இங்கே உள்ள பத்திரிகைக்கு அனுப்பியதால், நான் பாரிஸிலேயே திருமணம் செய்து கொண்டு (!) செட்டில் ஆகிவிட்டேன் என்று கிசுகிசு போட்டு விட்டார்கள். எனக்காக பொய்ச் சான்றிதழ் கொடுத்த நண்பர் செம டென்ஷனாக, என் மனைவி அவந்திகா "இதோ ஃப்ரான்ஸ் கிளம்பி வந்து அவளை என்ன செய்கிறேன் பார்" என்று கையில் விலங்குடன், ஸாரி, கையில் அரிவாளுடன் போர்க் கோலம் பூண, ஆறு மாதப் பயணத் திட்டத்தை மூன்று மாதத்தில் முடித்துக் கொண்டு வீடு வந்து சேர்ந்தேன். வந்த மறுநாள் அலுவலகத்தில் ராஜினாமா கடிதம் கொடுத்தேன். பயணம் செய்வதற்குக் கூட சுதந்திரம் இல்லாத இந்த அடிமை வேலை வேண்டாம் என்று முடிவு. அதிகாரி இலக்கிய வாசகர். ராஜினாமா செய்தால் வாழ்நாள் முழுவதும் கிடைக்கும் ஓய்வு ஊதியம் கிடைக்காது என்று சொல்லி விருப்ப ஓய்வு வாங்கிக் கொடுத்தார். எப்படி வாங்கினார் என்பதை ராஸ லீலா நாவலில் விளக்கியிருக்கிறேன். நாவலில் முக்கால்வாசி மேலே சொல்லப்பட்ட அலுவலக லீலைகள்தான்.

கையில் தம்பிடி கிடையாது. மகன் மரைன் எஞ்சினியரிங் படிக்கிறான். அப்போதுதான் அமெரிக்காவில் படித்துக் கொண்டி ருந்த மாணவியான கலா ஆறு மாதத்துக்கு ஒருமுறை கல்லூரிக் கட்டணத்தில் ஒரு பகுதியை அனுப்பி உதவினார். மற்றபடி

எந்த மெயில் போக்குவரத்தோ பேச்சுப் பழக்கமோ இல்லை. 'கேலா(கலா) ஸ்பீக்கிங்' என்று ஒரு போன் வரும். பணம் கிடைத்தது என்பேன். அதோடு சரி. மகனின் படிப்பு முடிந்ததும் இன்று வரை கலாவிடமிருந்து ஒரு தகவல் இல்லை. மின்னஞ்சலுக்கும் பதில் இல்லை. எப்போது எப்படி அந்தக் கலாவுக்கு என் நன்றிக் கடனைத் தீர்ப்பது என்று தெரியவில்லை.

என் எழுத்துக்குத் தமிழில் கண்ணுக்குப் புலப்படாத தடை (Invisible ban) உள்ளது என்றே எண்ணுகிறேன். இதுவரை சுமார் நூறு புத்தகங்கள் எழுதியிருப்பேன். இன்னும் இருபது புத்தகங்கள் தொகுக்கப்படாததாக என் இணைய தளத்தில் உள்ளன. அது என்ன தடை என்றால், இதுவரை எந்த இலக்கியவாதியும் எந்தப் பிரமுகரும் என் எழுத்தையோ பெயரையோ குறிப்பிட்டதில்லை. சமீபத்தில் ஒரு தினசரியில் புத்தக விழா பற்றி பல்வேறு பிரமுகர்களிடம் பிடித்த எழுத்தாளர்கள், பிடித்த புத்தகங்கள் பற்றி மொத்தம் 20 பேட்டிகள் வந்தன. எல்லா பேட்டிகளிலும் ஜெயமோகன், எஸ்.ராமகிருஷ்ணன் பெயர்கள் தவறாமல் இடம் பெற்றிருந்தன. ஒரு பேட்டியில் கூட அடியேனின் பெயர் இல்லை. பெயருக்கு ஏன் அலைகிறாய் என்று கேட்கக் கூடாது. சென்ற நூற்றாண்டில் ஊரிலிருந்து ஒதுக்கப்பட்டு வாழ்ந்த தலித் மக்களைப் போல் உணர்கிறேன். ஒரு ட்ரான்ஸ்கிரஸிவ் எழுத்தாளனுக்கு இப்படிப்பட்ட மரியாதைதான் கிடைக்கும் என்று தெரிந்தாலும் மனம் தளர்ந்துதான் போகிறது.

அதனால் ஐந்து ஆண்டுகளுக்கு முன்பு ஆங்கிலப் பத்திரிகைகளில் எழுதலாம் என்று முடிவு செய்தேன். ஆனால் ஆங்கிலத்தில் எழுத வராது. ஆங்கிலம் தெரிந்த நண்பர் கருந்தேள் ராஜேஷ் மொழிபெயர்த்துக் கொடுத்தார். இதில் சிக்கல் என்னவென்றால், சிறுகதை நாவல் என்றால் மொழிபெயர்ப்பாளரின் பெயர் போடுவார்கள். கட்டுரைக்குக் கிடையாது. பாவ்லோ கொய்லோ போன்ற உலகப் புகழ் பெற்ற எழுத்தாளர்கள்தான் மொழிபெயர்ப்பாளர் பெயரைப் போட முடியும். எனவே பெயரையும் போட்டுக் கொள்ளாமல் மொழிபெயர்க்க வேண்டுமென்றால் எவ்வளவு தியாக உணர்வு வேண்டும். அப்படி எனக்குக் கடந்த ஐந்து ஆண்டுகளாக மொழிபெயர்த்துக் கொடுத்துக் கொண்டிருப்பவர் ஒரு பெண். அவர் பற்றி அடுத்த வாரம்.

41

தமிழிலிருந்து ஆங்கிலத்தில் மொழிபெயர்ப்பது மிகவும் கடினம். ஆங்கிலம் நன்கு எழுதுபவர்களால் கூட சரியாகச் செய்ய முடியவில்லை. ஒரு தமிழ் நாவலின் ஆங்கில மொழிபெயர்ப்பில் "மூன்று மணி நேரம் சமையலறையில் நின்று நாக்கில் ஜலம் ஊறுகிறது" என்று இருந்தது. அந்த இடத்தில் அந்த அர்த்தம் சரியாக வரவில்லை. தமிழில் பார்த்தால் "சமையலறையில் நின்று நின்று வாயில் நுரை தள்ளி விட்டது" என்று இருந்தது. இத்தனைக்கும் 500 பக்க நாவலை மொழிபெயர்க்க ஒரு லட்சம் ரூபாய். பிறகு அதை எடிட் செய்ய 50000 ரூபாய். இதில்தான் இத்தனை அலங்கோலம். ஆனால் என் எழுத்தை ஆங்கிலத்தில் கொண்டு சென்ற காயத்ரியின் ஆங்கிலத்தில் இந்தப் பிரச்சினைகள் இல்லை. ஏனென்றால், எந்த ஈகோவும் பார்க்காமல் இன்னொருவரிடமும் கொடுத்து சரி பார்த்த பிறகே என்னிடம் கொடுப்பார். ஒருமுறை ஒரு லண்டன் பதிப்பகம் உலகம் முழுவதிலும் இருந்து பிரபலமான எழுத்தாளர்களைத் தொடர்பு கொண்டு புதிதாக பேய்க் கதை ஒன்றை எழுதச் செய்து தொகுத்தது. அதற்காக டயபாலிக்கலி யுவர்ஸ் என்று ஒரு பேய்க் கதை எழுதினேன். அதுதான் நான் எழுதிய முதலும் கடைசியுமான பேய்க் கதை. அதை ஆங்கிலத்தில் மொழிபெயர்த்துக் கொடுத்தார் காயத்ரி. ஆனால் மொழிபெயர்ப்பு என்று போட்டு காயத்ரியின் பெயர் போட முடியாது. தொகுப்பில் மொழிபெயர்ப்புக் கதைகளுக்கு இடம் இல்லை. அதேபோல் நான் ஆங்கிலப் பத்திரிகைகளில் ஐந்து ஆண்டுகளாக எழுதி வரும் கட்டுரைகளும் பெரும்பாலும் காயத்ரி மொழிபெயர்த்தவையே. அடுத்து, கருந்தேள் ராஜேஷும் வேறு சிலரும் மொழிபெயர்த்த என்னுடைய சிறுகதைத் தொகுதியை எடிட் செய்ததும் காயத்ரிதான். அது அமேஸானில் கிண்டில் வெளியீடாகக் கிடைக்கிறது.

இப்படி மொழிபெயர்ப்புக்குப் பணமும் வாங்கிக் கொள்ளாமல், பெயரும் போடாமல் மொழிபெயர்ப்பதெல்லாம் இந்தக் காலத்தில் சாத்தியமா? அதிலும் ஐந்து ஆண்டுகள். மாதம் இரண்டு முறை. மேலும், பத்திரிகைகளுக்கு எழுதுவதில் ஒரு நிமிடம் கூடத் தாமதம் செய்யக் கூடாது. ஒருநாள் ஒரு முக்கியமான கட்டுரையை மாலை ஐந்து மணிக்குக் கொடுக்க வேண்டியிருந்தது. ஒரு பற்றியெரியும் பிரச்சினை. மறுநாள் காலை அது வாசிக்கப்பட வேண்டியது. நான் கட்டுரையை மதியம் மூன்று மணி அளவில் காயத்ரியிடம்  கொடுத்தேன். ஐந்து மணிக்குள் வந்து விட்டது. அந்த நேரம் பார்த்து எனக்குத் தலைவலி, இடுப்பு வலி என்றெல்லாம் படுத்து விடக் கூடாது. பத்திரிகை வேலையில் தாமதம் என்ற வார்த்தைக்கே இடமில்லை. கடந்த ஐந்து ஆண்டுகளாக இதை சாத்தியப்படுத்திக் கொண்டிருக்கிறார் காயத்ரி.

பொதுவாக இப்படி நமக்கு யாராவது உதவி செய்தால் முதலில் வரும் எதிர்ப்பு வீட்டிலிருந்துதான். இப்படித்தான் ஒரு நண்பர் என் எழுத்தின் தீவிர வாசகராக இருந்தார். உடனே அவர் மனைவி, இனிமேல் சாருவைப் படிப்பதாக இருந்தால் விவாகரத்துதான் என்று சொல்லி விட்டார். படிப்பதற்கே இப்படி என்றால், மிக அதிக நேரத்தைச் செலவு செய்து மொழிபெயர்ப்பது, அதிலும் பெயர்கூட போட முடியாதது என்றால் வீட்டில் கணவர் என்ன சொல்லுவார்? காயத்ரியின் கணவர் ராமசுப்ரமணியன் காயத்ரியைவிட எனக்கு நெருக்கமானவர். அதனால் அவரே சமயங்களில் காயத்ரியை உற்சாகப்படுத்தி மொழிபெயர்ப்பைத் தீவிரப்படுத்துவதுண்டு.

இன்னொரு பிரச்சினை நலம்விரும்பிகள். தமிழ் எழுத்தாளர்களிலேயே அதிக நலம்விரும்பிகளைச் சம்பாதித்து வைத்திருப்பவன் அடியேன். ராமசுப்ரமணியனிடம் போய் சாரு இப்படி, சாரு அப்படி என்று ஏதாவது சொல்லி வைப்பார்கள். ராமிடம் ஒரு பழக்கம் என்னவென்றால், யார் எதைச் சொன்னாலும் கேட்க மாட்டார். "சாரு பற்றி ஒரு வார்த்தை யாரும் தப்பாகப் பேசினாலும் நான்

அனுமதிக்க மாட்டேன்” என்பாராம் ராம். பிறர் சொல்லிக் கேள்விப்பட்டேன்.

இப்படியெல்லாம் செய்து ஏன் ஆங்கிலத்துக்குப் போக வேண்டும்? இதற்கான பதில் நீண்டது.

நான் சமகாலத் தமிழ் இலக்கியத்தைப் பயின்ற பத்திரிகைகளில் ஒன்று பிரக்ஞை. அப்போது தஞ்சாவூர் சரஃபோஜி கல்லூரியில் படித்துக் கொண்டிருந்தேன். ஏதோ ஒரு பத்திரிகையில் எனக்குப் பிடித்த பத்திரிகை *பிரக்ஞை* என்று கமல்ஹாசன் எழுதியிருக்க, அந்தப் பெயரே எனக்கு மிகவும் பிடித்துப் போய், தேடிப் படித்தேன். பாரவி, சிவசங்கரா என்று நான் கேள்விப்பட்டிராத எழுத்தாளர்களின் சிறுகதைகள். இந்த இருவரையும் நாற்பது ஆண்டுகளாகத் தேடி கொண்டிருந்தேன். 15 ஆண்டுகள் தில்லியில் இருந்ததால் சரியாக விசாரிக்கவும் முடியவில்லை. பின்னர், சில ஆண்டுகளுக்கு முன்புதான் பாரவியை சார்வாகன் மூலம் சந்தித்தேன். அப்போதும் சிவசங்கரா ஞாபகம் வந்தது. ஆனால் பாரவியைக் கேட்க மறந்து போனேன். இப்போது இதை எழுதிக் கொண்டிருக்கும் நேரத்தில்தான் எனக்கு மிகவும் பரிச்சயமான ஒருவரின் புனைப்பெயர்தான் சிவசங்கரா என்று அறிந்து கொண்டேன். என் சம வயதுக்காரர்தான் என்றாலும் இளம் வயதில் என்னை வசீகரித்த மொழி சிவசங்கராவினுடையது. இவரை நான் என். கல்யாண்ராமன் என்ற பெயரில் தமிழில் எனக்குப் பிடித்த மொழிபெயர்ப்பாளராக அறிந்திருக்கிறேன். சி.சு. செல்லப்பாவின் *வாடிவாசல்*, அசோகமித்திரனின் *இன்ஸ்பெக்டர் செண்பகராமன்*, ந.முத்துசாமியின் *நீர்மை* போன்ற உலகத் தரமான எழுத்துக்களை ஆங்கிலத்தில் மொழிபெயர்த்திருப்பவர் கல்யாண்ராமன். நான் அடிக்கடி நினைப்பதுண்டு, மேலே குறிப்பிட்ட நூல்கள் ஆங்கிலத்தில் மொழிபெயர்க்கப்பட்டால் நாம் ஆண்டன் செகாவையும், கார்சியா மார்க்கேஸையும் கொண்டாடுவது போல் மேற்கத்தியர்கள் அசோக மித்திரனையும் ந. முத்துசாமியையும் கொண்டாடுவார்கள் என்று. ஆனால் இந்த இலக்கிய மேதைகளின் பெயர்கள் கூட அவர்களுக்குத் தெரியவில்லை. இத்தனைக்கும் கல்யாண்ராமனின் ஆங்கிலம் மொழிபெயர்ப்பு என்றே தெரியாதபடி லகுவான நடையில் இருக்கும். ஆனாலும் ஏன் தெரியவில்லை? நமக்கே இவர்களைப் பற்றித் தெரியவில்லை என்றால் ஆங்கிலேயனுக்கு எப்படித் தெரியும்? நாம்தானே சொல்ல வேண்டும்?

பாரதியின் வாழ்வில் நடந்த ஒரு சம்பவம் இதோடு தொடர்புடையது. அண்ணாதுரையால் அக்ரஹாரத்து அதிசய மனிதர் என்று பாராட்டப்பட்ட வ.ரா. பாரதியின் நெருங்கிய நண்பர். அவர் எழுதிய பாரதியின் வரலாற்றில் ஒரு இடம். வ.ரா.வின் வார்த்தைகளிலேயே: "ரௌலட் சட்டத்தை ரத்து செய்வதற்காக நடந்த கிளர்ச்சியை முன்னிட்டு 1919ஆம் ஆண்டு பிப்ரவரி மாதம் காந்தி சென்னைக்கு வந்தார். ராஜாஜி வீட்டில் தங்கினார். அப்போது ராஜாஜி சென்னை கதீட்ரல் ரோடு, இரண்டாம் நம்பர் பங்களாவில் வசித்தார். ஒருநாள் மதியம் இரண்டு மணி இருக்கும். காந்தி வழக்கம் போல் திண்டு மெத்தையில் சாய்ந்து கொண்டு ஏதோ சொல்லிக் கொண்டிருக்க மகாதேவ தேசாய் எழுதிக் கொண்டிருந்தார். சேலம் பாரிஸ்டர் ஆதி நாராயண செட்டியார் குடகுக் கிச்சிலிப் பழங்களை உரித்துப் பிழிந்து மகாத்மாவுக்காக ரசம் தயார் பண்ணிக் கொண்டிருந்தார். ஒரு பக்கத்துச் சுவரில் ஏ. ரங்கசாமி அய்யங்கார், சத்தியமூர்த்தி முதலியோரும், அந்தச் சுவருக்கு எதிர்ச் சுவரில் ராஜாஜியும் மற்றும் சிலரும் சாய்ந்து நின்று கொண்டிருந்தார்கள். நான் வாயில் காப்போன். யாரையும் உள்ளே விடக் கூடாது என்று எனக்குக் கண்டிப்பான உத்தரவு.

அறைக்குள்ளே பேச்சு நடந்து கொண்டிருக்கும் சமயத்தில் பாரதியார் மடமடவென்று வந்தார். 'என்ன ஓய்!' என்று சொல்லிக் கொண்டே, அறைக்குள்ளே நுழைந்து விட்டார். என் காவல் கட்டுக் குலைந்து விட்டது.

உள்ளே சென்ற பாரதியாரோடு நானும் போனேன். பாரதியார் காந்தியை வணங்கி விட்டு, அவர் பக்கத்தில் மெத்தையில் உட்கார்ந்து கொண்டார். அப்புறம் பேச்சு வார்த்தை ஆரம்பித்தது. பாரதியார் சொன்னார்:

'மிஸ்டர் காந்தி, இன்றைக்குச் சாயங்காலம் ஐந்தரை மணிக்கு நான் திருவல்லிக்கேணி கடற்கரையில் ஒரு கூட்டத்தில் பேசப் போகிறேன். அந்தக் கூட்டத்துக்குத் தாங்கள் தலைமை வகிக்க முடியுமா?'

அதற்கு காந்தி சொன்னார்...

42

இதைத்தான் நான் கடந்த 40 ஆண்டுகளாக வலியுறுத்தி வருகிறேன். என்னதான் எழுத்தாளன் தனது லௌகீகத் தேவைக்காகப் பிச்சை எடுத்துக் கொண்டிருந்தாலும் அவன்தான் சமூகத்தின் ஒளியாக விளங்குபவன். அதனால்தான் தாகூரை மகாத்மா குருதேவ் என்று அழைத்தார். தான் இந்த சமூகத்தின் ஒளியாக விளங்குகிறோம் என்பதை அந்தத் தமிழ்க் கவிஞன் உணர்ந்திருந்ததால்தான் மகாத்மாவின் மெத்தையிலே போய் அமர்ந்து கொண்டு மிஸ்டர் காந்தி என்று அழைத்தான். இதை உணராததால்தான் சத்தியமூர்த்தியும் ராஜாஜியும் அப்போது பாரதியின் மீது எரிச்சல் அடைந்திருக்கிறார்கள். "நாங்களே மகாத்மாவின் முன்னே பணிவுடன் நின்று கொண்டிருக்கும் போது இந்த ஆள் ஏதோ கவிதைகள் எழுதுகிறோம் என்ற ஹோதாவில் மேதாவியைப் போல் மகாத்மாவின் மெத்தையிலேயே அமர்ந்து கொண்டு விட்டாரே?" இதை அவர்கள் வாய் விட்டுச் சொல்லவில்லை. ஆனால் அவர்களின் உடல்மொழி சொல்லி விட்டது; அதை மகாத்மாவும் கவனித்து விட்டார் என்பதை அந்தச் சம்பவத்தின் கடைசியில் அவர் சொன்னதிலிருந்து நாம் இப்போதும் புரிந்து கொள்ளலாம். நடந்ததை மேலே சொல்கிறார் வ.ரா.

தன்னுடைய காரியதரிசி மகாதேவபாயிடம் அன்றைய தினம் மாலையில் வேறொரு நிகழ்ச்சி இருப்பதைக் கேட்டுத் தெரிந்து

கொள்ளும் மகாத்மா, பாரதியிடம் "தங்கள் கூட்டத்தை நாளைக்கு ஒத்தி வைக்க முடியுமா?" என்று கேட்கிறார். அதற்கு பாரதி சொன்ன பதில்: "முடியாது; போய் வருகிறேன், மிஸ்டர் காந்தி. தாங்கள் ஆரம்பிக்கப் போகும் இயக்கத்தை நான் ஆசீர்வதிக்கிறேன்."

கவனியுங்கள், மகாத்மாவை ஆசீர்வதிக்கிறார் பாரதி. தான் முன்பின் அறிந்திராத ஒரு ஆள், வாசலில் காவலுக்கு நின்று கொண்டிருந்தவரையும் மீறிக் கொண்டு உள்ளே நுழைந்ததும் அல்லாமல் தன் மெத்தையில் அமர்ந்து கொண்டு தன்னைப் பெயர் சொல்லி அழைத்து ஆசீர்வாதமும் செய்கிறார் என்றால் அவர் ஒரு மகானாகத்தான் இருக்க வேண்டும் என்பது மகாத்மாவுக்குப் புரிந்து விட்டது. ஆனால் அங்கே நின்று கொண்டிருந்தவர்களோ அவரைப் பற்றித் தன்னிடம் ஒரு வார்த்தை சொல்லவில்லை என்பதையும் கவனித்தார். பிறகு அவர்களிடம் யார் இவர் என்று கேட்கிறார். யாருமே பதில் சொல்லாததால் ராஜாஜி, "அவர் எங்கள் தமிழ்நாட்டுக் கவி" என்கிறார். அப்போதுதான் மகாத்மா தமிழர்களாகிய நம் எல்லோருடைய கன்னத்திலும் அறைகிறாற்போல் "இவரைப் பத்திரமாகப் பாதுகாக்க வேண்டும். அதற்குத் தமிழ்நாட்டில் ஒருவரும் இல்லையா?" என்று கேட்டார். அதற்கும் அங்கிருந்த யாருமே பதில் சொல்லவில்லை. எல்லோரும் மௌனமாக இருந்தார்கள் என்று முடிக்கிறார் வ.ரா.

மகாத்மா கேட்ட கேள்வி பற்றி நான் இன்னமும் பல இரவுகளில் உறங்காமல் யோசித்துக் கொண்டிருக்கிறேன். பாரதி வாழ்ந்த காலம் 1882-1921. மேலே சொன்ன சம்பவம் நடந்தது 1919. அப்போது பாரதியின் வயது 37. இன்னும் இரண்டு ஆண்டுகளே உயிரோடு இருக்கப் போகிறார். மகாத்மாவின் வயது 50. தென்னாப்பிரிக்காவிலிருந்து திரும்பி வந்து வெறும் நான்கு ஆண்டுகளே ஆகியிருந்தன. ஆனால் இதற்கு ஆறு ஆண்டுகள் முன்பே – அதாவது 1913இலேயே தாகூருக்கு நோபல் பரிசு கொடுக்கப்பட்டு விட்டது.

தாகூருக்கு நோபல் பரிசு கிடைத்தது எப்படி? அவர் தன் கவிதைகளை ஆங்கிலத்தில் மொழிபெயர்த்தார்; அதோடு விடவில்லை. உலகம் பூராவும் சுற்றி அலைந்து தன் கவிதைகளை அறிமுகப்படுத்தினார். அமெரிக்காவில் அவர் போகாத ஊரே கிடையாது என்று சொல்லும் அளவுக்கு அத்தனை ஊர்களுக்கும்

கனவு, கேப்பச்சினோ, கொஞ்சம் சாட்டிங்...

பல்கலைக்கழகங்களுக்கும் சென்று உரையாற்றினார். அங்கிருந்து லண்டன் வந்து டபிள்யூ.பி. யேட்ஸ் மற்றும் எஸ்ரா பவுண்டைச் சந்தித்தார். அந்தச் சந்திப்பே அவருக்கு நோபல் பரிசு கிடைப்பதை உறுதி செய்து விட்டது.

இப்படியெல்லாம் செய்யாததால்தான் அசோகமித்திரனுக்கு இன்னும் நோபல் கிடைக்கவில்லை. அசோகமித்திரன் செய்ய மாட்டார். நாம்தான் செய்ய வேண்டும். அவருடைய கதைகளுக்கு என். கல்யாண்ராமனின் அருமையான மொழிபெயர்ப்பு இருக்கிறது. ஆனால் அந்தப் புத்தகங்களெல்லாம் இப்போது சந்தையிலேயே இல்லை. அடுத்த நோபல் பரிசு மலையாளத்துக்கோ அல்லது மீண்டும் வங்காளத்துக்கோதான் கிடைக்கும். மலையாளத்தின் மூத்த கவிஞரான சச்சிதானந்தத்தின் பெயர் நோபல் பரிசுக்கு இரண்டு முறை பரிந்துரை செய்யப்பட்டிருக்கிறது. ஆனால் அதைப் பற்றி நமக்கென்ன கவலை? ரஜினியின் அடுத்த படம் எப்போது ரிலீஸ்? அதைக் கவனி.

தமிழின் சமகால எழுத்து ஆங்கிலத்தில் மொழிபெயர்க்கப்பட்டால் மட்டும் போதாது. அதைப் பற்றி நாம் வெளியுலகத்துக்குச் சொல்ல வேண்டும். இதுநாள் வரை அசோகமித்திரனின் எந்த எழுத்தும் ஆங்கிலத்தில் மொழிபெயர்க்கப்படவில்லை என்றே நினைத்துக் கொண்டிருந்தேன். ஆனால் மொழிபெயர்க்கப்பட்டிருக்கிறது. நம்முடைய பெருமையை நாமே அறிந்து கொள்ளாததால் அது பற்றி யாருக்கும் தெரியவில்லை.

நான் தற்புகழ்ச்சி செய்து கொள்கிறேன் என்று என் நண்பர்கள் பலரும் சொல்வதுண்டு. என்னை வேறு யாரேனும் புகழ்ந்தால்தான் எனக்குக் கூச்சமாக இருக்கிறது. நானே சொல்லிக் கொண்டால் அது என்னைப் பற்றிய பயோடேட்டாவைச் சொல்வது போல்தான் இருக்கிறது. உங்கள் வயது என்ன, உயரம் என்ன, என்ன படித்திருக் கிறீர்கள், நீங்கள் எழுதிய புத்தகங்கள் என்னென்ன என்பது போன்ற கேள்விகளுக்குப் பதில் சொல்வது போலவே என்னைப் பற்றிச் சொல்லிக் கொள்கிறேன். அதில் தப்பே இல்லை. உங்களிடம் விலை மதிக்க முடியாத பொருள் ஒன்று இருக்கிறது என்றால் அதைப் பற்றி நீங்கள் சொன்னால்தானே தெரியும்?

தாகூர் தனக்குத் தானே செய்து கொண்டதை இப்போது

எழுத்தாளர்களின் ஏஜெண்டுகள் செய்கிறார்கள். ஆனால் தமிழில் எஜெண்ட் என்றாலே கெட்ட வார்த்தை. அமெரிக்காவில் எனக்கு ஒரு வாசகி இருந்தார். அவர் என்னுடைய ஸீரோ டிகிரியை 50 பிரதிகள் வாங்கி அமெரிக்காவில் உள்ள முக்கியமான நூலகங்களுக்கு அனுப்பினார். ஆனால் அது அத்தனை சுலபம் அல்ல. நூலகக் குழுவினர் படித்தபிறகே அதை ஏற்றுக் கொள்வார்கள். அவ்வளவையும் செய்தார் வாசகி. இப்போது அமெரிக்காவில் என் எழுத்து பரிச்சயம். பெயரைச் சொல்லக் கூடாது என்று சொல்லியிருப்பதால் வாசகி என்று மட்டுமே குறிப்பிடுகிறேன்.

43

வரலாற்றின் மத்திய கால கட்டத்தில் பலவிதமான குரூரமான தண்டனை முறைகள் இருந்தன. அதில் ஒன்று எலிச் சித்ரவதை. குற்றவாளியை ஒரு பெஞ்சில் நிர்வாணமாக மல்லாந்த நிலையில் படுக்கப் போட்டு, கை கால்களை பெஞ்சோடு பிணைத்து, வயிற்றில் ஒரு கூண்டைக் கட்டி விடுவார்கள். கூண்டில் இரண்டு பகுதிகள் இருக்கும். மேல் பகுதியில் கொஞ்சம் நெருப்புக் கட்டிகளைப் போட்டு மூடி விடுவார்கள். மூடாமல் திறந்தபடி இருக்கும் கீழ்ப்பகுதிக்கு வயிறுதான் மூடி. மூடியின் அந்தக் கீழ்ப் பகுதியில் இரண்டு மூன்று எலிகள் இருக்கும். இப்போது சூடு பரவப் பரவ எலிகள் ஓட ஆரம்பிக்கும் அல்லவா? எங்கே ஓடும்? வயிறுதானே இருக்கிறது? என்ன நடக்கும்? யூகித்துக் கொள்ளுங்கள். நம்முடைய சேர சோழ பாண்டியர் காலத்தில் கூட இப்படிப்பட்ட பல தண்டனை முறைகள் இருந்தன. சில ஆஃப்ரிக்க, தென்னமெரிக்க நாடுகளில் இன்னமும் இது போன்ற சித்ரவதைகள் நடைமுறையில் இருக்கின்றன.

இதேபோல் உளரீதியான தண்டனை – அதாவது நாம் அடிக்கடி சொல்லும் மெண்ட்டல் டார்ச்சர் எப்படி இருக்கும்? முகநூலில் உங்கள் காதலி தன்னுடைய புகைப்படத்தைப் போட்டு Good morning guys என்று சொன்னதும் 2333 பேர் லைக்கும் 222 ஷேர்

உம் வரும்போது உங்கள் மனம் அடையும் வேதனை இருக்கிறதே அதை மெண்ட்டல் டார்ச்சரில் சேர்த்துக் கொள்ளலாமா? ஓ, சேர்த்துக் கொள்ளலாம். ஆனால் ராணுவத்தில் வேறு மாதிரியான மெண்ட்டல் டார்ச்சர் கொடுப்பார்கள். வெளியே வரும் ஆசாமிக்குத் தன் பெயரே மறந்து போயிருக்கும். எதற்குமே லாயக்கில்லாத அழுகிய காய்கறி போல் கொஞ்ச நாள் அந்த உடலில் உயிர் தங்கியிருக்கும். அவ்வளவுதான்.

ஒருவரை நம் கண் எதிரே ஆக்கினைகளுக்கு உள்ளாக்கி 'உனக்கும் இதுதான்' என்று உணர்த்துவது தற்காலத்தில் வழக்கத்தில் உள்ள ஒரு பிரபலமான உளவியல் சித்ரவதையாக இருக்கிறது. இன்னொன்று: கை காலைக் கட்டி விட்டு தலையில் சொட்டு சொட்டாக நீரை விடுவது. இதன் பெயர் சைனீஸ் வாட்டர் மெதட். கேட்க சாதாரணமாக இருந்தாலும் இந்த வதையில் எப்பேர்ப்பட்ட மனவலிமை கொண்டவர்களும் ரகசியத்தைக் கக்கி விடுகிறார்களாம்.

உலகில் ஆயிரக்கணக்கான உளவியல் வதைகள் உள்ளன. அதில் ஒன்றை சமீபத்தில் அனுபவித்தேன். நானே விரும்பி வாங்கிக் கொண்டது என்பதால் யாரையும் நொந்து கொள்ளவும் முடியாது. ஒரு பத்திரிகை ஆசிரியர், "சில வாசகர்கள் உங்கள் தொலைபேசி எண்ணைக் கேட்கிறார்கள். கொடுக்கலாமா?" என்று கேட்டார். சிறிதும் யோசிக்காமல் "ஆஹா, அதனால் என்ன?" என்று சொல்லி விட்டேன். ம்ஹூம், யோசிக்காமல் சொல்லவில்லை. ஒரு கணத்தில் என் மும்பை எழுத்தாள நண்பர்கள் சொன்ன கதையெல்லாம் ஞாபகம் வந்ததால்தான் சம்மதித்தேன்.

இங்கே தமிழ்நாட்டில் புத்தக வெளியீட்டு விழாக்களில் சினிமா கலைஞர்கள் தலைகாட்டுகிறார்கள். கமல், ரஜினி எல்லாம் கூட கலந்து கொள்கிறார்கள். புத்தகம் பற்றிப் பேசாமல் போனாலும் அவர்கள் தலை காட்டுவதே விசேஷம்தான். அதுவும் இல்லையென்றால் இந்த ஏழைத் தமிழ் எழுத்தாளர்களை யாருக்குத் தெரியப் போகிறது? ஆனால் இம்மாதிரியான புத்தக வெளியீட்டு விழாக்களில் நடிகர்கள், இயக்குனர்கள்தான் வருகிறார்களே ஒழிய நடிகைகள் வருவதில்லை. பொதுவாகவே தமிழில் நடிகைகளின் நிலை வறட்சியாகவே தெரிகிறது. பக்கா தமிழ்ப் பெண்ணான (ஸ்டெல்லா மாரிஸ்) சமந்தா திருமண ஏற்பாட்டில் பிஸியாக இருக்கிறார்.

நயன் தாரா, த்ரிஷா இருவரும் 'எவர் க்ரீன்' நட்சத்திரங்களாக ஜொலிக்கிறார்கள். இருந்தாலும் இவர்கள் யாரையும் புத்தக வெளியீட்டு விழாக்களில் காண முடியவில்லை.

ஆனால் மும்பையில் நிலைமை இப்படி இல்லை. பெயர் தெரியாத ஒரு சிறிய கவிஞனின் நூல் வெளியீட்டு விழாவாக இருந்தாலும் அந்த விழாவுக்கு வந்து கவிஞனின் பல கவிதைகளை அரங்கிலேயே வாசிக்கிறார்கள் பிரபல நடிகைகள். ப்ரியங்கா சோப்ரா, கங்கனா ராவத் எல்லாம் போட்டி போட்டுக் கொண்டு இதைச் செய்கிறார்கள். ஆசிரியர் நம்பர் கொடுக்கலாமா என்று கேட்டதும் இதெல்லாம்தான் என் ஞாபகத்துக்கு வந்தது. ஒருவேளை நம் எழுத்து பிடித்துப் போய் நயன்தாரா, த்ரிஷா போன்றவர்கள் கூப்பிடலாமே, அதை ஏன் நாம் தடுக்க வேண்டும்?

மறுநாள் அழைப்பு வந்தது. "சார், நான் திருச்சி சப் இன்ஸ்பெக்டர் பேசறேன். ஒங்களைப் பார்க்கணும்." ஐயோ, சப் இன்ஸ்பெக்டரா? ஏற்கனவே என் மீது அன்பு கொண்ட நலம் விரும்பிகள் சிலர் கேஸைப் போட்டு கோர்ட்டுக்கும் ஸ்டேஷனுக்கும் இழுக்கடித்துக் கொண்டிருப்பதால் கிலி பிடித்துக் கொண்டது. நாக்குழறலுடன், "ஏன், ஏன் பார்க்கணும்?" என்றேன். "நான் உங்களோட தீவிர ரசிகன் சார். பார்க்கணும். இப்போ ஒரு வேலையா பல்லாவரம் வந்திருக்கேன். எப்போ பார்க்கலாம்?" என் பயம் விலகியது. நாளை வாருங்கள் என்றேன். மறுநாள் பகல் முழுதும் எனக்குக் கடும் வேலை இருந்தது. ஆனால் போன் செய்த போலீஸ்காரர் இரவு எட்டு மணிக்கு வரலாமா என்று கேட்டதால் சரி சொல்லி விட்டேன். 'பல்லாவரத்திலிருந்து ஒருவர் வருகிறார்; அதிலும் எட்டு மணிக்கு வேலை ஒன்றும் இருக்காது. அரை மணி நேரம் பேசுவதால் என்ன ஆகி விடும்?' என்று யோசனை ஓடியது.

சரியாக எட்டு மணிக்கு வந்தார். நல்ல ஆஜானுபாகுவான சரீரம். சாரீரமும் அப்படியே. எட்டு ஊருக்குக் கேட்கும் குரல். முக்கால் மணி நேரம். மேலே குறிப்பிட்ட எலிச் சித்ரவதையெல்லாம் சும்மா. அடி பின்னி எடுத்து விட்டார். சித்ரவதைப் படலம் இப்படி ஆரம்பித்தது: எட்டு மணிதான் ச்சிண்ட்டுவின் டின்னர் டைம். அதற்காக வேண்டி ஃப்ரீஸரிலிருந்து மீனை எடுத்துத் தண்ணீரில் ஊற வைத்திருந்தேன். சரியாக எட்டு மணிக்கு வந்து பார்த்த ச்சிண்ட்டு அந்நிய மனிதரைக் கண்டதும் ஓடி விட்டது.

மாடியிலிருந்த அவந்திகாவை அழைத்து ச்சிண்ட்டுவுக்குக் கொஞ்சம் cat food கொடும்மா என்றேன். கேட் ஃபூட் என்பது கடைகளில் விற்கும் ரெடிமேட் உணவு. அதை ச்சிண்ட்டுவுக்குக் கொடுத்து விட்டு உள்ளே நுழைந்த அவந்திகாவிடம், "நம்மவாளா இருந்துண்டு, சாரு, நான் ஸ்மார்த்தா, இப்படி இவருக்கு மாமிசம் சமைச்சுப் போட்டுண்டிருக்கேளே, இது சரியா?" என்றார் போலீஸ்.

பொதுவாக என்னைப் பார்க்க வரும் யாரிடமும் எந்தப் பேச்சும் வைத்துக் கொள்ளாத அவந்திகாவுக்கு என்ன பதில் சொல்வதென்றே தெரியவில்லை. "எனக்குத் தாவரமும் மாமிசமும் ஒன்றுதான்" என்று மத்தியமாக ஏதோ சொல்லி வைத்தாள். "அது எப்படி ஒன்னும்பேள்? தாவரம் வேறெ, மாமிசம் வேறெ. பண்ணப்படாது. வெளிய போய் சாப்பிட்டுக்கோங்கோன்னு விரட்டிப்பிட வேண்டியதுதானே? நீங்களும் சாப்பிடுவேளா?"

"இல்லையில்லை. அவள் சாப்பிட மாட்டாள்" என்று அவளைக் காப்பாற்ற முயன்றேன் நான். "ஆனா ஒன்னு அவந்திகா. குடி அது இதுன்னு இருந்த இவரை இப்டி ஆக்கியிருக்கேளே... இப்போ பாருங்கோ, அசல் அயங்கார் மாதிரியே இருக்கார். (துரதிர்ஷ்டவசமாக அப்போது நான் மயில் கண் வேஷ்டியும் வெள்ளை சட்டையும் அணிந்திருந்தேன்.) ஐயோ ஐயோ... என்னென்ன பயங்கரமான விஷயமெல்லாம் எழுதிருக்கார். அது என்ன, நளினி ஜமீலா, பாலியல் தொழிலாளியோட ஒரு உரையாடல்... ஐயோ ஐயோ... இப்போ பாருங்கோ. அசல் அயங்கார். இந்தப் பெரும ஓங்களைத்தான் சேரும் அவந்திகா. ஆமா, இவர் எழுதுறதையெல்லாம் படிப்பேளோ?"

அதற்கு அவந்திகா சொன்ன பதிலைக் கேட்டு ஆடிப் போய் விட்டேன்.

44

எஸ். சம்பத் என்று ஒரு எழுத்தாளர் இருந்தார். அதிகம் எழுதியதில்லை. சில சிறுகதைகள், ஒரு நாவல். அதுவும் இப்போது வருவது போல் தலையணை சைஸ் இல்லை. தக்கினியூண்டு. ஒரு மணி நேரத்தில் படித்து விடலாம். இடைவெளி என்று பெயர். ஆனால் அதை நீங்கள் படிக்க முடியாது. ஏன்? கிடைக்காது. இப்போது கிடைக்கக் கூடிய பிரதி சம்பத் எழுதி எடிட் செய்யாமல் 40 ஆண்டுகளுக்கு முன்னால் ஒரு சிறுபத்திரிகையில் வந்த பிரதி. அதை சி. மோகன் எடிட் செய்து, செப்பனிட்டு, க்ரியா பதிப்பகம் வெளியிட்டது. அத்தோடு சரி. அடுத்த பதிப்பு வரவில்லை. ஏன்? சம்பத்தின் குடும்பத்தினர் அந்த நாவலை வெளியிடக் கூடாது என்று சொல்லி விட்டார்கள் என்று அறிந்தேன். என்ன காரணம்? என் யூகத்தைச் சொல்கிறேன். அவர் எழுத்து எல்லாமே சுயசரிதத்தன்மை கொண்டவை. மேலும், அந்தக் காலத்தில் இலக்கிய நூல்களைப் படிப்பவர் எண்ணிக்கை குறைவு. நூறு பேர் இருக்கலாம். அந்த நூறு பேருமே வாசகர்கள் மட்டும் அல்ல; எழுத்தாளர்கள். அவரவர் அளவில் சாதனையாளர்கள். அதனால் ந. முத்துசாமி ஒரு கதை எழுதினால் அசோகமித்திரனும் இந்திரா பார்த்தசாரதியும்தான் அதன் வாசகர்கள். அதனாலோ என்னவோ சம்பத் கதாபாத்திரங்களின் பெயர்களை மாற்றாமல் எழுதிவிட்டார். அதனால்தான் உறவுக்காரர்கள் நாவலை வெளியிடத் தடை போடுகிறார்கள்.

அப்படிச் செய்வது சரியல்ல. என் வாசிப்பு அனுபவத்தில் சொல்வதானால் *இடைவெளி*தான் உலகின் தலைசிறந்த நாவல். அதைப் படித்த வேறு சில விமர்சகர்களும் இப்படித்தான் சொல்கிறார்கள். உலகில் பல எழுத்தாளர்கள் தங்கள் சொந்த அனுபவத்தைக் கதையாக எழுதியிருக்கிறார்கள். வில்லியம் பர்ரோஸ், தான் ஒரு ட்ரக் அடிக்ட்டாக இருந்ததை நேகட் லஞ்ச் என்ற நாவலாக எழுதியிருக்கிறார். ஆனால் எந்த ஒரு எழுத்தாளனும் மரணத்தோடு தான் கொண்ட உறவை எழுதியதில்லை. எஸ். சம்பத் எழுதினார். அதுவும் வெறும் அனுபவமாக அல்ல; மாபெரும் இலக்கியச் சாதனையாக. நாவல் பிரசுரமாகி வெளிவந்த போது அவர் உயிரோடு இல்லை. இறந்த போது அவர் வயது 42.

ஒரு எழுத்தாளன் அவன் வாழ்ந்த குடும்பத்துக்கு அல்ல, இந்த சமூகத்துக்கே சொந்தமானவன். எனவே அவனுடைய படைப்பை அவன் குடும்பம் தங்கள் சொத்தாகக் கருதுவதில் நியாயம் இல்லை. ஒரு எழுத்தாளனின் ஆன்மா என்று சொல்லத்தக்க அவன் எழுத்து இந்த சமூகத்துக்கே சொந்தம். இந்தப் பிரச்சினையின் காரணமாக, "என் எழுத்தைத் தடை செய்ய அரசாங்கத்துக்கும் சாதிச் சங்கங்களுக்கும் மட்டுமே உரிமை உண்டு; என் குடும்பத்துக்கு அல்ல; என் எழுத்தின் மூலம் வரும் வருமானம் மட்டுமே என் மனைவியைச் சேர வேண்டும்" என்று உயில் எழுதி வைத்திருக்கிறேன்.

ஆனால் எனக்கு இந்தப் பிரச்சினை வராது என்று நினைக்கிறேன். ஏனென்றால், அவந்திகா என் எழுத்தைப் படிப்பதே இல்லை. அது எனக்குக் கிடைத்த மிகப் பெரிய அனுகூலம். கழுத்துக்கு மேலே கத்தி தொங்கினால் எப்படி சுதந்திரமாகச் செயல்பட முடியும்? இதனால் எல்லோருமே குடும்பத்துக்குத் தெரியாமல் ரகசியமாக எழுத வேண்டும் என்று சொல்லவில்லை. நான் ஒரு ட்ரான்ஸ்கிரஸிவ் எழுத்தாளன். "இப்போ என்ன ஸ்டோரி எழுதிண்டிருக்கேள்?" என்று பத்து ஆண்டுகளுக்கு முன்னால் என் மாமனார் கேட்டார். நெற்றியில் ஸ்ரீசூர்ணம் துலங்கியது. என் நாவலின் பெயர் *விஷ்ணுபுரம், உபபாண்டவம்* என்றால் தைரியமாகச் சொல்லலாம். நான் எழுதிக் கொண்டிருந்ததோ *காமரூப கதைகள்.* "இப்போது எனக்கு writers block. எதுவும் எழுதாமல் இருக்கிறேன்" என்று பொய் சொல்லி வைத்தேன்.

சரி, என் வீட்டுக்கு வந்த போலீஸ்காரர் கதைக்கு வருவோம்.

சாரு எழுதுவதையெல்லாம் படிப்பீர்களா என்ற கேள்விக்கு, "ஓ, எல்லாவற்றையும் படித்து விடுவேன்" என்றாள் அவந்திகா. ஆகா, அரசியலில் நுழைந்தால் பெரிய ஆளாக வருவாள் என்று நினைத்துக் கொண்டேன். "என் வொய்ஃபும் உங்கள மாதிரியேதான் அவந்திகா. அப்படியே நீங்கொதான். ரெண்டாயர் ரூவா குடுத்தேன்னா பாத்துப் பாத்து செலவு பண்ணுவொ. கடேசில ஒரு எரநூர் ரூவாய்க்குக் கணக்கு வராது. அப்டியிப்டி முக்கி முனகி அரமண் நேரத்ல கண்டு பிடிச்சிருவா." பக்க நிர்ணயம் கருதி சுருக்கமாக எழுதுகிறேன். தம்பதிகள் இருவரும் பண விஷயத்தில் எவ்வளவு சிக்கனமாக இருக்கிறார்கள் என்பதை மட்டுமே பத்து நிமிடம் விளக்கினார். அவந்திகாவும் அவர் மனைவியும் ஒரே மாதிரி என்று எப்படிக் கண்டு பிடித்தார் என்றே தெரியவில்லை. தெருவில் பணிபுரியும் துப்புரவுத் தொழிலாளர்களுக்கு வாராவாரம் ஊக்கத் தொகையாக அவந்திகா கொடுக்கும் தொகையே ஆயிரம் ரூபாய். காரணம், அவர்களுடைய மாத ஊதியமே நாலாயிரம்தான். நாலாயிரத்தில் எப்படி அவர்கள் குடும்பம் நடத்த முடியும்? பிறகு காக்கை, நாய், பூனை, தெருவில் போகும் ஏழை எளியவர்கள் என்று தர்ம காரியத்துக்கு அவள் செலவு செய்யும் தொகையே அவள் வாங்கும் பென்ஷனைத் தாண்டி விடும்.

போலீஸ்காரர் தன் சிக்கன வாழ்வை விளக்கிக் கொண்டிருந்தார். குமுதத்தில் கனவு கேப்பச்சினோ எப்படிப் படிக்கிறார் தெரியுமா? பழைய புத்தகக் கடைக்குப் போய் அங்கே இருக்கும் பழைய குமுதங்களைத் தேடி எடுத்துப் படிக்கிறார். வாங்கிக் கொண்டு வந்து படிப்பீர்களா அல்லது அங்கேயே படித்து விடுவீர்களா என்றேன். "தெரிஞ்சவன்தான்; அங்கெயே படிச்சுட்டு குடுத்துட்டு வந்திருவேன்."

இடையில் நைஸாக அவந்திகாவை மாடிக்கு அனுப்பி விட்டேன். மணி ஒன்பதை நெருங்கியது. தலையில் ஆயிரம் பூரான்கள் அலைவது போல் தோன்றியது. பைத்தியம் பிடித்தால் இப்படித்தான் இருக்குமோ என்று நினைத்துக் கொண்டேன். எப்படி அவரைப் போகச் சொல்வது என்றும் தெரியவில்லை. பிறகு "இப்போ கிளம்பினால்தான் பல்லாவரத்துக்கு நேரத்திலேயே போய்ச் சேர முடியும்" என்று நைந்த குரலில் சொன்னேன். உடனே அவர் அந்தப் பயணத்தைப் பற்றி விளக்க ஆரம்பித்தார். வேண்டாம். அதை

நான் உங்களுக்குச் சொல்லப் போவதில்லை. ஆனால் அன்று நடந்ததிலேயே மிகக் கொடுமையான விஷயம் இனிமேல்தான் நடக்க இருந்தது. "ஆமா, நேரமாச்சு. கெளம்பறேன். நீங்கொ எழுதின அத்தனை புஸ்தகத்தையும் குடுங்கோ. படிக்கறேன்."

'அடப்பாவி, கடைசியில் அடிமடியில் கை வைத்து விட்டாரே' என்று பதறினேன். எழுதிய புத்தகங்களைச் சரியாகப் பராமரித்து வைத்துக் கொள்ளும் ஆள் இல்லை நான். *40* ஆண்டுகளுக்கு முன்பு எழுதிய லத்தீன் அமெரிக்க சினிமா என்ற புத்தகமே என்னிடம் கிடையாது. ஆனால் அந்தப் போலீஸ்காரரிடமிருந்து தப்பினால் போதும் என்றிருந்தது. வரவேற்பு அறையில் இருந்த பீரோவைப் பார்த்து "இதில உங்கொ புஸ்தகமெல்லாம் இருக்குமோல்யோ, அதெல்லாத்தையும் குடுங்கோ" என்றார். "என் புத்தகங்கள் எல்லாம் கடையில்தான் இருக்கும்; என்னிடம் கிடையாது. மற்றவர்களின் புத்தகங்கள்தான் இருக்கும்" என்று சொல்லித் தப்பிக்கும் வழி தேடினேன். "அப்போன்னா நீங்க படிச்சு முடிச்ச புத்தகம்லாம் இருக்குமோல்யோ, அதையெல்லாம் குடுங்கோ." இப்படியே பேசிப் பேசி நான் எழுதிய நான்கு புத்தகங்களை லவட்டி விட்டார். இன்னும் என்னுடைய *ராஸ லீலா, எக்ஸைல்* எல்லாவற்றையும் தேடிக் கொடுக்கச் சொல்லி ஒற்றைக் காலில் நின்றார். நான் *25*

வயதில் எழுதிய முதல் புத்தகத்தையும் கேட்டார். "இல்லியா? பரவால்ல. உயிரோட இருந்தா சரியா ஆறு மாசம் கழிச்சு வரேன். அப்போ எடுத்து வைங்கோ. வாங்கிக்கறேன்" என்று மீண்டும் தன் லெக்சரை ஆரம்பித்தார்.

ஒருவழியாகக் கிளப்பி விட்டேன். எல்லாவற்றையும் மன்னிப்பேன். ஆனால் என் சிந்தனையில் மரணத்தின் விதையைப் போட்டார் பாருங்கள், அதை மட்டும் மன்னிக்கவே முடியாது.

45

நம்முடைய உணவு வகைகள் பலவும் காணாமலே போய் விட்டன என்பது பற்றி எனக்கு நீண்ட காலமாக ஒரு கவலை உண்டு. மூன்று மதத்தினரும் வாழ்ந்த ஒரு ஊரில் வளர்ந்ததால் அந்த மூன்று கலாச்சாரங்களின் பாதிப்பும் என்னிடம் உண்டு. 1975 இல் தஞ்சாவூரில் சம்ஸ்கிருத ஆசிரியர் வீட்டில் நடந்த ஒரு விஷயம். ஆசான் சட்டை அணிய மாட்டார். கல்லூரி வரை சட்டை அணியாமல் வந்து கல்லூரிக்குள் நுழைந்ததும் சட்டை அணிந்து கொள்ளும் வழக்கம் உடையவர். ரொம்ப ஆசாரம். அவர் வீட்டிலும் வகுப்பு நடக்கும். ஒரு ஞாயிற்றுக்கிழமை காலை. என்ன சாப்பிட்டீர்கள் என்று ஒவ்வொருவரிடமும் சம்ஸ்கிருதத்தில் கேட்டுக் கொண்டு வந்தார். சம்ஸ்கிருதம் படித்தால் மட்டும் போதாது. பேசவும் வேண்டும். அது பேச்சு கிளாஸ். என் முறை வந்ததும் ஆப்பம் பாயா என்றேன். (எனக்கு ஆப்பம் பாயா ரொம்பப் பிடிக்கும்!) ஆப்பம் தெரியும், அது என்ன பாயா என்றார் ஆசான், தமிழில். ஆச்சரியத்தில் தமிழ் வந்து விட்டது போல. ஆட்டுக்காலில் செய்வது பாயா என்றேன். அங்கே அமர்ந்திருந்த அத்தனை பேர் முகத்திலும் ஈயாடவில்லை. மாணவர் கூட்டத்தில் நான் மட்டுமே 'வேற்று' சமூகத்தைச் சேர்ந்தவனாக இருந்தேன்.

இது போன்ற அந்நியத்தன்மையை மூன்று கலாச்சாரங்களிலும் உணர்ந்திருக்கிறேன். என்னுடைய உற்றம் சுற்றத்திடம் ஒருநாள்

"இந்த உலகத்திலேயே சிறந்த ஊறுகாய், மாகாளிக்கிழங்கு ஊறுகாய்தான்" என்று சொல்லி மோருஞ்சாதத்துக்குத் தொட்டுக் கொள்ளக் கொடுத்தேன். அதிலிருந்து அவர்கள் என் வீட்டுப் பக்கமே வருவதையே நிறுத்திக் கொண்டு விட்டார்கள். படுபாவி, கரப்பான் பூச்சியை ஊறுகாய் போட்டுக் கொடுக்கிறான் என்று சபிக்கிறார்கள். ஆம், மாகாளிக் கிழங்கு ஊறுகாயில் வரும் ஒரு வினோதமான வாசனை மற்றவர்களுக்குக் கரப்பு வாசனையாகத் தெரிகிறது. முன்பெல்லாம் பாபா கோவில் குருக்களாக இருக்கும் என் நண்பர் ராஜா கொண்டு வந்து கொடுப்பார். இப்போது கோவிலில் கூட்டம் அதிகம். ஊறுகாய் வரத்தும் நின்று விட்டது. எங்குதான் கிடைக்கும் என்று தேடோ தேடென்று தேடுகிறேன். கிடைப்பதாக இல்லை.

காணாமல் போன மற்ற சில வகைகள்:

1. வேப்பிலைக் கட்டி. பெயரில்தான் வேப்பிலை இருக்குமே தவிர நாரத்தாங்காய் இலையில் செய்வார்கள். ஆவி பறக்கும் சோற்றில் வேப்பிலைக் கட்டியைப் போட்டு கொஞ்சம் நல்லெண்ணெயை விட்டு (செக்கில் ஆட்டியது) சாப்பிட்டால் ஆகா, ஆகா. சுஸ்வாத் என்ற கடையில் வேப்பிலைக் கட்டி கிடைக்கிறது. ஆனால் உப்பு அதிகம். அதனால் கைக்கு எட்டியும் வாய்க்கு எட்டாததாக இருக்கிறது.

2. ஆரஞ்சுத் தோல் குழம்பு.

3. ரசத்தில் மட்டும் முப்பது வகை உண்டு. ஆனால் பயன்பாட்டில் உள்ளது ஒன்றோ ரெண்டோதான். மைசூர் ரசமெல்லாம் யாருக்கும் பெயர் கூடத் தெரியவில்லை. புளி, தக்காளி, நெய், எண்ணெய், உப்பு, துவரம் பருப்பு, கடலைப் பருப்பு, மல்லி விதை, மிளகு, வரமிளகாய், பெருங்காயம், தேங்காய்த் துருவல், கறிவேப்பிலை, கடுகு, சீரகம், பூண்டு, உளுத்தம்பருப்பு ஆகிய இத்தனை பொருட்கள் வேண்டும் மைசூர் ரசம் செய்ய.

4. மோர்க்களி: அரிசி மாவு, புளித்த மோர், காய்ந்த மிளகாய், பெருங்காயம், கடுகு – இவ்வளவு போதும் மோர்க்களி செய்ய.

5. உசிலி உப்புமா: நாம் பருப்பு உசிலி, வாழைப்பூ உசிலி எல்லாம் கேள்விப்பட்டிருப்போம். உசிலி உப்புமா மறைந்து விட்டது.

எல்லாவற்றையும் விட வயிற்றெரிச்சல் சமாச்சாரம் என்னவென்றால், 'மூட நெய் பெய்து முழங்கை வழிவார' என்று திருப்பாவையில் ஆண்டாள் பாடி வைத்த அக்கார அடிசில் என்ற அற்புதம் காணாமல் போனதுதான். யார் யாரோ செய்து கொடுத்தார்கள். ஆனால் அதெல்லாம் பொங்கலாக இருந்ததே தவிர அக்கார அடிசில் அல்ல. சென்னையின் ஸ்டார் செஃப் ஒருவர் செய்த அக்கார அடிசிலில் நெய்யையே காணோம். இலையிலிருந்து எடுத்தால் நெய் முழங்கையில் வழிய வேண்டும் என்கிறாள் ஆண்டாள். இந்த நிலையில் அக்கார அடிசில் சாப்பிட்டே தீர்வது என்று பிடிவாதமாக இருந்தேன். பத்திரிகையிலும் எழுதினேன். எனது நீண்ட நாள் நண்பரான பா. ராகவன் வீட்டுக்கு அழைத்தார். அவர் வீட்டில் அடிக்கடி உண்டாம் அக்கார அடிசில். இங்கே மைலாப்பூரில் கேசவப் பெருமாள் கோவிலுக்குப் பக்கத்தில் இருக்கிறேன், குரோம்பேட்டையெல்லாம் நினைத்துப் பார்க்க முடியாத தூரமாயிற்றே என்றேன். உம்மை வரவழைக்காமல் விட மாட்டேன் என்று சொல்லியிருக்கிறார்.

இணையத்தில் தேடினேன். கீதா சாம்பசிவத்தின் செய்முறை சிக்கியது. அது இது: அக்கார அடிசிலுக்குப் பால் நிறைய வேண்டும். ஆண்டாள் செய்தது போல் நூறு தடா இல்லையென்றாலும் ஒரு லிட்டராவது வேண்டும். நல்ல பச்சை அரிசி கால் கிலோ, வெல்லப் பாகு அரை கிலோ, நெய் கால் கிலோ. பாசிப்பருப்பு ஒரு கிண்ணம். நீரே வேண்டாம். பாலிலேயே வேகவேண்டும். குங்குமப் பூ, ஏலக்காய், பச்சைக் கற்பூரம் ஒரு சிட்டிகை.

பாசிப் பருப்பையும், பச்சை அரிசியையும் வெறும் வாணலியில் தனித்தனியாக வறுத்துக்கொள்ளவும். நன்கு களைந்து சுத்தம் செய்து கொள்ளவும். வெண்கலப்பானையை அடுப்பில் வைத்துப் பாலைக் கொஞ்சமாக முதலில் ஊற்றவும். தேவையான பாலில் பாதி அளவு ஊற்றலாம். பால் கொதிக்க ஆரம்பித்ததும் பாசிப்பருப்பைக் களைந்து சுத்தம் செய்து அதில் போடவும். சிறிது நேரத்துக்கு ஒருமுறை கிளறிக் கொடுக்கவும். பால் அடியில் பிடிக்காமல் பார்த்துக்கொள்ளவும். குக்கரில் செய்தால் அவ்வளவு சுவை வராது. பருப்பு வெந்ததும் அரிசியைக் களைந்து அதோடு சேர்த்துப் போடவும். மிச்சம் இருக்கும் பாலைக் கொஞ்சம் கொஞ்சமாய்ச் சேர்க்கவும். அரிசி நன்கு வெந்து குழையும் பதம் வரவேண்டும்.

அப்போது வெல்லத்தைத் தூளாக்கிச் சுத்தம் செய்து சேர்க்கவும். வெல்ல வாசனை போக நன்கு கொதிக்கவேண்டும். வெல்லம், பால் இரண்டும் சேர்ந்து வரும்வரையில் நெய்யைக் கொஞ்சம் கொஞ்சமாய்ச் சேர்த்து, விடாமல் கிளற வேண்டும். நன்கு கலந்து பாயசம் போலவும் இல்லாமல் ரொம்பக் கெட்டியாக உருட்டும்படியும் இல்லாமல் கையால் எடுத்துச் சாப்பிடும் பதம் வரும் வரை கிளற வேண்டும். பின்னர் ஏலப்பொடி சேர்த்துப் பாலில் கரைத்த குங்குமப் பூவும் சேர்த்துப் பச்சைக்கற்பூரமும் சேர்க்கவும். தேவைப்பட்டால் நெய்யில் முந்திரிப்பருப்பு, திராட்சை வறுத்துச் சேர்க்கலாம். அது இல்லாமலும் நன்றாகவே இருக்கும்.

இந்தச் செய்முறையை பா.ராகவனுக்கு அனுப்பி அபிப்பிராயம் கேட்டேன். அதற்கு அவர், "ஆண்டாளுக்கு அக்கார அடிசில் செய்யத் தெரியாது. ஒரு டீ சொல்லு என்று பசங்கள் சொல்வது மாதிரிதான் நூறு தடாய் நிறைய அக்கார அடிசில் சொன்னேன் (நாச்சியார் திருமொழி) என்று எழுதுகிறாள். ராமானுஜர் வந்த பிறகுதான் ஆண்டாளின் கனவை நனவாக்கினார்" என்று சொன்னார். சரி, அது இருக்கட்டும், அது என்ன வெண்கலப் பானை சமாச்சாரம் என்று கேட்டேன். கீதா சாம்பசிவம் சொல்வது சரிதான். குக்கரில் செய்தால் சுவை இராது; வெண்கலப் பானைதான் சரி என்றார் ராகவன். விரைவில் அக்கார அடிசிலுக்காகவே வெண்கலப் பானை வாங்கலாம் என்று இருக்கிறேன்.

உணவு என்று எடுத்துக் கொண்டால் இன்னொரு பிரச்சினை இருக்கிறது. காண்டினெண்டல், மல்ட்டி க்விஸீன் என்றெல்லாம் உணவு விடுதிகள் உள்ளன. தாய்லாந்து உணவு, ஜப்பான் உணவு, வீதிக்கு வீதி இத்தாலிய பீட்ஸா எல்லாம் கிடைக்கின்றன. ஆனால் அதியற்புதமான உணவு வகைகளைக் கொண்ட இலங்கைத் தமிழ் உணவு தமிழ்நாட்டில் கிடைப்பதில்லை!

46

சம்பந்தப்பட்ட விடியோ எல்லாம் வந்திருக்காவிட்டால் சஞ்சிதா ஷெட்டி பெயரே யாருக்கும் தெரிந்திருக்காது. எனவே, இது ஒரு எதிர்மறை விளம்பரம் என்றாலும் கூட சஞ்சிதா இதைத் தனக்கு சாதகமாகவே எடுத்துக் கொள்ள வேண்டும். இது குறித்து நாம் சில அடிப்படையான விஷயங்களைப் பற்றி சிந்தித்தாக வேண்டும். நான் எப்போதுமே பாதிக்கப்பட்டவரின் மனநிலையில் இருந்து பேசுவது வழக்கம். பெண்ணின் உடம்பைப் பற்றி ஆண்களின் மனோபாவம் மாறுவதை விட பெண்களின் மனோபாவம் மாற வேண்டியது அவசரம். விடியோவில் இருப்பது நான் இல்லை என்கிறார் சஞ்சிதா. ஆனால் குரலும் மோதிரமும் ஒன்றாக இருக்கிறது. சொல்லப்போனால், இதையெல்லாம் மறுத்துப் பேச வேண்டிய அவசியமே இல்லை. சமீபத்தில் பெங்களூரிலிருந்து மும்பைக்கு விமானத்தில் சென்றபோது எல்லோரும் சக பயணியான ஒரு பெண்ணுடன் புகைப்படம் எடுத்துக் கொள்ள முண்டியடித்துக் கொண்டிருந்தார்கள். விசாரித்தபோது சன்னி லியோனி என்றார்கள். முகத்தை வைத்து எப்படி அடையாளம் கண்டு கொண்டார்களோ தெரியவில்லை! போகட்டும், ஒரு அடல்ட் ஆக்டருடனேயே புகைப்படம் எடுத்துக் கொள்ளத் தயாராக இருக்கும் இந்த சமூகத்தில் சஞ்சிதா ஷெட்டியெல்லாம் ஏன் பயப்பட வேண்டும்?

மேலும், பிரபலமாக இருப்பவர்கள் தங்களுடைய அந்தரங்கப்

கனவு, கேப்பச்சினோ, கொஞ்சம் சாட்டிங்...

புகைப்படங்களை அந்நியர் யாருக்கும் அனுப்புவதில் கவனமாக இருக்க வேண்டும். வெளியே ஒருவருக்குப் போய் விட்டது என்றாலே அது பலருக்கும் கிடைத்து விடக் கூடிய சாத்தியம் இருக்கிறதுதானே? அலைபேசியில் புகைப்படத்தை அழித்து விட்டால் கூட அதைத் தேடி எடுத்து விடக் கூடிய தொழில்நுட்பம் வந்து விட்டது. பல குற்றவாளிகள் அலைபேசி மூலமாகத்தான் மாட்டிக் கொள்கிறார்கள். இந்த நிலையில் என் அந்தரங்கத்தை விடியோ எடுத்து ஒருவருக்கு அனுப்பி விட்டு, அது வெளியுலகத்துக்குப் போய் விட்டதே என்று புலம்புவதில் அர்த்தமில்லை. என்னுடைய அலைபேசியில் என் அந்தரங்கப் புகைப்படம் இருந்தால் கூட ஆபத்துதான். அது இன்னொருவர் கைக்குப் போகாது என்பதற்கு எந்த உத்தரவாதமும் இல்லை.

இன்னொரு முக்கிய கேள்வி, பெண்ணின் உடல் ஆபாசமா? ஒரு பெண்ணின் அனுமதி இல்லாமல் அவர் உடம்பை மற்றவர் பார்க்க நேரிட்டு விடுகிறது என்று வைத்துக் கொள்வோம். அதற்காக அவர் நிலைகுலைந்து போக வேண்டுமா? சில பெண்கள் தற்கொலையே செய்து கொண்டிருக்கிறார்கள். சென்ற ஆண்டு சேலம் அருகே தூக்கு மாட்டித் தற்கொலை செய்து கொண்ட வினுப்ரியாவை நாம் மறந்து விடக் கூடாது. ஒரு பெண்ணின் நிர்வாணம் அவள் அறியாமல் பொதுவெளியில் வந்து விட்டால் அதை அவள் எப்படி எதிர்கொள்ள வேண்டும் என்பது பற்றி நாம் ஆழமாக யோசிக்க வேண்டும்.

வினுப்ரியா என் மகளாக இருந்திருந்தாலும் நான் இதையேதான் சொல்வேன். மகளே, உன் உடம்பு ஆபாசம் அல்ல. அதை உன் அனுமதி இன்றி மற்றவர் பார்க்க நேர்ந்து விட்டாலும் கூட அதற்காக நீ அவமானம் அடைய வேண்டியது இல்லை. பணத்துக்காகவும், அதிகாரத்துக்காகவும் நம் சுயமரியாதையை இழப்பதும், சமரசம் செய்து கொண்டு நம் ஆளுமையை அசிங்கப்படுத்திக் கொள்வதும் தான் அவமானமே தவிர நம் உடம்பு வெளியே தெரிந்து விட்டால் அதில் எந்த அவமானமும் இல்லை. உடல் கடவுளின் சிருஷ்டி. சிருஷ்டியில் பாவம் என்று எதுவும் இல்லை.

***

ம/T நகரம் பார்த்தேன். இரண்டு மணி நேரம் போனதே தெரியாமல்

தியேட்டரில் உட்கார வைக்கும் படங்களைப் பார்ப்பதே அரிதாக இருக்கும் இன்றைய சூழலில் மாநகரம் வென்று விட்டது. இயக்குனர் லோகேஷ் கனகராஜுக்கு என் மனமார்ந்த பாராட்டு. படத்தில் ஒரு இடம் கூடத் தொய்வாக இல்லை. திரைக்கதை, ஒளிப்பதிவு, நடிப்பு, வசனம் ஆகியவை மிக உயர்தரம். படத்தின் கருத்தோடு எனக்குக் கொஞ்சம் முரண்பாடு உண்டு என்றாலும் செம த்ரில்லர் ஒன்றைப் பார்த்த திருப்தி ஏற்பட்டது. நான் முரண்படும் இடம் இதுதான்: நகரங்களில்தான் வன்முறை அதிகம்; கிராமங்களில் இல்லை என்ற கருத்தை முன்வைக்கிறது *மாநகரம்*. ஆனால் உண்மை நிலவரம் அப்படி அல்ல. கிராமங்களில் இருக்கும் வன்முறை வேறுவிதமானது. உதாரணமாக, பெண்கள். நகரத்தில் வாழும் பெண்களுக்கு இருக்கும் சுதந்திரம் கிராமங்களில் நிச்சயமாக இல்லை. இன்னமும் இந்திய கிராமங்கள் நிலப்பிரபுத்துவ மதிப்பீடுகளோடுதான் வாழ்கின்றன. அடுத்து, சாதிய வன்முறை. ஒருசில மாதங்களுக்கு முன் திருப்பூருக்கு அருகில் உள்ள ஒரு கிராமத்தில் நடந்த சம்பவம் இது. அங்கே ஒரு சிகை திருத்தும் நிலையம். கிராமத்தில் ஒரு பெரிய புள்ளி தன் வீட்டுப் பணியாளரை அனுப்பி சிகை திருத்துபவரை வீட்டுக்கு அழைத்து வருமாறு சொல்கிறார். கடைக்காரர் “வீட்டுக்கு வந்து செய்வதில்லை; கடைக்கு வரச் சொல்லுங்கள்” என்று சொல்லி அனுப்புகிறார். அவ்வளவுதான். ஊர்ப் பஞ்சாயத்து கூடி முடி திருத்துபவரை ஊரிலிருந்து தள்ளி வைத்து விட்டார்கள். அதேபோல், சாதியை முன்வைத்து நடக்கும் கௌரவக் கொலைகளும் கிராமங்களில்தான் அதிகம். இதெல்லாம் நகரங்களில் கிடையாது. கடைசியாக, *மாநகரம்* ஒளிப்பதிவாளர் செல்வகுமாருக்கு என் விசேஷ பாராட்டோடு ஒரு வேண்டுகோளும் உண்டு. உடனடியாக *குமுதம்* அலுவலகம் சென்று ரெஜினா கஸாண்ட்ராவை *குமுதம்* அட்டைப்படத்துக்காகப் புகைப்படம் எடுத்த அன்பரோடு கலந்து ஆலோசிக்கவும். ஏனென்றால், *குமுதம்* அட்டைப்படம் அளவுக்கு படத்தில் ரெஜினா பயன்படுத்தப்படவில்லை. இவரா அவர் என்று இருக்கிறது. பொதுவாக நான் பத்திரிகைகளின் அட்டைப் படங்களையெல்லாம் கவனித்துப் பார்ப்பதில்லை. இருந்தாலும் ரெஜினா அட்டைப்படம் பார்த்து ஒருக்கணம் அசந்து போய் நின்று விட்டேன். பலன், வலது கன்னத்தில் பரு! கண்ணாடியைப் பார்க்கும் போதெல்லாம் ஷேம் ஆன் யூ, சாரு என்று சொல்லிக் கொள்கிறேன்.

சரி, இப்போது சென்ற வாரம் விட்டதைப் பிடிப்போம். என்னதான் சென்னையை மாநகரம் என்று சொன்னாலும் எனக்கு இது ஒரு பெரிய கிராமம் மாதிரிதான் தெரிகிறது. ஒரு நகரத்தின் முக்கிய அடையாளம், அதன் பன்முகத்தன்மை. அதாவது, மெட்ரோபாலிட்டனாக இருந்தால்தான் அது நகரம். சென்னையில் அந்தத் தன்மையே இல்லையே? பக்கத்தில் உள்ள இலங்கையில் நம்முடைய மொழியைப் பேசும் தமிழ் இனம் ஒரு பாதி வாழ்கிறது. தமிழ் அங்கே ஆட்சி மொழிகளில் ஒன்றாகவும் இருக்கிறது. தமிழ் நாட்டுப் பத்திரிகை, இலக்கியம், சினிமா எல்லாம் இலங்கை பூராவும் கிடைக்கிறது. ஆனால் நம் சென்னையில் இலங்கைத் தமிழ் உணவுக்கு ஒரு கடை இல்லை. மேற்கு ஐரோப்பிய நகரங்கள் அனைத்திலும் இலங்கைத் தமிழ் உணவு கிடைக்கும். அதில் மிக விசேஷமானது ஒடியல் கூழ். பல ஆண்டுகளுக்கு முன்பு அது பற்றி எழுதியிருந்த போது டென்மார்க்கிலிருந்து ரவி என்ற வாசகர் அது பற்றி விளக்கமாக எழுதியிருந்தார். ஒடியல் மாவு என்பது பனங்கிழங்கைக் காய வைத்து இடித்துத் தயாரிப்பது. மேலும் எழுதுகிறார் ரவி: பனை இலங்கைத் தமிழரின் தேசிய மரமாகி விட்டது. அதை எங்களின் கற்பகத் தரு என்று கூறுவோம். ஒடியல் கூழ் ஒருகாலத்தில் இலங்கையில் மதுபானம் அருந்துபவர்களின் விசேட உணவாக இருந்தது. குழுவாகச் சேர்ந்து தோட்டங்களிலோ பனந்தோப்புகளிலோ காய்ச்சி கள்ளுடன் குடித்து மகிழ்வர். இங்கே டென்மார்க்குக்கு இடம் பெயர்ந்த பின் ஒடியல் மா கோதுமை மாவாகவோ, மரவள்ளி மாவாகவோ மாறி விட்டது. ஆனால் டென்மார்க்கில் ஒடியல் மா வாங்கக் கடைகள் உண்டு.

ஒடியல் கூழ் ஒரே ஒருமுறை குடித்திருக்கிறேன். பலவகையான மீன்களை அல்லது காய்கறிகளைப் போட்டுச் செய்வார்கள். அதை உண்ட போது உலகின் அதியற்புத உணவுகளில் ஒன்று அது என்று தோன்றியது.

47

என் நண்பர் ஜெகதீசன் முகநூலில் பின்வருமாறு எழுதியிருக்கிறார்: என் பனிரண்டாவது வயதில் எனக்கு முதல்முதலாகக் கலாச்சார அதிர்ச்சி ஏற்பட்டது. கேரளாவுக்கு ரயிலில் சென்றுகொண்டிருந்த போது முன்பின் தெரியாத ஆணும் பெண்ணும் அருகருகே எந்த சங்கோஜமும் இல்லாமல் அமர்ந்திருந்ததைப் பார்த்ததுதான் அந்தக் கலாச்சார அதிர்ச்சி. பாலியல் அடக்குமுறையில் கைதேர்ந்த கரட்டாண்டி சமூகத்தைச் சேர்ந்த தமிழ்ச் சிறுவனுக்கு அது நிஜமாகவே அதிர்ச்சிதான். அந்த பெண்மணி இறங்கும் வரை 'பே' என்று பார்த்துக் கொண்டிருந்தேன். (பெரும்பாலான தமிழர்கள் இந்த 'பே' பார்வையோடே கடேசி வரை இருக்கிறார்கள் என்றும், ஒரு கட்டத்தில் 'பே'த்தனம் தலைக்கேறி காதல் ஜோடிகளைப் பார்த்தாலே கலாச்சாரக் காவலர்களாகவும் மாறி விடுகிறார்கள் என்றும் ஒரு நண்பன் சொன்னான். அதெல்லாம் இல்லை என்று நான் மறுத்து விட்டேன்).

பள்ளி, கல்லூரி, நண்பர்கள் என கெடாமாட்டுக் கூட்டமாகச் சுற்றும் தமிழ் இளைஞர்களுக்கு முதன்முதலில் பெண் சகவாசமே நமது ஏரியாவிலே இருக்கும் 'சோ கால்ட் அக்கா'வோடுதான் இருக்கும். (அண்டை வீட்டுப் பெண்களைத்தான் அப்படி அழைக்கிறார் ஜெகா.) செலவுக்குக் காசு தருவது, காதலுக்குத் தூது போவது, இன்னபிற

காரியங்களுக்காகவே ஏரியாவில் உலவும் தேவதைகள் இந்த 'சோ கால்ட்' அக்காக்கள்தான். பெண்களோடு பழகுவது, அணுகுமுறை, கொஞ்சம் வெளிப்படையான பேச்சுகள், ஸ்பரிசம் போன்ற எல்லா அனுபவங்களுமே இந்த 'சோ கால்டு'களால்தான் நடந்தேறும். அதிலும் கல்யாணமான 'சோ கால்ட் அக்கா'க்கள் என்றால் சேட்டை கூடுதலாக இருக்கும். செல்லமாக வார்த்தையிலோ அல்லது தீண்டலிலோ சில சீண்டல்களும் நடக்கும். பாலியல் வயதுக்குரிய குறுகுறுப்பு இருந்தாலும் பயம் அல்லது மரியாதையினால் அல்லது உளவியல் தடை காரணமாக நமக்கு அவர்கள் மேல் பாலியல் வேட்கையோ அல்லது காதலோ வருவது கிடையாது – இதை அந்த சோ கால்ட்களே அடுத்தக் கட்டத்துக்கு நகர்த்தாத வரை. பூமியிலுள்ள அத்தனை உயிரினங்களிலும் உள்ளது போலவே மனுச ஜந்துக்களிலும் ஆண்கள்தான் மொக்கை. இந்த விஷயத்தை இத்தோடு நிறுத்துறது சம்முவத்துக்கு நல்லது. நானே சம்முவம்.

படத்தில் லிச்சி (லில்லி+சேச்சி) கதாநாயனை விட மூன்று வயது பெரியவர். சீண்டுறார், வ்ளாடுறார், கதாநாயனின் காதலுக்கு உதவுகிறார். பின்னே அவரே காதல் ப்ரபோஸ் பண்றார். இந்த சம்பவங்கள் கொஞ்சம் கூட நமக்கு உறுத்தாமல் கடத்திய திரைக் கதை இருக்கே... ப்ப்பா...

படம் பார்த்தவன் எல்லாம் லிச்சி மேல் வெறிபிடித்துத் திரிகிறாய்ங்கள். இருக்காதா பின்னே. நம்மாள் சின்ன வயசுல குச்சி முட்டாய் சாப்ட்ட நாஸ்டால்ஜியாவுக்கே பைத்தியமாயிடுவான். லிச்சி அக்கா மூலம் இப்டி நாஸ்டால்ஜியாவக் கிளறி விட்டா என்னத்துக்காவான்?!

***

ஜெகா இப்படித்தான் மானாங்கன்னியாகப் பேச்சுத் தமிழில் எழுதி அதகளம் பண்ணுவார். அவர் எழுதியிருப்பது லிஜோ ஜோஸ் பெல்லிசேரி இயக்கிய *அங்கமாலி டயரீஸ்* என்ற மலையாளப் படத்தைப் பற்றித்தான். ஒரே வாக்கியத்தில் சொன்னால், உலகின் மிகச் சிறந்த நூறு படங்களில் இதையும் சேர்க்கலாம். ஏற்கனவே *கம்மாட்டிபாடம்*, *ஒழிவு திவசத்த களி* என்ற உலகத்தரமான இரண்டு மலையாளப் படங்களைப் பார்த்து மிரண்டு போயிருந்தேன். அந்த இரண்டிலும் *ஒழிவு திவசத்த களி* திரை உலகில் ஒரு சாதனைப்

படம். ஐந்தாறு நண்பர்கள் விடுமுறை தினத்தைக் கொண்டாட ஒரு வனப்பகுதிக்குச் செல்கிறார்கள். ஒரு விடுதியில் அமர்ந்து குடியோ குடி என்று குடிக்கிறார்கள். இதில் என்ன கதை சொல்லி விட முடியும்? ஒரு நிமிடம் கூட சலிப்புத் தட்டாமல் உலக சினிமா எடுத்திருந்தார் இயக்குனர் சனல் சசிதரன். இடைவேளைக்குப் பிறகு 53 நிமிடங்கள் செல்லக் கூடிய சிங்கிள் ஷாட் ஒன்று படத்தில் இருக்கிறது. அதை ரசிப்பதற்காகவே இந்தப் படத்தை எத்தனை முறை வேண்டுமானாலும் பார்க்கலாம். மொத்தப் படமே 70 ஷாட்டுகளில் எடுக்கப்பட்டதுதான். விக்டோரியா என்ற ஜெர்மன் படம் மொத்தப் படமே சிங்கிள் ஷாட்டில் எடுக்கப்பட்டது. (தமிழ்ப் படங்களில் ஒரு பாடல் காட்சியிலேயே நூற்றுக் கணக்கான ஷாட்டுகள் இருக்கும். உதாரணத்துக்கு ஒரு பாடலை எண்ணிப் பார்த்தேன். அரை நிமிடத்தில் 20 ஷாட் மாறியது!) யோசித்துப் பாருங்கள், மொத்தப் படமுமே சிங்கிள் ஷாட்டில் எடுப்பதென்றால் அது சாத்தியமா? செய்திருக்கிறார் விக்டோரியா இயக்குனர். அதிலும் அந்தப் படம் ஆக்‌ஷன் படம் வேறு. வங்கியைக் கொள்ளை அடித்து விட்டு வெளியே வரும் போது அங்கே கார் வர வேண்டும். ஏதோ காரணத்தால் கார் வர ஒரு நொடி தாமதமாகி விட்டால் கூட எல்லாமே பாழாகி விடும். இரண்டரை மணி நேரப் படத்தை சிங்கிள் ஷாட்டில் எடுக்க இரண்டு மாதம் ஒத்திகை செய்திருக்கிறார்கள்.

சரி, அங்கமாலி டயரீஸுக்கு வருவோம். அங்கமாலி என்ற ஊர் கொச்சியிலிருந்து 40 கி.மீ. தூரத்தில் உள்ளது. அங்கே தன் இளம் பிராயத்தில் நடந்த நிகழ்ச்சிகளை நினைத்துப் பார்க்கிறான் வின்செண்ட் பெப்பே. பள்ளிப் பருவம், கல்லூரிக் காதல், காதல் தோல்வி, பணம் சம்பாதிப்பதற்காக செய்த காரியங்கள் என்று நம் எல்லோருடைய இளம் பருவத்திலும் நடந்த சம்பவங்கள்தான் கதை. கேரளத்தில் குடி அதிகம். மாமிச உணவும் அதிகம். வன்முறையும் அதிகம். அடிப்படையில் அன்பான மக்கள். ஆனால் உணர்ச்சிவசப்படுபவர்கள். பணம் பண்ணுவதற்காக பன்றிக் கறி விற்கிறான் வின்செண்ட். அது ஒரு கொலையில் போய் முடிகிறது. காதலி வெளிநாடு சென்று விடுகிறாள். இந்தக் கையறு நிலையில் அவன் என்ன ஆகிறான் என்பதுதான் கதை.

மேலே ஜெகா குறிப்பிடுகிறார் அல்லவா, ஒரு அக்கா. நம்முடைய இளம்

பிராயத்திலும் அப்படிப்பட்ட அக்காக்களைப் பார்த்திருப்போம். அப்படி வின்செண்ட்டின் வாழ்வில் வருபவள்தான் லிச்சி. ரேஷ்மா என்ற தேவதைதான் லிச்சியாக நடிப்பவர். இப்போது ரேஷ்மா என்ற பெயரே மறந்து போய் எல்லோரும் லிச்சி என்றே அழைப்பதாகக் கூறுகிறது தேவதை. வின்செண்டின் காதலுக்கு உதவி செய்பவளே லிச்சிதான். வின்செண்ட்டை விட மூன்று வயது பெரியவள். படத்தில் மறக்க முடியாத காட்சிகளில் ஒன்று: ஒரு விருந்துக்குப் போய்விட்டு வின்செண்ட்டும் லிச்சியும் சாலையில் நடந்து வருகிறார்கள். லிச்சி குடித்திருப்பதால் தள்ளாடித் தள்ளாடி நடக்கிறாள். அப்போது நள்ளிரவு இரண்டரை மணி!

படத்தில் பல்வேறு விசேஷங்கள் உண்டு. நாயகனாக வரும் ஆண்டனி வர்கீஸ் உட்பட படத்தில் நடித்திருக்கும் அத்தனை பேரும் கேமராவுக்குப் புதிது. ஆனால் யாருடைய நடிப்பும் நடிப்பாகவே தெரியவில்லை. வாழ்ந்திருக்கிறார்கள். அந்தச் சிறப்பு மொத்தமும் இயக்குனர் லிஜோவுக்குத்தான் சேர வேண்டும். படத்தில் நாயகன் நாயகியைச் சேர்த்து 86 புதுமுகங்கள். ரேஷ்மா கொச்சியில் உள்ள ஒரு மருத்துவமனையில் நர்ஸாக பணி புரிகிறார். படத்திலும் நர்ஸாகவே வருகிறார்.

படத்தின் மற்றொரு சிறப்பம்சம், இசை. இசையைப் பொறுத்தவரை நான் ஒரு தீவிரவாதி. எளிதில் திருப்தி அடைய மாட்டேன். கடந்த இருபது ஆண்டுகளில் இந்திய சினிமாவில் என்னைக் கவர்ந்த இசையமைப்பாளர் அமித் திர்வேதி மட்டுமே. அவருடைய இசையில் நான் கண்ட துள்ளலை, கொண்டாட்டத்தை, எளிமையை –எல்லாவற்றையும் விட முக்கியமான புதுமையை–வேறு யாரிடமும் கண்டதில்லை. எதை நான் புதுமை என்று குறிப்பிடுகிறேன் என்பதை தேவ்.டி படத்தின் பாடல்களைக் கேட்டால் புரிந்து கொள்ளலாம். கிட்டத்தட்ட அப்படி ஒரு இசையைக் கொடுத்திருக்கிறார் பிரசாந்த் பிள்ளை. மூன்று நாட்டுப்புறப் பாடல்கள். அந்தப் பாடல்களை நான் கேரளத்துக் கள்ளுக்கடைகளில் குடிமகன்கள் பாடிக் கேட்டிருக்கிறேன். இசை என்பது எங்கோ கோபுரத்து உச்சியிலிருந்து இறங்குவது போல் இல்லாமல், நம் அன்றாட வாழ்வில் காண்கின்ற, அனுபவிக்கின்ற, கொண்டாட்டமான மனநிலையில் நாமே பாடுகின்ற இசையாக இருக்க வேண்டும். அதாவது, இசை நமக்கு வெளியே இருக்கக் கூடாது; நம்முடைய

வாழ்வின் அங்கமாக இருக்க வேண்டும். சினிமாவில் வந்த ஒரு பாடலை நாம் திரும்பப் பாடுவதல்ல இசை. அங்கமாலியில் ஒரு டீக்கடையில் ஒரு பிக்பாக்கெட்காரன் மேஜையில் தாளம் போட்டபடி பாடும் சாயாக்கடைக்காரா என்ற – பாடல் ஒரு உதாரணம். படத்தின் மறக்க முடியாத மற்றொரு காட்சி, படத்தின் முடிவு. 11 நிமிட சிங்கிள் ஷாட்டாக வருகிறது அந்தக் காட்சி. உச்சபட்ச கொண்டாட்டக் காட்சி அது. ஒரு மலையாளி விமர்சகர் படத்தை kumbleet adipoli என்று வர்ணித்திருக்கிறார். (மலையாளிகளுக்கு ஜீ வராது, அதனால் complete அப்படி மாறியிருக்கிறது.) தமிழில் சொன்னால் அதகளம்.

48

காலத் (Colette) என்று ஒரு ஃப்ரெஞ்ச் பெண் எழுத்தாளர் இருந்தார். *1873*இல் பிறந்து *1954*இல் காலமானார். ஒருமுறை நோபல் பரிசுக்கும் அவரது பெயர் பரிந்துரை செய்யப்பட்டது. தன்னை விட *14* வயது மூத்த ஒரு எழுத்தாளரை மணந்தார். தன் நாவல்களை கணவரின் பெயரில் வெளியிட்டார். காரணம், காலத் ஒரு லெஸ்பியனும் கூட. அந்த அனுபவங்களையே நாவலாக எழுதியதால் அவர் பெயரில் வெளியிட முடியவில்லை. பிறகு கணவரோடு விவாகரத்து. நாவல்களை கணவர் பெயரில் எழுதியதால் ராயல்டி கிடைப்பதில் சிரமமாகி 'காலத்'துக்கு அன்றாட வாழ்க்கையே பிரச்சினையானது. அதனால் நாடகங்களில் நடிக்க ஆரம்பித்தார். நடிக்க வாய்ப்பில்லாத போதெல்லாம் பட்டினி கிடந்தார். அப்போது மிஸ்ஸி என்ற பிரபுக்கள் வம்சத்தைச் சேர்ந்த சீமாட்டியோடு காலத்துக்கு உறவு ஏற்பட்டது. *1907*ஆம் ஆண்டு மிஸ்ஸியும் காலத்தும் ஒரு நாடகத்தில் நடித்துக் கொண்டிருந்த போது மேடையிலேயே இருவரும் 'நடித்த' முத்தக் காட்சியால் ஒரு பெரும் ரகளையே ஏற்பட்டது. பிறகு அவர் ஹென்றி ஜூவனல் என்ற பத்திரிகையாளரை மணந்தார். அந்தத் திருமணமும் தோல்வியில் முடிந்தது. காரணம், ஜூவனலுக்குப் பல தோழிகள் இருந்தனர். மற்றொரு காரணம், ஜூவனலின் முந்தைய திருமணத்தால் பிறந்த மகனோடு உறவு கொள்ள ஆரம்பித்தார் காலத்.

இப்படி காலத்தின் கதையைச் சொல்லிக் கொண்டே போகலாம். காலத் மரணம் அடைந்த போது கத்தோலிக்கத் திருச்சபையின் கல்லறையில் அனுமதி மறுக்கப்பட்டது. காரணம், அவர் செய்த பல விவாகரத்துகள், லெஸ்பியன் உறவு ஆகியவை. ஆனால் ஃப்ரெஞ்ச் அரசாங்கம் என்ன செய்தது தெரியுமா? இந்தியாவில் அரசியல் தலைவர்களுக்கு நடப்பதைப் போல் ராணுவ பீரங்கிகள் முழங்கி, காலத்தின் உடல் மீது தேசியக் கொடி போர்த்தி, அவர் உடலை அரசு மரியாதையுடன் சவ அடக்கம் செய்தது. அது மட்டும் அல்ல; ஃப்ரான்ஸின் அரசியல் வரலாற்றில் அப்படி அரசு மரியாதையுடன் அடக்கம் செய்யப்பட்ட முதல் பெண்மணி காலத்.

ஒரு எழுத்தாளரைக் கொண்டாடுவது என்றால் இதுதான். திருச் சபையின் கல்லறையில் காலத்தின் உடலை அடக்கம் செய்ய அனுமதி மறுக்கப்படுகிறது. மற்றொரு பக்கம், அவரை ராணுவ மரியாதையுடன் அரசாங்கமே அடக்கம் செய்கிறது.

ஆனால் சமீபத்தில் தமிழில் ஒரு எழுத்தாளர் இறந்தார். இறுதிச் சடங்குக்கு 25 பேர் வந்திருந்தனர். அவர் பெயர் அசோகமித்திரன். பெசண்ட் நகர் மின்சார தகனக் கிடங்கில் அவரது உடல் நுழைவதற்கு முன்னே அவர் பாதங்களைத் தொட்டு வணங்கிய போது எனக்கு பாரதி மற்றும் தாகூரின் ஞாபகம் வந்தது. தாகூருக்கு உலகின் பல பல்கலைக்கழகங்கள் போட்டி போட்டுக் கொண்டு டாக்டர் பட்டம் வழங்கின. ஆக்ஸ்ஃபோர்டு பல்கலைக்கழகம் தாகூர் நேரில் வர முடியாவிட்டாலும் பரவாயில்லை என்று சொல்லி டாக்டர் ராதாகிருஷ்ணன் மூலம் தாகூருக்கு டாக்டர் பட்டத்தை அனுப்பி வைத்தது. ஆனால் பாரதி பற்றி உலகம் அறியவில்லை. தாகூர் பற்றி பல கட்டுரைகள் எழுதினார் பாரதி. தாகூரின் கவிதைகளை மொழிபெயர்த்தார். ஆனால் தாகூர் சென்னை வந்த போது அவர் உ.வே. சாமிநாதய்யரை மட்டுமே சந்தித்தார். ஏனென்றால், அவருக்கு பாரதி என்ற ஒரு மகத்தான தமிழ்க் கவிஞன் சென்னையில் வாழ்கிறான் என்பதே தெரியாது. தாகூர் இறந்தபோது வங்காளிகள் லட்சக் கணக்கில் கல்கத்தாவில் குவிந்தார்கள். கல்கத்தா போகும் பஸ்கள் எல்லாம் நிரம்பி வழிந்தன. சினிமா போஸ்டர்கள் மீது கறுப்பு மை அடிக்கப்பட்டது. பாரதியின் சவ ஊர்வலத்தில் 14 பேர் கலந்து கொண்டார்கள். அவருடைய பிணத்தின் மீது மொய்த்த

ஈக்களை விட சவ ஊர்வலத்துக்கு வந்த எண்ணிக்கை கம்மி என்று துயரத்துடன் எழுதினார் வைரமுத்து. அந்த வைரமுத்து கூட அசோகமித்திரனின் இறுதிச் சடங்கில் கலந்து கொள்ளவில்லை. ஆனால் நூறு ஆண்டுகளில் தமிழ் இலக்கியம் இரண்டு மடங்காக வளர்ந்திருக்கிறது என்று நாம் பெருமையடித்துக் கொள்ளலாம். பாரதிக்கு 14, அசோகமித்திரனுக்கு 25 பேர்.

தமிழ் தமிழ் என்று முழங்கும் அரசியல்வாதிகளில் ஒருவரைக் கூட அங்கே காண முடியவில்லை. ஒரே விதிவிலக்கு திருமாவளவன். அவரைத் தவிர ஒரு அரசியல்வாதிக்குக் கூட அசோகமித்திரனின் இறுதிச் சடங்கில் கலந்து கொள்ளத் தோன்றவில்லை. அதேபோல் பேராசிரியர்கள். அசோகமித்திரனின் நண்பர்களான ஓரிரு பேராசிரியர்களைத் தவிர வேறு யாருமே வரவில்லை. ஆனால் தமிழ்நாட்டில் உள்ள கல்லூரிகளின் ஆங்கிலத் துறைகளில் பல ஆங்கில எழுத்தாளர்களுக்கு வாசக வட்டங்கள் உள்ளன. அந்த எழுத்தாளர்களின் பிறந்த நாளின் போது குறிப்பிட்ட எழுத்தாளர்களின் படைப்புகளை வாசிக்கிறார்கள், விவாதிக்கிறார்கள். ஷேக்ஸ்பியர், பி.ஜி.வுட் ஹவுஸ், சார்ல்ஸ் டிக்கன்ஸ், வி.எஸ். நைப்பால் போன்ற பலருக்கும் இப்படிப்பட்ட வாசகர் வட்டங்கள் ஆங்கிலத் துறைகளில் உள்ளன. ஆனால் தமிழ்த் துறைகளில் சங்க இலக்கியத்தைத் தாண்டி வருவதாக இல்லை.

இனியாவது நாம் அசோகமித்திரனை வாசிக்க வேண்டும். பொதுவாக இலக்கிய நூல்கள் என்றால் வாசிப்பதற்கு சற்று கடினமாக இருக்கும். ஆனால் அசோகமித்திரன் சராசரி வாசகர்கள் கூட படிக்கும் அளவுக்கு எளிமையாக எழுதினார். அதே சமயம், அந்த எளிய கதைக்குள் மகத்தான தத்துவங்கள் பொதிந்து கிடக்கும். பொதிந்து கிடந்தால் என்ன? அதை ஏன் நாம் படிக்க வேண்டும்? ஒரு சிறந்த ஆன்மீகவாதி எனக்கு ஐந்து நாட்கள் பயிற்சி கொடுத்தார். தாமதமாகச் சென்றால் எல்லோருக்கும் எதிரே வகுப்புக்கு வெளியே நிற்க வைத்து விடுவார். ஐஏஎஸ் தேறினவர் கூட அப்படி வெளியே நிற்பதைப் பார்த்திருக்கிறேன். கடுமையான ஆன்மீகப் பயிற்சி அவரிடமிருந்துதான் தியானமும் கற்றேன். பிறகு ஒரு ஆண்டு கழித்து அவரை ஒரு நண்பரின் இல்லத்தில் சந்தித்தேன். நான் ஒரு எழுத்தாளன் என்று அவருக்குத் தெரியும். அவரிடமிருந்து விடை பெற்றுக் கிளம்பும் போது ஆசீர்வாதமாக ஒரு வார்த்தை

சொன்னார். ஆன்மீகத்தில் உயர்நிலையை அடைந்தும் கலாச்சார அறிவு வளரவில்லையே என்று நொந்து கொண்டேன். அவர் கொடுத்த ஆசீர்வாதம் என்ன தெரியுமா? “இனிமேல் நீங்கள் அடிக்கடி டிவியில் வருவீர்கள்!” அடப்பாவிகளா! டிவியில் வருவது ஆசீர்வாதம் அல்ல; சாபம் என்று அவருக்குத் தெரியவில்லை. காரணம், அவர் தமிழர்; இலக்கியமும் தெரியாது.

இது பற்றி சற்று ஆழ்ந்து சிந்தியுங்கள். பிரபலமாவது அவ்வளவு கடினமா? பிரபலம் ஆவது ஒரு சாதனையா? அசோகமித்திரனின் மறைவு பற்றி கமல்ஹாசன், “அவர் எழுத்து அவர் காலத்துக்குப் பிறகும் நிற்கும்” என்று ட்விட்டரில் கருத்துத் தெரிவித்திருந்தார். ஆட்டோ சங்கர் கூடத்தான் அவன் காலத்துக்குப் பிறகும் நிற்கி றான். சந்தனக் கடத்தல் வீரப்பனும் அழியாப் புகழைப் பெற்று விட்டான். ஒரு மனிதனின் பெருமையைச் சொல்வது காலம் கடந்து நிற்பது மட்டும்தானா? அசோகமித்திரன் யார்? நாவல், சிறுகதை, கட்டுரை ஆகிய உரைநடை இலக்கியத்தில் கடந்த நூறு ஆண்டுகளில் அசோகமித்திரனை விஞ்ச தமிழில் ஆள் கிடையாது. தி.ஜானகிராமன், க.நா.சு., சி.சு. செல்லப்பா போன்ற மகத்தான ஆளுமைகள் கூட அசோகமித்திரனுக்குப் பிறகுதான். இது என் கருத்து மட்டும் அல்ல; தமிழில் எழுதும் பலருடைய கருத்தும் அதுதான்.

புகழ் ஒரு சுமை. எளிமை மற்றும் அடக்கத்தின் மூலம் அந்தச் சுமையை நாம் தாண்டி விடலாம். ரஜினி வீட்டில் ஒரு விசேஷம். அவருடைய பேரனின் பிறந்த நாள் கொண்டாட்டம். நெருங்கிய நண்பர்கள் மற்றும் உறவினர்கள் மட்டுமே அழைக்கப்பட்டிருக்கி றார்கள். அப்போது அங்கே ரஜினி வந்தார். அவர் அமர நாற் காலி இல்லை. சட்டென்று தரையில் அமர்ந்து விட்டார். அப்பேர்ப் பட்ட ஒருவரிடமிருந்து அவர் புதல்வி அந்த எளிமையைக் கற்றுக் கொண்டதாகத் தெரியவில்லையே? ஐநா சபையில் அவர் ஆடிய ஆட்டத்தைத்தான் சொல்கிறேன்.

சரி, இத்தனை சொல்லி விட்டு ஜெயமோகன் விவகாரத்தை எழுதாமல் இருந்தால் நியாயமா? அசோகமித்திரனின் மீது இருந்த உச்சபட்ச மரியாதையிலும் அவருக்குக் கிடைக்க வேண்டிய கௌரவமும் பெருமையும் கிடைக்கவில்லையே என்ற ஆதங்கத்திலும் ஒரு பிரபல பெண் எழுத்தாளரின் வீட்டில் அசோகமித்திரன் கார்

டிரைவராகவும், ஒரு பிரபல பத்திரிகையில் ஆபீஸ் பாயாகவும் வேலை பார்த்தார் என்று சொல்லி விட்டார் ஜெயமோகன். அவ்வளவுதான். எழுத்தாளன் தப்பு செய்தால் விடுவார்களா? போட்டு சாத்திவிட்டார்கள். நான் ஜெயமோகனை ஆதரித்து எழுதினேன். உடனே "சாருவுக்கு பப்பு, ஸோரோ, ச்சிண்டு மாதிரி ஆகி விட்டார் ஜெயமோகன்" என்று என் வாசக வட்ட நண்பர் சாமிநாதனே எழுதிவிட்டார். ஐயா, நான் பாரதியின் சீடன். எனக்கு மனிதர்களை விட பிராணிகளைப் பிடிக்கும். சரி, ஜெ.வை ஏன் ஆதரித்து எழுதினேன்? அவர் சொன்ன விஷயங்கள் தவறு என்றாலும் அவர் சொல்லவந்ததில் எந்தத் தவறும் இல்லை. அசோகமித்திரன் ஒரு சினிமா கம்பெனியில் பத்து ஆண்டுகளுக்கு மேல் புரொடக்ஷன் மேனேஜராக இருந்தார். புரொடக்ஷன் மேனேஜர் என்னென்ன வேலையெல்லாம் செய்ய வேண்டும் என்று யாரிடமாவது சினிமா சம்பந்தப்பட்ட நண்பர்களிடம் கேட்டுப் பாருங்கள். அதுவும் 50, 60 ஆண்டுகளுக்கு முன்பு எப்படி இருந்திருக்கும் நிலைமை? ஒருநாள் முதலாளி அசோகமித்திரனிடம் காரைக் கொஞ்சம் துடை என்று சொல்ல, "சார், நான் ஒரு எழுத்தாளன், என்னைப் போய் இந்த வேலையெல்லாம் செய்யச் சொல்கிறீர்களே?" என்கிறார் அ.மி. உடனே முதலாளி, "எழுத்தாளன் என்றால் இந்த வேலைக்கு வர மாட்டானேப்பா" என்று சொல்கிறார். அந்த நிமிடமே வேலையை ராஜினாமா செய்து விட்டுப் பட்டினி வாழ்க்கையைத் தொடங்கியிருக்கிறார் அசோகமித்திரன். கார் டிரைவர் வேலையை விட கார் துடைக்கும் வேலை ஒரு எழுத்தாளன் செய்யக் கூடியதுதானா? வேலையில் எந்தப் பாகுபாடும் பார்க்காத ஒரு ஐரோப்பியனின் மனநிலை கொண்டவன்தான் நான் என்றாலும் இந்தப் பிரச்னையில் ஜெயமோகன் சொல்வதில் என்ன தவறு? சரி, பத்திரிகையில் ஆபீஸ் பாய் வேலை பார்க்கவில்லை. ஆனால் ஒவ்வொரு பத்திரிகை அலுவலகத்துக்கும் தன் ஓட்டை சைக்கிளில் போய் நின்று கொண்டிருந்தாரே, அது? அதையெல்லாம் விடுங்கள். எழுதுவதற்குப் பேப்பர் வாங்கக் காசு இல்லாமல் பிட் நோட்டீசில்தான் கதை கட்டுரையெல்லாம் எழுதுவார். அதை நானே பார்த்திருக்கிறேன். சத்தியம். இப்போது கட்டுரையை முதலிலிருந்து படியுங்கள், ப்ளீஸ்...

49

அசோகமித்திரனின் ஆவி சும்மா பூந்து விளையாடுகிறது. இறந்து இத்தனை தினங்கள் ஆகியும் சர்ச்சை தீர்ந்தபாடில்லை. அசோகமித்திரனின் இறுதிச் சடங்கில் சுமார் 25 பேர் தான் கலந்து கொண்டார்கள் என்று எழுதினேன். அதோடு விட்டிருக்கலாம். என் போறாத காலம், வைரமுத்துவின் பெயரையும் சேர்த்து விட்டேன்.

இதை மறுத்து குமுதத்தில் வைரமுத்து இப்படி எழுதியிருக்கிறார்:

"எழுத்தாளர் அசோகமித்திரனின் மறைவுக்கு அஞ்சலி செலுத்த நான் செல்லவில்லை என்று சாரு நிவேதிதா கட்டுரையில் பதிவாகி யிருக்கிறது. அது தகவல் பிழை. மார்ச் 24 அன்று காலை 8.25 முதல் 8.50 மணி வரை நான் அசோகமித்திரன் அஞ் சலியில் ஈடுபட்டிருந்தேன். என் வருகையும் அஞ்சலி உரையும் தொலைக்காட்சிகளில் பதிவாகியிருக்கின்றன. அன்று என் வருகையை அசோகமித்திரன் அறியாதிருந்ததில் ஆச்சரியமில்லை; சாரு நிவேதிதா அறியாததுதான் ஆச்சரியம்.

இன்னொன்றும் சொல்ல விழைகிறேன். ஒரு மரணத்திற்கு அஞ்சலி செலுத்துவது என்பது அவரவர் சுதந்திரம். அது உடல்நிலை, மனநிலை, சூழ்நிலை, தூரம், இருப்பு முதலியவற்றோடு

தொடர்புடையது. மரணத்திற்கு அஞ்சலி செலுத்துவது ஒரு பண்பாடு என்று சொல்லலாமே தவிர அதை ஒரு கடப்பாடு என்று கருதி விட முடியாது.

நான் பெரும்பாலும் அஞ்சலிகளைத் தவிர்ப்பதில்லை. ஆனால் விட்டுப் போன மரணங்கள் எனக்கும் உண்டு. ஆகவே மரணம் தான் மனிதனுக்குக் கட்டாயமே தவிர மரணத்திற்கு அஞ்சலி செலுத்துவதுமன்று.

சாரு நிவேதிதா கவனிக்கப்படுகிற எழுத்தாளர். அதனால் அவர் தகவல்களை உறுதி செய்து எழுதுவது நன்று."

எனக்குப் பொய் பேசத் தெரியாது. சூதுவாதும் அறியேன். அதற் கெல்லாம் கொஞ்சம் புத்திசாலித்தனம் வேண்டும். அது என்னிடம் இல்லை. எனவே நேரடியாகச் சொல்லி விடுகிறேன். நான் கடைசியாகவும் முதல்முதலாகவும் தொலைக்காட்சி பார்த்தது 1977இல். மில்லர்ஸ் ரோட்டில் இருந்த சாந்தி மேன்ஷனில் தங்கி, பக்கத்தில் உள்ள ஆர்ம்ஸ் ரோட்டில் இருந்த சிறைத்துறைத் தலைவர் அலுவலகத்தில் குமாஸ்தாவாக வேலை பார்த்த போது, அருகில் உள்ள நேரு பூங்காவில் தொலைக்காட்சிப் பெட்டி வந்துள்ளது என்று கேள்விப்பட்டு அது எப்படி இருக்கும் என்று அறிந்து கொள்ளும் ஆர்வத்தில் போய்ப் பார்த்ததோடு சரி. வயலும் வாழ்வும் நிகழ்ச்சி ஓடிக் கொண்டிருந்தது. நானும் ஓடி வந்து விட்டேன். அதற்குப் பிறகு தொலைக்காட்சிப் பெட்டி பக்கமே போனதில்லை. தேவையென்றால் யூட்யூபில் ஓரிரு நிமிடங்கள் பார்ப்பேன். அவ்வளவுதான். எனவே வைரமுத்து அசோகமித்திரன் அஞ்சலியில் ஈடுபட்டது எனக்குத் தெரியாது. ஆனால் அதே சமயம் நான் எழுதியதில் எந்தத் தவறும் பிழையும் இருப்பதாகவும் நான் கருதவில்லை. ஏனென்றால், பெஸண்ட் நகர் மின் தகன மண்டபத்தில் அசோகமித்திரனுக்கு நடந்த அஞ்சலி live-ஆக நடந்து கொண்டிருந்தபோது சுமார் 25 பேர் இருந்திருப்போம். அத்தனை பேரும் அசோகமித்திரனுக்கு மிக மிக நெருக்கமானவர்கள். அந்த நெருக்கமானவர்களின் கூட்டத்தில் நான் வைரமுத்துவையும் சேர்த்ததுதான் என் தவறு. குடும்பத்தினரிடம் சென்று துக்கம் விசாரிப்பது வேறு; ஒரு மாபெரும் கலைஞனின் உடல் தகனம் செய்யப்படும் போதோ பூமிக்குள் இறக்கப்படும் போதோ நாம் அவருக்கு இறுதி வணக்கம் சொல்வது என்பது வேறு.

உதாரணமாக, சுஜாதா மறைந்த போது இறுதி அஞ்சலி செலுத்த வராத திரைத்துறையினரே இல்லை. கமல் ஒரு மணி நேரம் சுஜாதாவின் உடலுக்கு அருகில் நின்று கொண்டிருந்தார். ரஜினி புயல் போல் வந்து புயல் போல் சென்றார். ஆனால் அசோக மித்திரன் சினிமாவுக்கு வஜனம் எழுதவில்லை. அதுதான் அவர் செய்த பிழை.

வைரமுத்துவின் விளக்கத்தில் உள்ள தொனி சரியில்லை. சாரு நிவேதிதா கவனிக்கப்படுகிற எழுத்தாளர் என்று எழுதியிருக் கிறார். ('கவனிக்கப்படுகிற' என்பதில் லயம் குறைவு, எனவே 'கவனிக்கப்படுகின்ற' என்று மாற்றிக் கொள்கிறேன்.) ரஜினிகாந்தை கவனிக்கப்படுகின்ற நடிகர் என்றோ, வைரமுத்துவை கவனிக்கப் படுகின்ற கவிஞர் என்றோ எழுதினால் அது எவ்வளவு ரசக் குறைவாக இருக்கும்?

இலக்கிய வாசிப்பு இல்லாத தமிழ்நாட்டில் என்னைப் போன்ற இலக்கியவாதிகள் கவனிக்கப்படாமல்தான் இருப்பார்கள். நான் நாற்பது ஆண்டுகளாக எழுதிக் கொண்டிருக்கிறேன். சுமார் நூறு புத்தகங்கள் எழுதியிருப்பேன். ஆனாலும் வெகுஜனப் பத்திரிகைகளில் இதுவரை இரண்டே இரண்டு முறைதான் என் தொடர் வந்துள்ளது. ஏழெட்டு ஆண்டுகளுக்கு முன்பு விகடனில். இப்போது குமுதத்தில். அதனால்தான் 64 வயதில் கவனிக்கப்படுகிறேன். இல்லாவிட்டால் என் பெயரும் கவனிக்கப்படாமலேதான் போயிருக்கும். ஆனால் நண்பர் வைரமுத்து என்னைப் பற்றித் தெரிந்து கொள்ள வேண்டுமானால் லண்டனிலிருந்து வெளிவரும் Art Review Asia-வைப் பார்க்கலாம். அல்லது, அவரது வட இந்திய நண்பர்களிடம் கேட்கலாம். சுமார் ஐந்து ஆண்டுகளாக வட இந்தியாவில் என் கட்டுரைகள் பிரபலம். அவ்வளவு தூரம் போக வேண்டாம் என்றால் நம் பக்கத்து ஊர் மம்முட்டியிடம் கேட்டுப் பார்க்கலாம்.

சாரு நிவேதிதா

18.12.1953இல் திருவாரூர் மாவட்டத்தில் திருத்துறைப்பூண்டிக்கு அருகில் உள்ள இடும்பாவனம் என்ற ஊரில் பிறந்தார். வளர்ந்ததும் பள்ளிப் படிப்பும் நாகூரில். கல்லூரிப் படிப்பு காரைக்கால், தஞ்சாவூர், திருச்சி. கல்லூரிப் படிப்பை முடிக்கவில்லை. சென்னையில் ஒரு ஆண்டு சிறைத்துறையில் எழுத்தர் பணி. 1978இலிருந்து 1990 வரை தில்லி நிர்வாகம் - சிவில் சப்ளைஸ் துறையில் ஸ்டெனோ. பின்னர் பனிரண்டு ஆண்டுகள் தமிழ்நாடு அஞ்சல் துறையில் பணி. 2002இலிருந்து முழுநேர எழுத்து.

இகனாமிக் டைம்ஸ் நாளிதழின் அகில இந்தியப் பதிப்பில், 2001 - 2010 என்ற பத்தாண்டுகளின் சாதனையாளர் பட்டியலில் தமிழகத்திலிருந்து இடம் பெற்ற இரண்டு பேர்களில் ஒருவர் சாரு நிவேதிதா.

இவரது நாவல் 'ஸீரோ டிகிரி' Jan Michalski சர்வதேசப் பரிசுக்குப் பரிந்துரைக்கப்பட்டது. ஹார்ப்பர் காலின்ஸ் தொகுத்த, இந்தியாவின் ஐம்பது முக்கிய புத்தகங்களில் ஒன்றாகவும் தேர்ந்தெடுக்கப்பட்டது.

ஆங்கிலப் பத்திரிகைகளில் இவர் எழுதும் கட்டுரைகள் சர்வதேச அளவில் கவனம் பெற்றவை. லண்டனிலிருந்து வெளியாகும் PS Publication-இன் Exotic Gothic தொகுதியில் இவரது Diabolically Yours என்ற பேய்க்கதை ஆங்கிலத்தில் வெளியாகி உள்ளது. தற்சமயம் லண்டனிலிருந்து வெளிவரும் ArtReview Asia என்ற பத்திரிகையில் தொடர் கட்டுரை எழுதி வருகிறார்.

இவரது எழுத்தை ஆங்கில விமர்சகர்கள் விளதிமீர் நபக்கோவ், வில்லியம் பர்ரோஸ், கேத்தி ஆக்கர் போன்ற எழுத்தாளர்களோடு ஒப்பிடுகிறார்கள். உலகின் முக்கியமான transgressive வகை எழுத்தாளர்களில் ஒருவராகக் கருதப்படுகிறார் சாரு நிவேதிதா. தற்போது சென்னையில் வசிக்கிறார்.

ஆசிரியரின் பிற நூல்கள்

நாவல்
1. எக்ஸிஸ்டென்ஷியலிஸமும் ஃபேன்சி பனியனும்
2. ஸீரோ டிகிரி
3. ராஸ லீலா
4. காமரூப கதைகள்
5. தேகம்
6. எக்ஸைல்

ஆங்கிலத்தில் கிடைக்கும் நூல்கள்
1. Zero Degree - Novel
2. Marginal Man - Novel
3. Morgue Keeper - Selected Short Stories
4. Unfaithfully Yours - Collection of Articles
5. Towards a Third Cinema
6. To Byzantium: A Turkey Travelogue

சிறுகதைத் தொகுப்பு
1. கர்னாடக முரசும் நவீன தமிழ் இலக்கியத்தின் மீதான ஓர் அமைப்பியல் ஆய்வும்
2. நேநோ
3. மதுமிதா சொன்ன பாம்பு கதைகள்
4. ஷேக்ஸ்பியரின் மின்னஞ்சல் முகவரி
5. ஊரின் மிக அழகான பெண் (மொழி பெயர்ப்புச் சிறுகதைகள்)
6. முத்துக்கள் பத்து (தேர்ந்தெடுத்த சிறுகதைகள்)
7. Diobolically Yours - Exotic Gothic Vol-2 இல் வெளிவந்த சிறுகதை

நாடகம்
ரெண்டாம் ஆட்டம்

கட்டுரைத் தொகுப்பு
1. கோணல் பக்கங்கள் - பாகம் 1
2. கோணல் பக்கங்கள் - பாகம் 2
3. கோணல் பக்கங்கள் - பாகம் 3
4. கலகம் காதல் இசை
5. வாழ்வது எப்படி?
6. எனக்குக் குழந்தைகளைப் பிடிக்காது
7. கனவுகளின் மொழிபெயர்ப்பாளன்
8. கடவுளும் நானும்
9. மூடுபனிச் சாலை
10. ஆஸாதி... ஆஸாதி... ஆஸாதி...

11. தப்புத் தாளங்கள்
12. வரம்பு மீறிய பிரதிகள்
13. தாந்தேயின் சிறுத்தை
14. கடவுளும் சைத்தானும்
15. கலையும் காமமும்
16. மலாவி என்றொரு தேசம்
17. கெட்ட வார்த்தை
18. மனம் கொத்திப் பறவை
19. எங்கே உன் கடவுள்?
20. கடைசிப் பக்கங்கள்
21. பழுப்பு நிறப் பக்கங்கள் (பாகம் - 1)
22. பழுப்பு நிறப் பக்கங்கள் (பாகம் - 2)
23. பழுப்பு நிறப் பக்கங்கள் (பாகம் - 3)
24. சரசம் சல்லாபம் சாமியார்
25. வேற்றுலகவாசியின் டயரிக் குறிப்புகள்
26. நிலவு தேயாத தேசம்
27. மழையா பெய்கிறது?
28. மெதூஸாவின் மதுக்கோப்பை
29. நாடோடியின் நாட்குறிப்புகள்

சினிமா
1. லத்தீன் அமெரிக்க சினிமா - ஓர் அறிமுகம்
2. சினிமா: அலைந்து திரிபவனின் அழகியல்
3. சினிமா சினிமா
4. நரகத்திலிருந்து ஒரு குரல்
5. தீராக் காதலி
6. கனவுகளின் நடனம்
7. ஒளியின் பெருஞ்சலனம்

கேள்வி - பதில்
1. அருகில் வராதே
2. அறம் பொருள் இன்பம்

நேர்காணல்
1. ஒழுங்கின்மையின் வெறியாட்டம்
2. இச்சைகளின் இருள்வெளி (நளினி ஜமீலாவுடன் ஒரு உரையாடல்)

இணையதளம்
  www.charuonline.com
  www.charunivedita.com